Báo cáo Kinh tế của OECD: Việt Nam 2023

OECD
BETTER POLICIES FOR BETTER LIVES

Tài liệu này, cùng dữ liệu và các bản đồ được sử dụng không mang định kiến về thực trạng hay chủ quyền đối với bất cứ vùng lãnh thổ nào, cũng như sẽ không ảnh hưởng tới việc phân định các đường biên giới/ranh giới quốc tế, và tên gọi của bất cứ vùng lãnh thổ, thành phố hay khu vực nào.

Dữ liệu thống kê về Israel do các cơ quan hữu quan của Israel cung cấp và chịu trách nhiệm. Việc OECD sử dụng những dữ liệu như vậy không mang định kiến về tình trạng của Cao nguyên Golan, Đông Jerusalem và các khu định cư của Israel ở Bờ Tây theo quy định của luật pháp quốc tế.

Ghi chú của Thổ Nhĩ Kỳ
Những thông tin trong tài liệu này về "Đảo Síp" (Cyprus) đề cập đến phần phía nam của Đảo này. Không có chính quyền duy nhất nào đại diện cho cả người Síp gốc Thổ Nhĩ Kỳ và gốc Hy Lạp trên Đảo này. Thổ Nhĩ Kỳ công nhận Cộng hòa Bắc Síp Thổ Nhĩ Kỳ (TRNC). Cho tới khi tìm được một giải pháp công bằng và bền vững trong bối cảnh Liên Hợp Quốc, Thổ Nhĩ Kỳ sẽ giữ nguyên lập trường của mình liên quan đến "vấn đề đảo Síp".

Ghi ghú của tất cả các Quốc gia thành viên Liên minh Châu Âu tham gia OECD và Liên minh Châu Âu
Cộng hòa Síp được tất cả các thành viên của Liên Hợp Quốc, ngoại trừ Thổ Nhĩ Kỳ công nhận. Thông tin trong tài liệu này liên quan đến khu vực nằm dưới sự kiểm soát thực tế của Chính phủ Cộng hòa Síp.

Vui lòng trích dẫn ấn phẩm này như sau:
OECD (2023), *Báo cáo Kinh tế của OECD: Việt Nam 2023*, OECD Publishing, Paris, https://doi.org/10.1787/7f5fe56b-vi.

ISBN 978-92-64-34456-3 (in)
ISBN 978-92-64-69087-5 (PDF)
ISBN 978-92-64-75911-4 (HTML)
ISBN 978-92-64-57496-0 (epub)

Tên gốc: OECD (2023), *OECD Economic Surveys: Viet Nam 2023*, OECD Publishing, Paris, https://doi.org/10.1787/8f2a6ecb-en. Bản dịch này được thực hiện bởi một công ty / dịch giả bên ngoài, không thuộc cơ sở dữ liệu dịch giả của EXD. Bản dịch này do Vụ Kinh tế tổ chức thực hiện và OECD không bảo đảm tính chính xác của bản dịch. Chỉ văn bản bằng tiếng Anh và/hoặc tiếng Pháp mới được coi là bản chính thức.

Tác giả ảnh: Trang bìa © Hien Phung Thu/Shutterstock.com.

Các ấn phẩm của OECD được truy cập trực tuyến tại: www.oecd.org/about/publishing/corrigenda.htm.

Lời mở đầu

Báo cáo này được công bố trong phạm vi trách nhiệm của Tổng thư ký OECD.

Tình hình và các chính sách kinh tế của Việt Nam đã được Ủy ban Rà soát Kinh tế và Phát triển của OECD xem xét vào ngày 5 tháng 9 năm 2022 với sự tham gia của đại diện các cơ quan chức năng của Việt Nam. Dự thảo báo cáo đã được sửa đổi dựa trên các cuộc thảo luận này. Thời điểm cập nhật báo cáo lần cuối là tháng 1 năm 2023.

Dự thảo báo cáo của Ban Thư ký do Kosuke Suzuki, Nguyễn Minh Cường*, Vũ Quốc Huy, Patrick Lenain và Isabelle Lương chuẩn bị cho Ủy ban, dưới sự chỉ đạo của Ben Westmore. Karimatou Diallo và Stephanie Henry hỗ trợ biên tập, Nathalie Bienvenu và Laura Fortin hỗ trợ công tác truyền thông. Báo cáo này cũng nhận được sự đóng góp vào các thời điểm khác nhau của Alvaro Pereira, Andrew Jeffries*, Isabell Koske, Vincent Koen, Keiju Mitsuhashi*, Jens Arnold, Cristiana Vitale, Paul Yu, Nguyễn Thị Thanh Phương* và Kyongjun Kwak (*: Ngân hàng Phát triển Châu Á).

Báo cáo này được chuẩn bị như một dự án chung với Cơ quan Đại diện thường trú tại Việt Nam của Ngân hàng Phát triển Châu Á. Chúng tôi trân trọng cảm ơn các ý kiến đóng góp, bình luận của các cơ quan Chính phủ Việt Nam. Xin trân trọng cảm ơn sự hỗ trợ từ Ngân hàng Thế giới và Chính phủ Nhật Bản.

Đây là Báo cáo Kinh tế đầu tiên của OECD cho Việt Nam. Thông tin về Báo cáo này và thông tin thêm về cách thức xây dựng các Báo cáo có thể được tìm thấy tại http://www.oecd.org/eco/surveys.

Mục lục

Bảng

Hình

Hộp

Follow OECD Publications on:

https://twitter.com/OECD

https://www.facebook.com/theOECD

https://www.linkedin.com/company/organisation-eco-cooperation-development-organisation-cooperation-developpement-eco/

https://www.youtube.com/user/OECDiLibrary

https://www.oecd.org/newsletters/

This book has...

StatLinks

A service that delivers Excel® files from the printed page!

Look for the *StatLink* at the bottom of the tables or graphs in this book. To download the matching Excel® spreadsheet, just type the link into your Internet browser or click on the link from the digital version.

CÁC TỪ VIẾT TẮT

ADB	Ngân hàng Phát triển Châu Á
APCA	Cục Kiểm soát thủ tục hành chính
APEC	Hợp tác kinh tế châu Á – Thái Bình Dương
ASEAN	Hiệp hội các quốc gia Đông Nam Á
ATM	Máy rút tiền tự động
CCA	Cơ quan cạnh tranh và bảo vệ người tiêu dùng
CCPT	Biến đổi khí hậu và Thang phân loại dựa trên nguyên tắc
CGF	Quỹ Bảo lãnh tín dụng
CO_2e	Các-bon đi-ô-xít tương đương
COP26	Hội nghị thượng đỉnh về biến đổi khí hậu của Liên hợp quốc năm 2021
CPI	Chỉ số giá tiêu dùng
CPTPP	Hiệp định đối tác Tiến bộ và Toàn diện xuyên Thái Bình Dương
CSMC	Ủy ban Quản lý vốn nhà nước tại doanh nghiệp
DAC	Ủy ban Hỗ trợ phát triển
EGDI	Chỉ số phát triển chính phủ điện tử
eKYC	Nhận diện điện tử
ERAV	Cục Điều tiết điện lực
ETM	Cơ chế chuyển đổi năng lượng
ETS	Hệ thống Thương mại châu Âu
EU	Liên minh châu Âu
EU-VN FTA	Hiệp định Thương mại tự do Việt Nam - Liên minh châu Âu
EVN	Tập đoàn Điện lực Việt Nam
FDI	Đầu tư trực tiếp nước ngoài
GCF	Quỹ Khí hậu xanh
GDI	Tổng thu nhập trong nước
GDP	Tổng sản phẩm trong nước
GFC	Khủng hoảng tài chính toàn cầu
GHG	Khí nhà kính
GMS-CBTA	Hiệp định Tạo thuận lợi vận chuyển người và hàng hóa qua lại biên giới Tiểu vùng Mê-kông mở rộng
GSO	Tổng cục Thống kê
GVC	Chuỗi giá trị toàn cầu
GW	Gigawatt
ICT	Công nghệ thông tin và truyền thông
ILO	Tổ chức Lao động quốc tế
IMF	Quỹ Tiền tệ quốc tế

LEP	Luật Bảo vệ môi trường
LND	Văn bản Quy phạm pháp luật
MoF	Bộ Tài chính
NCC	Ủy ban Cạnh tranh quốc gia
NDC	Đóng góp do quốc gia tự quyết định
NGSP	Hệ thống kết nối, liên thông các hệ thống thông tin ở Trung ương và địa phương
NPL	Nợ xấu
OECD	Tổ chức Hợp tác và Phát triển kinh tế
PAPI	Chỉ số Hiệu quả quản trị và hành chính công cấp tỉnh
PDP8	Quy hoạch Phát triển điện lực quốc gia giai đoạn 2021-2030 (Quy hoạch điện 8)
PISA	Chương trình Đánh giá học sinh quốc tế
PMR	Quy định thị trường sản phẩm
PPP	Sức mua tương đương
PPP	Đối tác công - tư
PSERD	Chương trình phục hồi và phát triển kinh tế - xã hội
QR code	Mã phản hồi nhanh (mã QR)
R&D	Nghiên cứu và phát triển
RCEP	Đối tác Kinh tế toàn diện khu vực
SBV	Ngân hàng Nhà nước Việt Nam
SME	Doanh nghiệp nhỏ và vừa (DNNVV)
SMEDF	Quỹ Phát triển doanh nghiệp nhỏ và vừa
SOE	Doanh nghiệp nhà nước (DNNN)
STRI	Chỉ số hạn chế thương mại dịch vụ
TiVA	Thương mại giá trị gia tăng
TOE	Tấn dầu quy đổi
TVET	Giáo dục và đào tạo kỹ thuật và dạy nghề
UNFCCC	Công ước Liên hợp quốc về Biến đổi khí hậu
USD	Đô-la Mỹ
VAMA	Hiệp hội các nhà sản xuất ôtô Việt Nam
VAMC	Công ty Quản lý tài sản
VAT	Thuế giá trị gia tăng
VND	Đồng Việt Nam
VNPT	Tập đoàn Bưu chính Viễn thông Việt Nam
VPCC	Ủy ban Quốc gia về Biến đổi khí hậu
VSS	Bảo hiểm Xã hội Việt Nam
WTO	Tổ chức Thương mại thế giới

Số liệu thống kê cơ bản của Việt Nam, 2021

Số trong ngoặc đơn là mức trung bình của OECD[1]

CON NGƯỜI VÀ CHU KỲ BẦU CỬ					
Dân số (triệu người)	98.5		Tuổi thọ trung bình (năm, 2020)	75.5	(79.7)
Dưới 15 tuổi (%, 2020)	23.2	(17.8)	Nam (2020)	71.4	(77.0)
Trên 65 tuổi (%, 2020)	7.9	(17.4)	Nữ (2020)	79.6	(82.5)
Lượng người di cư quốc tế (% dân số, 2019)	0.1	(13.2)	Thời điểm tổng tuyển cử gần nhất	Tháng 5-2021	
Tăng trưởng bình quân 5 năm gần nhất (%)	1.1	(0.6)			
KINH TẾ					
Tổng sản phẩm trong nước (GDP)			Tỷ trọng giá trị gia tăng (%)		
Theo giá hiện hành (tỷ USD)	366.1		Nông nghiệp, lâm nghiệp và thủy sản	13.8	(2.6)
Theo giá hiện hành (nghìn tỷ đồng VND)	8 479.7		Công nghiệp và xây dựng	41.1	(27.7)
Tăng trưởng thực bình quân 5 năm gần nhất (%)	5.4	(1.5)	Dịch vụ	45.1	(69.7)
Bình quân đầu người (nghìn USD theo sức mua tương đương)	11.6	(50.6)			
SỐ LIỆU THU, CHI CỦA CHÍNH PHỦ % GDP					
Chi (OECD: 2020)	21.9	(48.5)	Tổng nợ tài chính (OECD: 2020)	38.7	(133.6)
Thu (OECD: 2020)	18.5	(38.1)			
TÀI KHOẢN ĐỐI NGOẠI					
Tỷ giá hối đoái (đồng Việt Nam theo USD)	23 160		Mặt hàng xuất khẩu chủ yếu (% tổng kim ngạch xuất khẩu hàng hóa)		
Tỷ giá hối đoái sức mua tương đương (Hoa Kỳ = 1)	7 405		Máy móc và thiết bị vận tải	48.1	
Theo tỷ lệ phần trăm của GDP			Nguyên vật liệu phục vụ sản xuất khác	23.9	
Xuất khẩu hàng hóa và dịch vụ	93.0	(29.8)	Hàng hóa sản xuất	13.0	
Nhập khẩu hàng hóa và dịch vụ	92.8	(29.8)	Mặt hàng nhập khẩu chủ yếu (% tổng kim ngạch nhập khẩu hàng hóa)		
Cán cân tài khoản vãng lai	-2.1	(0.1)	Máy móc và thiết bị vận tải	45.7	
			Hàng hóa sản xuất	17.7	
			Hóa chất và các sản phẩm liên quan	11.4	
THỊ TRƯỜNG LAO ĐỘNG, KỸ NĂNG VÀ ĐỔI MỚI SÁNG TẠO					
Tỉ lệ có việc làm (từ 15 tuổi trở lên, %)	71.2	(56.2)	Tỷ lệ thất nghiệp, Điều tra lao động việc làm (từ 15 tuổi trở lên, %)	2.4	(6.1)
Nam	75.9	(64.1)	Nhóm trẻ tuổi (từ 15-24, %)	7.0	(12.8)
Nữ	66.6	(48.7)	Thất nghiệp dài hạn (từ 1 năm trở lên, %)	0.3	(2.0)
Tỷ lệ tham gia lực lượng lao động (từ 15 tuổi trở lên, %)	72.9	(60.3)	Có trình độ cao đẳng/đại học (độ tuổi 25-64, %, 2019, OECD: 2020)[3]	13.5	(39.0)
Số giờ làm việc trung bình hàng tuần	39.2	(37.1)	Chi cho nghiên cứu và phát triển so với GDP (% GDP, 2019, OECD: 2020)	0.5	(3.0)
MÔI TRƯỜNG					
Tổng cung năng lượng sơ cấp bình quân đầu người (toe, 2020, OECD: 2021)	1.0	(3.8)	Phát thải CO_2 từ việc đốt nhiên liệu bình quân đầu người (tấn, 2018, OECD: 2019)	2.4	(8.3)
Năng lượng tái tạo (%, 2020, OECD: 2021)	15.1	(11.6)	Tài nguyên nước ngọt tái tạo nội bộ bình quân đầu người (1.000 m^3, 2018)	3.8	
Tiếp xúc ô nhiễm không khí (hơn 10 µg/m^3 bụi mịn PM 2.5, % dân số, 2019)	92.4	(61.7)			
XÃ HỘI					
Bất bình đẳng thu nhập (hệ số Gini, 2019, OECD: dữ liệu sẵn có gần nhất)	0.365	(0.316)	Kết quả giáo dục (điểm PISA, 2015, OECD: 2018)		
Khoảng cách nghèo ở mức 3.65 USD/ngày (PPP năm 2017, %, 2018)	1.4		Đọc hiểu	487	(485)
Chi tiêu nhà nước và tư nhân (% GDP)			Toán học	495	(487)
Chăm sóc y tế (2019, OECD: 2020)	5.2	(9.7)	Khoa học	525	(487)
Giáo dục (% GNI, 2020)	4.6	(4.4)	Tỷ lệ đại biểu nữ trong quốc hội (%)	30.3	(32.4)

Ghi chú: Năm được đưa vào trong ngoặc đơn nếu khác với năm trong tiêu đề chính của bảng.
1. Nếu số liệu tổng hợp của OECD không được cung cấp trong cơ sở dữ liệu nguồn, số trung bình giản đơn của dữ liệu sẵn có gần nhất cho OECD sẽ được tính toán nếu có dữ liệu của ít nhất 80% số quốc gia thành viên.
2. Đối với Việt Nam, dữ liệu cho độ tuổi từ 25 trở lên.
Nguồn: Các tính toán dựa trên dữ liệu lấy từ cơ sở dữ liệu của các tổ chức sau: OECD, Cơ quan Năng lượng quốc tế, Tổ chức Lao động quốc tế, Quỹ Tiền tệ quốc tế, Liên hợp quốc, Ngân hàng thế giới.

Báo cáo tóm tắt

Thách thức vẫn còn mặc dù đã xử lý tốt cuộc khủng hoảng COVID

Việt Nam đã nhanh chóng hồi phục sau những đợt suy thoái do đại dịch gây ra, nhờ phản ứng chính sách nhanh nhạy. Đại dịch COVID-19 đã làm gián đoạn ba thập kỷ tăng trưởng kinh tế cao liên tục. Tuy nhiên, các biện pháp kiểm dịch nhanh và được điều chỉnh phù hợp giúp Việt Nam không phải trải qua các đợt bùng phát quy mô lớn cho tới tận giữa năm 2021. Từ sau đó, chiến dịch tiêm chủng diễn ra nhanh chóng. Tăng trưởng kinh tế cao hơn so với hầu hết các nền kinh tế khác ở Đông Nam Á trong đại dịch, tạo cơ sở vững chắc cho tiến bộ kinh tế hơn nữa. Việt Nam là nền kinh tế thị trường định hướng xã hội chủ nghĩa. Chiến lược Phát triển kinh tế - xã hội 2021-2030 cam kết tiếp tục thúc đẩy cải cách kinh tế sâu rộng để phấn đấu trở thành nước có thu nhập trung bình cao.

Tuy nhiên, các điều kiện bên ngoài đang đe dọa quá trình phục hồi. Việc tham gia tích cực vào thương mại toàn cầu là một yếu tố góp phần vào sự thịnh vượng của Việt Nam (Hình 1), nhưng điều đó có nghĩa rằng Việt Nam dễ bị ảnh hưởng bởi những thay đổi đột ngột của điều kiện bên ngoài. Những bất ổn địa chính trị đang gây sức ép lên triển vọng kinh tế ngắn hạn của Việt Nam.

Hình 1. Hội nhập thương mại mạnh mẽ

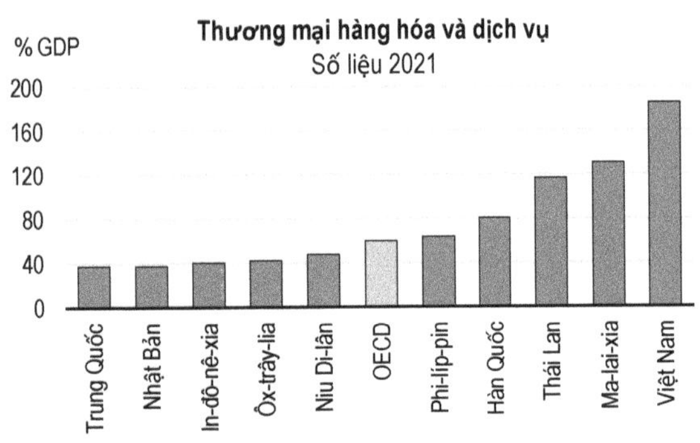

Nguồn: OECD, Economic Outlook database; CEIC.
StatLink https://stat.link/f376dc

Tăng trưởng được dự báo là vững chắc, nhưng có những rủi ro suy giảm đáng kể (Bảng 1). Nhu cầu nội địa được dự báo phục hồi hơn nữa khi các hạn chế kiểm dịch được dỡ bỏ. GDP thực tế được dự báo tăng 6.5% trong năm 2023 và duy trì tốc độ 6.6% trong năm 2024. Sự gián đoạn các chuỗi cung ứng có thể tiếp tục ảnh hưởng tới thương mại toàn cầu. Rủi ro suy giảm gồm cả lạm phát cao ngoài dự kiến và việc nhanh chóng thắt chặt chính sách tiền tệ ở Việt Nam để ứng phó với áp lực lạm phát hoặc áp lực giảm tỷ giá hối đoái. Ở chiều tích cực, các nhà đầu tư nước ngoài có thể ngày càng đánh giá cao môi trường đầu tư ổn định của Việt Nam trong bối cảnh bất ổn toàn cầu gia tăng.

Bảng 1. Phục hồi dự kiến sẽ tiếp tục

	2021	2022	2023	2024
GDP thực tế	2.6	8.0	6.5	6.6
Tiêu dùng tư nhân	1.9	7.8	6.3	6.4
Xuất khẩu	7.4	8.4	5.4	6.9
Nhập khẩu	15.8	2.2	4.3	5.9
Lạm phát (CPI)	1.8	3.2	4.3	3.7
Cán cân tài khóa chính phủ*	-3.4	-4.3	-3.6	-2.9
Tổng nợ chính phủ*	38.7	38.8	38.7	38.2
Cán cân tài khoản vãng lai*	-2.1	-0.9	0.4	1.2

Ghi chú: * biểu thị tỷ lệ phần trăm so với GDP. Số liệu tài khóa thực tế do OECD tính toán và có sự khác biệt so với số liệu chính thức do chính phủ công bố.
Nguồn: MoF; GSO; SBV; và tính toán của OECD.

Ưu tiên chính sách là kiềm chế lạm phát đi liền với hỗ trợ phục hồi

Lạm phát đã tăng lên do giá năng lượng và hàng hóa tăng. Việc bình thường hóa chính sách tiền tệ ở các nền kinh tế phát triển đã nới rộng khoảng cách về lãi suất, làm nóng thêm tình hình lạm phát ở Việt Nam bằng việc gia tăng áp lực giảm tỷ giá hối đoái. Điều này đang làm xói mòn sức mua của các hộ gia đình, cản trở sự phục hồi mới manh nha của tiêu dùng tư nhân và làm tăng nguy cơ nghèo khổ của các hộ gia đình dễ bị tổn thương.

Chính sách tiền tệ sẽ cần được thắt chặt sớm hơn nếu lạm phát tăng nhanh hơn dự kiến. Cho dù triển vọng lạm phát rất bất ổn, việc duy trì bình ổn giá phải được coi là trọng tâm hàng đầu. Trì hoãn việc giảm nhẹ các chính sách hỗ trợ tăng trưởng có thể dẫn tới nguy cơ củng cố những kỳ vọng lạm phát cao hơn.

Có thể sử dụng không gian tài khóa để cung cấp thêm hỗ trợ nhằm giảm thiểu tác động của chi phí sinh hoạt gia tăng đối với các nhóm dễ tổn thương. Thuế giá trị gia tăng và thuế nhiên liệu đã tạm thời được cắt giảm. Có thể cần hỗ trợ bổ sung nhưng có trọng tâm hơn nếu các rủi ro suy giảm thành hiện thực. Cần triển khai đầu tư công đã được đưa vào trong gói kích thích kinh tế mới nhất hồi đầu năm 2022 theo kế hoạch. Việc đơn giản hóa các quy định và thủ tục đầu tư công sẽ giúp tăng tốc giải ngân.

Tăng cường bảo trợ xã hội là cấp thiết để chuẩn bị cho việc già hóa dân số

Khi dân số Việt Nam đang già đi nhanh chóng, việc tăng cường bảo trợ xã hội ngày càng trở nên cấp thiết. Tới năm 2050, tỷ số phụ thuộc người già sẽ tăng từ mức 11% hiện nay lên tới 33%, là một trong những mức cao nhất ở Đông Nam Á. Do vậy, cần tăng cường hơn nữa hỗ trợ của nhà nước cho người cao tuổi.

Hình 2. Tỷ lệ bao phủ của hệ thống hưu trí công còn thấp

Ghi chú: Không tính khu vực chính phủ.
Nguồn: GSO, Điều tra kinh tế, Điều tra doanh nghiệp, Điều tra lực lượng lao động và Niên giám thống kê, nhiều năm; và ILO, Cơ sở dữ liệu thống kê ILOStat.
StatLink https://stat.link/z2hsbf

An sinh xã hội cần đóng vai trò quan trọng hơn. Một hệ thống an sinh xã hội toàn diện đang trên đà hoàn thiện. Bảo hiểm y tế hiện đã bao phủ 90% dân số. Trong đại dịch, bảo hiểm thất nghiệp đã đóng vai trò như cơ chế tự ổn định. Tuy nhiên, hệ thống hưu trí nhà nước mới chỉ bao phủ một phần ba lực lượng lao động (Hình 2), với các mô hình nằm ngoài hệ thống có liên quan chặt chẽ đến tình trạng việc làm. Giải quyết khu vực phi chính thức là hết sức quan trọng để khắc phục tình trạng tuân thủ yếu kém của các doanh nghiệp nhỏ trong đóng góp bảo hiểm xã hội. Ngoài ra, cần tăng cường tính ổn định của hệ thống hưu trí nhà nước. Do vậy, hạn chế việc rút bảo hiểm sớm là quan trọng hàng đầu. Cũng cần tăng cường mạng lưới an sinh xã hội tuổi già cho lao động tự do, những người chiếm một nửa tổng số việc làm nhưng không tham gia hệ thống hưu trí nhà nước bắt buộc, bằng cách mở rộng hệ thống hưu trí xã hội được tài trợ từ thuế hiện thời.

Cần tăng thu ngân sách để tài trợ cho chi tiêu ngày càng tăng. Bên cạnh già hóa dân số, chi tiêu của chính phủ sẽ tiếp tục tăng lên do các nhu cầu chi tiêu khác, đáng kể nhất là đầu tư cho giao thông, cơ sở hạ tầng xanh và số hóa. Điều này đòi hỏi một kế hoạch tài khóa trung hạn cụ thể. Cần giảm bớt các khoản miễn, giảm thuế thu nhập cá nhân và doanh nghiệp, và thu hẹp phạm vi áp dụng thuế suất thuế GTGT giảm. Ngoài ra, thuế sử dụng đất phi nông nghiệp cần được thay bằng thuế thường xuyên áp dụng cho cả công trình và đất đai.

Cần cải thiện hơn nữa môi trường kinh doanh

Thúc đẩy năng suất lao động là yếu tố quan trọng để đạt được tăng trưởng kinh tế cao liên tục. Từ năm 1990 đến năm 2019, nền kinh tế duy trì tốc độ tăng trưởng bình quân hàng năm cao đáng kể là 7%, được hỗ trợ bởi sự tích lũy vốn nhanh và nguồn cung lao động dồi dào từ khu vực nông thôn. Mô hình tăng trưởng này sẽ trở nên khó duy trì hơn khi quá trình chuyển đổi từ nền kinh tế nông nghiệp sang công nghiệp hoàn tất và khi lực lượng lao động tăng chậm hơn. Do đó, tăng trưởng cần được thúc đẩy bởi công nghệ tiên tiến và cải thiện hiệu suất kinh tế. Để đạt được mục tiêu này, điều cốt yếu là khôi phục tính năng động của thị trường thông qua việc đơn giản hóa hơn nữa các thủ tục hành chính.

Bảo đảm một sân chơi bình đẳng là then chốt để tạo ra môi trường kinh doanh tốt hơn. Nhờ những nỗ lực cải cách sâu rộng trong nhiều thập kỷ qua, Việt Nam là một trong những thị trường mở nhất Đông Nam Á và đã thu hút được một lượng lớn vốn đầu tư nước ngoài. Các hạn chế về cạnh tranh thấp hơn so với các nền kinh tế thị trường mới nổi khác, nhưng vẫn cần cải thiện thêm (Hình 3). Đặc biệt, sự tham gia của nhà nước vẫn rất mạnh trong một số lĩnh vực, nơi các doanh nghiệp nhà nước (DNNN) có vai trò chi phối, đáng lưu ý là năng lượng, giao thông và viễn thông. Bên cạnh việc giảm bớt các rào cản gia nhập, rất cần những nỗ lực mới để cải thiện quản trị DNNN. Hơn nữa, cần tăng thêm quyền lực cho cơ quan quản lý cạnh tranh để bảo đảm sân chơi bình đẳng cho tất cả các bên tham gia thị trường, gồm cả các DNNN. Việc tiếp tục thực hiện những nỗ lực chống tham nhũng là hết sức quan trọng để cải thiện hơn nữa môi trường kinh doanh tổng thể.

Hình 3. Có thể giảm bớt rào cản đối với cạnh tranh

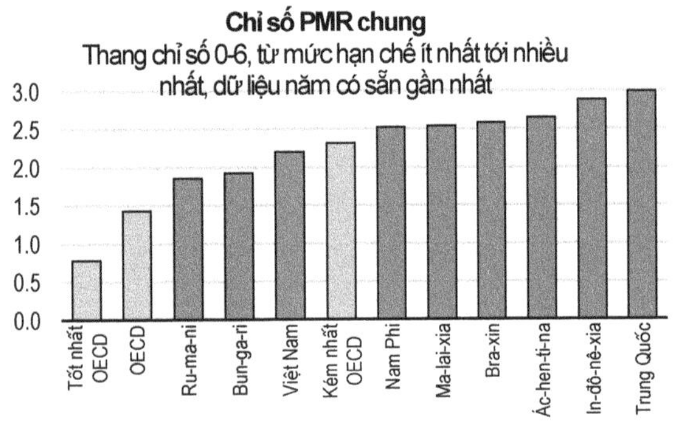

Ghi chú: Tốt nhất/kém nhất biểu thị quốc gia OECD có kết quả tốt nhất/kém nhất.
Nguồn: OECD, Product Market Regulation database và OECD-WBG, Product Market Regulation database.
StatLink https://stat.link/nu0ya3

Cần tăng tốc chuyển đổi số trên mọi mặt trận

Việt Nam nằm trong số những quốc gia đi đầu về số hóa ở Đông Nam Á. Việc sử dụng các công cụ kỹ thuật số đã tăng nhanh, và việc ứng dụng công nghệ kỹ thuật số - như thương mại điện tử, khám chữa bệnh từ xa và làm việc từ xa - đã tăng tốc trong đại dịch. Việt Nam là cái nôi của các công ty khởi nghiệp kỹ thuật số, là quê nhà của ba kỳ lân kỹ thuật số (các công ty khởi nghiệp tư nhân với giá trị trên 1 tỷ USD). Tuy nhiên, vẫn còn nhiều điểm cần cải thiện.

Cơ sở hạ tầng kỹ thuật số phát triển hơn so với các quốc gia Đông Nam Á khác, nhưng vẫn chưa đủ. Đầu tư vào cơ sở hạ tầng chất lượng cao, như cáp quang, sẽ giúp thúc đẩy việc tiếp nhận và phổ biến các công nghệ kỹ thuật số tiên tiến. Đặc biệt, mức độ tự do hóa lớn hơn trên thị trường viễn thông là yếu tố quan trọng để kích thích đầu tư.

Việt Nam cần tăng cường môi trường tạo thuận lợi để đẩy nhanh quá trình số hóa. Giống như ở nhiều quốc gia khác, chuyển đổi số đang làm thay đổi mọi mặt của nền kinh tế. Chính phủ đã nhanh chóng cung cấp các dịch vụ số hóa như hải quan, đồng thời các khoản thanh toán kỹ thuật số và không dùng tiền mặt đã trở nên phổ biến hơn. Để thúc đẩy hơn nữa quá trình số hóa, cần phân bổ thêm nguồn lực cho giáo dục nghề nghiệp, cũng như đào tạo tại chỗ để nuôi dưỡng các tài năng và kỹ năng số hóa. Rất nhiều quy định, gồm cả các quy định về dòng chảy dữ liệu xuyên biên giới cần được nới lỏng, trong khi tăng cường bảo vệ quyền riêng tư và an ninh mạng. Những cải cách này cũng rất quan trọng để nâng cao mức độ tinh vi trong sản xuất, giúp tăng cường sự hội nhập của Việt Nam vào nền kinh tế toàn cầu.

Cần có hành động chính sách mạnh mẽ hơn để đạt mức phát thải ròng bằng không

Chính phủ đã cam kết đạt mức phát thải ròng bằng không vào năm 2050. Tuy nhiên, tăng trưởng kinh tế cao trong quá khứ được hỗ trợ bởi việc tăng tiêu thụ năng lượng, hầu hết từ nhiên liệu hóa thạch. Tỷ trọng thủy điện đang giảm, khiến cho điện than trở thành nguồn cung chủ đạo. Kết quả là phát thải các-bon đang gia tăng nhanh chóng. Giảm cường độ phát thải cao từ sản xuất là then chốt để đạt được mục tiêu kép phát thải ròng bằng không và tăng trưởng kinh tế cao (Hình 4).

Hình 4. Cường độ phát thải cao

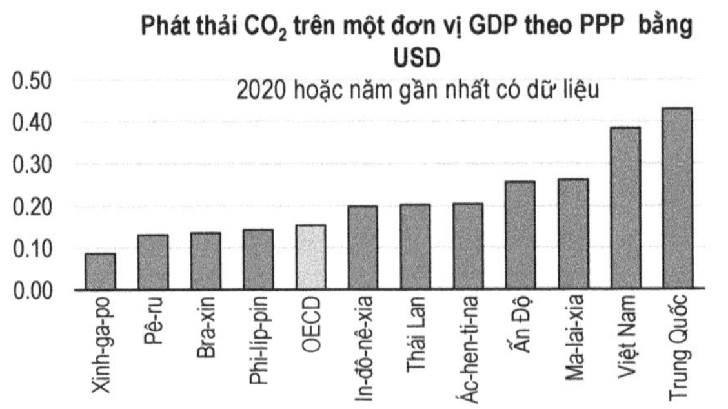

Nguồn: OECD, Green Growth Indicators database.
StatLink https://stat.link/mo2bfi

Cần có một chương trình toàn diện để chuyển đổi sang nền kinh tế các-bon thấp. Để hướng tất cả các ngành kinh tế theo con đường phát triển các-bon thấp, cần xây dựng một chiến lược khí hậu dài hạn rõ ràng và có thể dự đoán được. Chiến lược này cần bao gồm cải cách ngành năng lượng, có vai trò then chốt để gia tăng quy mô đầu tư cho năng lượng tái tạo. Tất cả nhiên liệu hóa thạch hiện đều chịu thuế bảo vệ môi trường, nhưng khó có thể phản ánh đầy đủ chi phí xã hội của khí các-bon. Cần cải thiện điều này để gây ảnh hưởng rõ ràng hơn tới mô thức tiêu dùng của các hộ gia đình và doanh nghiệp. Cần đẩy nhanh việc thiết lập thị trường các-bon theo kế hoạch để khuyến khích đầu tư cho năng lượng tái tạo trong ngành điện. Việc áp dụng hệ thống phân loại xanh cũng có thể giúp chuyển hướng nguồn lực tài chính sang đầu tư các-bon thấp.

Các phát hiện và khuyến nghị chính

Các phát hiện chính	Các khuyến nghị chính
Cải thiện chính sách kinh tế vĩ mô và tính bền vững tài khóa	
Dù đã nhanh chóng mở cửa lại nền kinh tế, những bất ổn bên ngoài đang đè nặng lên triển vọng tăng trưởng. Hơn nữa, vẫn còn nguy cơ về các đợt bùng phát COVID-19, có thể bắt nguồn từ sự xuất hiện của một biến thể mới.	Cân nhắc hỗ trợ tài chính có trọng tâm cho các hộ gia đình bị ảnh hưởng nặng nề bởi giá năng lượng và lương thực cao. Tăng tốc giải ngân vốn đầu tư công, bao gồm cả việc đơn giản hóa các thủ tục và quy định về đầu tư công.
Lạm phát đã tăng lên và dự kiến vẫn ở mức cao do giá năng lượng và hàng hóa tăng, cũng như sự gián đoạn chuỗi cung ứng. Đồng thời, việc tăng lãi suất điều hành ở các nền kinh tế phát triển đang gây áp lực giảm tỷ giá hối đoái, điều này có thể đẩy lạm phát trong nước lên cao.	Tăng lãi suất điều hành sớm hơn nếu có dấu hiệu cho thấy lạm phát đang tăng nhanh hơn và kéo dài hơn dự kiến.
Chi tiêu chính phủ dự kiến tăng, nhất là cho các hoạt động đầu tư để tạo thuận lợi cho việc chuyển đổi số và chuyển đổi xanh. Dân số già hóa nhanh chóng cũng sẽ đòi hỏi chi tiêu công nhiều hơn cho phúc lợi xã hội, gồm cả chăm sóc y tế.	Chuẩn bị một kế hoạch củng cố tài khóa trung hạn cụ thể để tăng hơn nữa nguồn thu, cải thiện hiệu quả chi tiêu và tăng tính minh bạch trong quản lý nợ dựa trên các dự báo kinh tế đáng tin cậy.
Hệ thống thuế có tính phức tạp lớn do một số trường hợp miễn thuế, giảm thuế, giảm thuế suất và các ưu đãi đặc biệt khác, làm suy yếu cơ sở thuế, dẫn tới tính tuân thủ thấp và tăng chi phí thu thuế.	Mở rộng cơ sở thuế bằng cách giảm bớt các khoản miễn, giảm thuế thu nhập cá nhân và doanh nghiệp và thu hẹp phạm vi áp dụng thuế suất thuế GTGT giảm.
Nguồn thu ngân sách từ thuế bất động sản là nhỏ so với các quốc gia Đông Nam Á khác, trong khi doanh thu từ việc bán quyền sử dụng đất tăng lên từ thị trường bất động sản sôi động gần đây.	Thay thuế sử dụng đất phi nông nghiệp bằng thuế thường xuyên đối với bất động sản, áp dụng cho cả công trình và đất đai. Định giá bất động sản thường xuyên hơn dựa trên giá thị trường của bất động sản.
Tăng cường hoạt động của hệ thống an sinh xã hội	
Có thể rút bảo hiểm xã hội một lần ngay cả trước khi đến tuổi về hưu. Một số lượng đáng kể các cá nhân trẻ tuổi xin rút bảo hiểm sớm, điều này đe dọa tính bền vững của hệ thống hưu trí nhà nước.	Hạn chế việc cho phép rút bảo hiểm một lần đối với những người chưa đến tuổi về hưu, tiến tới xóa bỏ cơ chế này.
Nhiều hộ kinh doanh vẫn giữ quy mô nhỏ do chi phí hành chính và tài chính của việc tăng quy mô là cao, dẫn tới tỷ lệ phi chính thức cao.	Đơn giản hóa và giảm bớt các gánh nặng hành chính và tài chính cho các hộ kinh doanh để khuyến khích họ chính thức hóa và phát triển.
Nâng cao tính cạnh tranh của thị trường sản phẩm và thúc đẩy năng suất lao động	
Việt Nam đã đạt được tiến bộ đáng kể trong việc cải thiện môi trường kinh doanh nhằm thúc đẩy năng suất. Năng suất các nhân tố tổng hợp đã tăng nhanh hơn trong thập niên 2010. Tuy nhiên, vẫn có sự chênh lệch lớn giữa các tỉnh và một số thủ tục còn rườm rà.	Tiếp tục đơn giản hóa các quy định kinh doanh, bao gồm thông qua việc sử dụng mạnh mẽ hơn công nghệ kỹ thuật số trong những lĩnh vực như nộp thuế và thủ tục phá sản.
Mặc dù đã chuyển giao quyền sở hữu DNNN cho Ủy ban Quản lý vốn nhà nước tại doanh nghiệp, song việc giảm tỷ lệ nắm giữ cổ phần DNNN của chính phủ vẫn chậm hơn so với kế hoạch và các bộ ngành, cơ quan chính phủ vẫn được coi là có ảnh hưởng tích cực đến việc quản lý các doanh nghiệp này.	Làm rõ các chức năng của nhà nước với tư cách chủ sở hữu các công ty và cơ quan quản lý của chính các công ty này, nhằm bảo đảm sự tách biệt chức năng hiệu quả.
Việc thành lập Ủy ban Cạnh tranh quốc gia (NCC) như được quy định trong Luật Cạnh tranh năm 2018 vẫn chưa được thực hiện, còn Cục Cạnh tranh và Bảo vệ người tiêu dùng (CCA) hiện thời thiếu sự độc lập và không đủ ngân sách.	Trao cho cơ quan quản lý cạnh tranh thẩm quyền hành động chống lại các doanh nghiệp nhà nước ở trung ương và địa phương lạm dụng quyền lực thị trường, vận động cạnh tranh và thực hiện các nghiên cứu thị trường.
Đã có những tiến triển đáng kể trong cuộc chiến chống tham nhũng ở khu vực công, thiết lập các khung pháp lý toàn diện và tăng cường cam kết quốc tế. Tuy nhiên, dù có sự sụt giảm trong các chỉ số đo lường tham nhũng được nhận thấy, nhiều bên hữu quan, gồm cả cộng đồng kinh doanh quốc tế, cho rằng việc chống tham nhũng vẫn là một ưu tiên.	Tiếp tục đưa ra các cam kết mạnh mẽ về việc tăng cường nỗ lực phòng chống tham nhũng, phân bổ thêm nguồn lực của chính phủ và nâng cao nhận thức của người dân và doanh nghiệp, gồm cả công chức, viên chức của các chính quyền địa phương.
Thúc đẩy nền kinh tế số	
Trong lĩnh vực viễn thông, các nhà đầu tư nước ngoài vẫn đối mặt với một số hạn chế. Kết quả là các thị trường viễn thông chủ chốt bị chi phối bởi ba doanh nghiệp nhà nước, kìm hãm tiềm năng cải thiện năng suất của toàn bộ nền kinh tế.	Mở cửa thị trường viễn thông cho các nhà đầu tư nước ngoài, đặc biệt bằng cách đẩy nhanh việc ban hành và thực hiện Luật Viễn thông mới nhằm giảm bớt các rào cản cho sự gia nhập của nước ngoài và nới lỏng các hạn chế về sở hữu nước ngoài.
Thiếu cả các kỹ năng kỹ thuật số cơ bản và nâng cao, và chỉ có số ít sinh viên lựa chọn theo học chương trình học thuật trong lĩnh vực khoa học và máy tính.	Nâng cao các kỹ năng kỹ thuật số bằng cách cung cấp thêm cơ hội đào tạo các kỹ năng cơ bản và phân bổ nhiều nguồn lực hơn cho hệ thống giáo dục kỹ thuật và dạy nghề và đào tạo CNTT với kỹ năng nâng cao tại nơi làm việc.
Đạt mục tiêu phát thải ròng bằng không vào năm 2050	
Phát thải khí nhà kính của Việt Nam đã tăng nhanh hơn GDP và Việt Nam là một trong những quốc gia phát thải lớn nhất so với GDP. Các mục tiêu phát thải hiện tại của chính phủ bao gồm đạt mức phát thải ròng bằng không vào năm 2050.	Áp dụng một chiến lược khí hậu rõ ràng và có thể dự báo, với các mục tiêu dài hạn nhất quán, đặc biệt liên quan tới phát thải khí nhà kính và cải cách lĩnh vực năng lượng.
Các nhà máy nhiệt điện than đã trở thành nguồn cấp điện chính, nhưng chính phủ đã có kế hoạch dịch chuyển dần khỏi nguồn điện than, với việc không đầu tư mới từ sau năm 2030.	Ngừng đầu tư cho các nhà máy nhiệt điện than mới theo kế hoạch và tăng cường ưu đãi khuyến khích đầu tư vào các nguồn năng lượng tái tạo, đặc biệt là năng lượng gió trên bờ và ngoài khơi.

Thuế môi trường phản ánh một phần chi phí xã hội của các-bon đối với giá xăng, nhưng các nhiên liệu hóa thạch khác chịu mức thuế thấp hơn so với xăng, khi xét tới hàm lượng các-bon tương ứng của chúng. Một thị trường giao dịch hạn mức phát thải và tín chỉ các-bon đang được lên kế hoạch, nhưng viễn cảnh thực hiện sẽ còn dài.	Đẩy nhanh việc triển khai thị trường các-bon, bắt đầu bằng hệ thống giao dịch phát thải trong những ngành có mức phát thải cao, gồm cả ngành điện, và cuối cùng mở rộng phạm vi bao phủ của thị trường này nhằm đảm bảo giá năng lượng phản ánh đầy đủ chi phí và ngày càng bao gồm các ngoại ứng tiêu cực do phát thải khí nhà kính.

1 Những vấn đề chính sách nổi bật

Trong hơn ba thập niên, Việt Nam đã đạt được những tiến bộ kinh tế nổi bật. Việc tham gia tích cực vào các chuỗi giá trị toàn cầu đã mang lại sự thịnh vượng về kinh tế, nhưng cũng khiến Việt Nam dễ chịu tác động của các điều kiện bên ngoài, vốn đã trở nên bất ổn hơn so với trước đây. Trong khi đầu tư nước ngoài dẫn dắt sản xuất định hướng xuất khẩu, một số lượng lớn các doanh nghiệp nhỏ đóng vai trò quan trọng trong các hoạt động kinh tế ở trong nước. Khó khăn về kinh tế thường ảnh hưởng nặng nề nhất tới các doanh nghiệp nhỏ và hộ gia đình nghèo hơn. Hơn nữa, hệ thống an sinh xã hội vẫn chưa bao phủ một số lượng lớn người dân, bất chấp việc già hóa dân số đang diễn ra nhanh chóng. Chương này thảo luận những tác động kinh tế vĩ mô và xã hội của các cuộc khủng hoảng gần đây, đặc biệt là đại dịch COVID-19 và xung đột Nga - U-crai-na, cũng như các hàm ý chính sách của chúng đối với việc đạt được tiến bộ mạnh mẽ và bao trùm trong trung hạn, gồm cả tầm quan trọng của việc hội nhập thương mại sâu sắc hơn đối với Việt Nam.

Việt Nam cần hướng tới mục tiêu tăng trưởng không chỉ cao mà còn bền vững sau đại dịch

Việt Nam đã đạt được thành tích ấn tượng trong những thập niên gần đây. Một loạt chính sách cải cách định hướng thị trường mạnh mẽ, được biết dưới tên gọi *Đổi mới*, đã bắt đầu vào năm 1986 và giải phóng tiềm năng kinh tế của Việt Nam. Từ năm 1990 đến năm 2019, tăng trưởng GDP thực tế ở mức cao, trung bình 6.8%. Hơn nữa, nền kinh tế đã chứng tỏ khả năng chống chịu trước hàng loạt cú sốc. Trong khi nhiều quốc gia Đông Nam Á khác trải qua suy thoái nghiêm trọng trong cuộc Khủng hoảng tài chính châu Á năm 1997-1998 và cuộc Khủng hoảng tài chính toàn cầu năm 2008-2009, nền kinh tế Việt Nam vẫn tiếp tục tăng trưởng. Tăng trưởng mạnh mẽ được củng cố bằng sự chuyển đổi bền vững từ nền kinh tế nông nghiệp sang công nghiệp: tỷ trọng của nông nghiệp trong GDP đã giảm từ khoảng 40% vào cuối thập niên 1980 xuống còn gần 10% vào năm 2020, cho dù Việt Nam vẫn là một trong những quốc gia xuất khẩu gạo lớn nhất thế giới. Cùng với nguồn cung lao động dồi dào, việc mở cửa thương mại nhiều hơn đã thu hút các nhà đầu tư nước ngoài, đẩy nhanh quá trình chuyển đổi kinh tế này. Tỷ lệ thương mại trên GDP, chỉ ở mức 23% trong năm 1986, giờ đã lên tới gần 200%, là một trong những tỷ lệ cao nhất trên thế giới. Bên cạnh việc trở thành thành viên của ASEAN (1995) và APEC (1998), việc gia nhập WTO vào năm 2007 đã tăng cường hơn nữa quá trình hội nhập vào nền kinh tế toàn cầu của Việt Nam. Tỷ trọng hàng hóa công nghệ thông tin - truyền thông (CNTT) trong tổng kim ngạch xuất khẩu tăng từ 5% vào năm 2007 lên tới gần 40% vào năm 2020. Kết quả là Việt Nam đã vươn lên thành quốc gia thu nhập trung bình vào năm 2010. GDP bình quân đầu người bằng 20% mức trung bình OECD vào cuối năm 2020, so với khoảng 8% vào năm 2000 (Hình 1.1, Biểu đồ A). Người dân Việt Nam được hưởng lợi đáng kể từ giai đoạn kinh tế tăng trưởng cao liên tục này, như có thể thấy qua việc giảm mạnh tỷ lệ hộ nghèo (Hình 1.1, Biểu đồ B).

Những năm gần đây, trong khi khắc phục tác động kinh tế và y tế của đại dịch, Việt Nam vẫn duy trì mục tiêu dài hạn là đạt được sự thịnh vượng kinh tế cao cho người dân. Đặc biệt, hội nhập thương mại đã lấy lại được xung lực mạnh hơn (OECD, 2020[1]). Sau khi thông qua Hiệp định Đối tác Toàn diện và Tiến bộ xuyên Thái Bình Dương vào năm 2019, là một hiệp định thương mại tự do quy mô lớn ở châu Á - Thái Bình Dương, Việt Nam đã phê chuẩn Hiệp định Thương mại tự do Việt Nam – Liên minh châu Âu và Hiệp định Đối tác kinh tế toàn diện khu vực trong thời kỳ đại dịch. Một số cải cách cần thiết trong nước đã được khởi động, ví dụ như Luật Doanh nghiệp sửa đổi để phân loại lại các doanh nghiệp nhà nước và Bộ luật Lao động mới sẽ giúp nâng cao quyền của người lao động. Thêm vào đó, dựa trên kinh nghiệm quản lý khủng hoảng trong quá khứ, việc ứng phó đại dịch cho tới nay đã rất thành công; Việt Nam có tỷ lệ tử vong trên đầu người do COVID-19 thấp hơn so với hầu hết các quốc gia OECD khác và đạt mức tăng trưởng kinh tế dương trong năm 2020 (2.9%) và 2021 (2.6%). Tương tự như nhiều quốc gia khác, chính phủ đã huy động một loạt các công cụ chính sách tài khóa và tiền tệ sẵn có, đặc biệt là hoãn thuế, cắt giảm thuế, tái cơ cấu nợ và các khoản vay ưu đãi, để giảm thiểu tác động đối với các hộ gia đình và doanh nghiệp dễ bị tổn thương.

Các kế hoạch của chính phủ được nêu chi tiết trong Chiến lược Phát triển kinh tế - xã hội 10 năm 2021-2030 và Kế hoạch Phát triển kinh tế - xã hội 5 năm 2021-2025, chú trọng mạnh mẽ tới việc đạt được một nền kinh tế năng suất hơn, bao trùm hơn và xanh hơn (Hộp 1.1). Trong khi chênh lệch thu nhập so với mức trung bình OECD vẫn còn lớn, Việt Nam cũng cần phải chuẩn bị cho việc già hóa dân số đáng kể. Mặc dù phát triển kinh tế nhanh, nhưng kinh tế phi chính thức còn cao và bảo trợ xã hội kém phát triển. Ngay cả trước đại dịch, việc mở rộng thương mại quốc tế của Việt Nam thông qua mở cửa các thị trường đã đối mặt với nguy cơ giảm sút trong bối cảnh căng thẳng thương mại gia tăng. Hơn nữa, môi trường toàn cầu bất ổn cao nảy sinh do xung đột Nga – U-crai-na đã làm tăng thêm khó khăn cho nền kinh tế Việt Nam. Giá năng lượng cao đang đẩy lạm phát gia tăng, xói mòn sức mua của các hộ gia đình dễ bị tổn thương. Thương mại toàn cầu có thể bị suy giảm trong một thời gian dài do hậu quả của cuộc xung đột. Tuy nhiên, chính phủ đặt mục tiêu tăng trưởng GDP trung bình đầy tham vọng, ở mức 7% vào năm 2030 để đạt được vị thế quốc gia thu nhập trung bình cao.

Để đạt được mục tiêu này, công cuộc phục hồi đang diễn ra cần phải đi kèm với mức tăng trưởng mạnh mẽ, được hỗ trợ bởi mức tăng năng suất lao động cao hơn. Đặc biệt, môi trường bên ngoài cũng như trong nước đang thay đổi nhanh chóng đã khiến chính phủ định hình lại mô hình tăng trưởng của Việt Nam. Cụ thể, Thủ tướng Chính phủ đã nhấn mạnh tầm quan trọng của việc "xây dựng nền kinh tế độc lập, tự chủ gắn với tích cực, chủ động hội nhập quốc tế sâu rộng, thực chất, hiệu quả" (Harvard Kennedy School, Ash Center for Democratic Governance and Innovation, 2022[2]). Đặc biệt, tăng cường hội nhập thương mại là then chốt cho sự ổn định kinh tế. Hội nhập thương mại hơn nữa sẽ tiếp tục mang lại lợi ích cho Việt Nam như trước đây, nhưng hội nhập sẽ sâu sắc hơn nếu các đối tác thương mại được đa dạng hóa và các sản phẩm xuất khẩu, gồm cả dịch vụ, có tỷ trọng giá trị gia tăng cao hơn. Một khu vực doanh nghiệp năng động sẽ là động lực chính của quá trình chuyển đổi kinh tế này. Do vậy, việc cải thiện môi trường kinh doanh cho cả các nhà đầu tư trong và ngoài nước sẽ trở nên ngày càng cấp thiết. Điều này đòi hỏi việc phổ biến rộng rãi hơn nữa các công nghệ kỹ thuật số, bên cạnh các yếu tố khác. Để cải thiện khả năng chống chịu với các cú sốc kinh tế và thực hiện thuận lợi những cải cách mạnh mẽ, cần một khung chính sách kinh tế vĩ mô phù hợp hơn và một hệ thống bảo trợ xã hội toàn diện hơn. Đồng thời, những cải cách cơ cấu, như cải cách thị trường tài chính, cũng có thể giúp ổn định các điều kiện kinh tế vĩ mô và tăng cường khả năng chống chịu về kinh tế.

Những cải cách cơ cấu mạnh mẽ cũng rất quan trọng để bảo đảm sự phục hồi vững chắc sau đại dịch COVID và để tránh "bẫy thu nhập trung bình". Các nước Mỹ Latinh đã trải qua giai đoạn đình trệ kinh tế kéo dài trong thập niên 1980 ("thập kỷ mất mát"). Những nước này đã tích lũy các khoản vay nợ lớn bên ngoài trong thời kỳ giá dầu tăng cao vào thập niên 1970. Khi nền kinh tế toàn cầu sau đó rơi vào đợt suy thoái trong bối cảnh tăng lãi suất điều hành ở các nền kinh tế phát triển, điều này đã châm ngòi cho cuộc khủng hoảng nợ. Để ứng phó, các chính phủ trong khu vực đã cắt giảm chi tiêu công cho các lĩnh vực như cơ sở hạ tầng và phúc lợi xã hội. Tuy nhiên, các cải cách về phía cung để kích thích tính năng động của doanh nghiệp ít được chú trọng. Mặc dù có những nỗ lực củng cố tài khóa mạnh mẽ, trợ cấp của chính phủ cho các doanh nghiệp nhà nước (DNNN) ở các quốc gia này không giảm bớt. Tới tận đầu thập niên 1990, việc cổ phần hóa các DNNN mới được tăng tốc trong toàn khu vực. Dù tăng trưởng kinh tế Việt Nam vẫn mạnh mẽ, một số nền kinh tế thị trường mới nổi đã đối mặt với việc tăng trưởng chậm lại khi đạt tới vị thế quốc gia thu nhập trung bình (Felipe, 2012[3]). Mức thu nhập tăng lên khiến hoạt động sản xuất xuất khẩu sử dụng nhiều lao động trở nên kém cạnh tranh hơn, trong khi việc nuôi dưỡng các lĩnh vực có giá trị gia tăng cao đòi hỏi những cải cách cơ cấu sâu rộng, nổi bật là tăng cường hội nhập thương mại, giảm gánh nặng quy định cho doanh nghiệp, đầu tư vào vốn con người và chống tham nhũng (Tran, 2013[4]). Những cải cách sâu rộng này đòi hỏi các nỗ lực chính sách to lớn, được củng cố bằng năng lực thể chế cao của các chính phủ. Việt Nam đã thực hiện thành công những cải cách mạnh mẽ trong quá khứ, như *Đổi mới*, nhưng việc cải cách từng bước – cho phép chính phủ tập trung nguồn lực hạn hẹp vào những lĩnh vực cải cách khó – sẽ giúp bảo đảm sự hội tụ kinh tế bền vững.

Chiến lược Phát triển kinh tế - xã hội 2021-2030 đề ra định hướng chính sách mới về "nền kinh tế tuần hoàn", theo đó tất cả các chính sách phải phù hợp với mục tiêu tăng trưởng xanh hơn. Bên cạnh đó, cam kết đạt được mức phát thải khí nhà kính ròng bằng không vào năm 2050 đang đặt ra trọng tâm mới cho quá trình chuyển đổi. Một quyết định được ban hành vào tháng 7 năm 2022 (Quyết định 896/QĐ-TTg) nhằm mục đích vạch ra một chiến lược biến đổi khí hậu toàn diện, bao gồm các định hướng chính sách cụ thể hơn để hiện thực hóa mục tiêu phát thải ròng bằng không. Việc tăng giá năng lượng do hậu quả của xung đột Nga – U-crai-na càng làm tăng thêm nhu cầu giảm sự phụ thuộc của đất nước vào nhiên liệu hóa thạch, thông qua việc đẩy nhanh tiến trình sử dụng năng lượng tái tạo, cải thiện tiết kiệm năng lượng và tăng cường sử dụng các nguồn năng lượng phát thải các-bon thấp khác. Những khoản đầu tư lớn cần thiết để đạt được quá trình chuyển đổi xanh đòi hỏi bổ sung thêm nguồn tài chính. Các cam kết giảm các-bon mạnh mẽ, đi kèm với những cơ chế chính sách cần thiết để đạt được các cam kết đó, có thể giúp thu hút thêm nguồn vốn cho các dự án này, gồm cả từ các nguồn quốc tế. Việc triển khai thành công hơn nữa các nguồn năng lượng tái tạo cũng có thể thu hút nguồn vốn FDI tinh vi hơn vốn nhạy bén với tổng dấu chân các-bon, từ đó thúc đẩy tiết kiệm năng lượng, tạo ra vòng xoáy tích cực giúp phi các-bon hóa nền kinh tế trong nước.

Trong bối cảnh đó, những thông điệp chính của *Báo cáo Kinh tế* này bao gồm:

- Chính sách kinh tế vĩ mô cần giúp tăng cường khả năng chống chịu của nền kinh tế. Trong ngắn hạn, ưu tiên là giảm thiểu tác động của giá năng lượng cao thông qua hỗ trợ có đối tượng mục tiêu cho các hộ gia đình dễ tổn thương, thay vì thực hiện những biện pháp tài khóa mở rộng hơn nữa. Trong trung hạn, điều quan trọng là phải củng cố các khung chính sách kinh tế vĩ mô bằng cách cải thiện tính bền vững tài khóa thông qua mở rộng cơ sở thuế. Cũng cần tăng cường hệ thống bảo trợ xã hội và giảm bớt nền kinh tế phi chính thức.
- Để duy trì tốc độ tăng trưởng kinh tế cao sau khi phục hồi, Việt Nam cần cải thiện hơn nữa môi trường kinh doanh và tạo thuận lợi cho quá trình chuyển đổi kỹ thuật số. Việc tiếp thêm sức mạnh cho tính năng động của doanh nghiệp đòi hỏi phải tinh giản các quy định, tăng tính minh bạch của các quy trình điều tiết và tạo sân chơi bình đẳng cho tất cả các bên tham gia thị trường, gồm cả giữa doanh nghiệp nhà nước và các thực thể tư nhân.
- Để đạt được mục tiêu phát thải ròng bằng không vào năm 2050, sẽ cần phải duy trì mức đầu tư cao cho năng lượng tái tạo và theo đuổi hiệu quả sử dụng năng lượng cao hơn. Có thể đạt được điều này thông qua cách tiếp cận chính sách toàn diện, trong đó ưu tiên đầu tư nhà nước và tư nhân hiệu quả, thiết lập các quy định tạo thuận lợi, và giá cả thị trường phản ánh tốt hơn hàm lượng các-bon.

Hình 1.1. Người dân Việt Nam được hưởng lợi từ tiến bộ kinh tế không bị gián đoạn

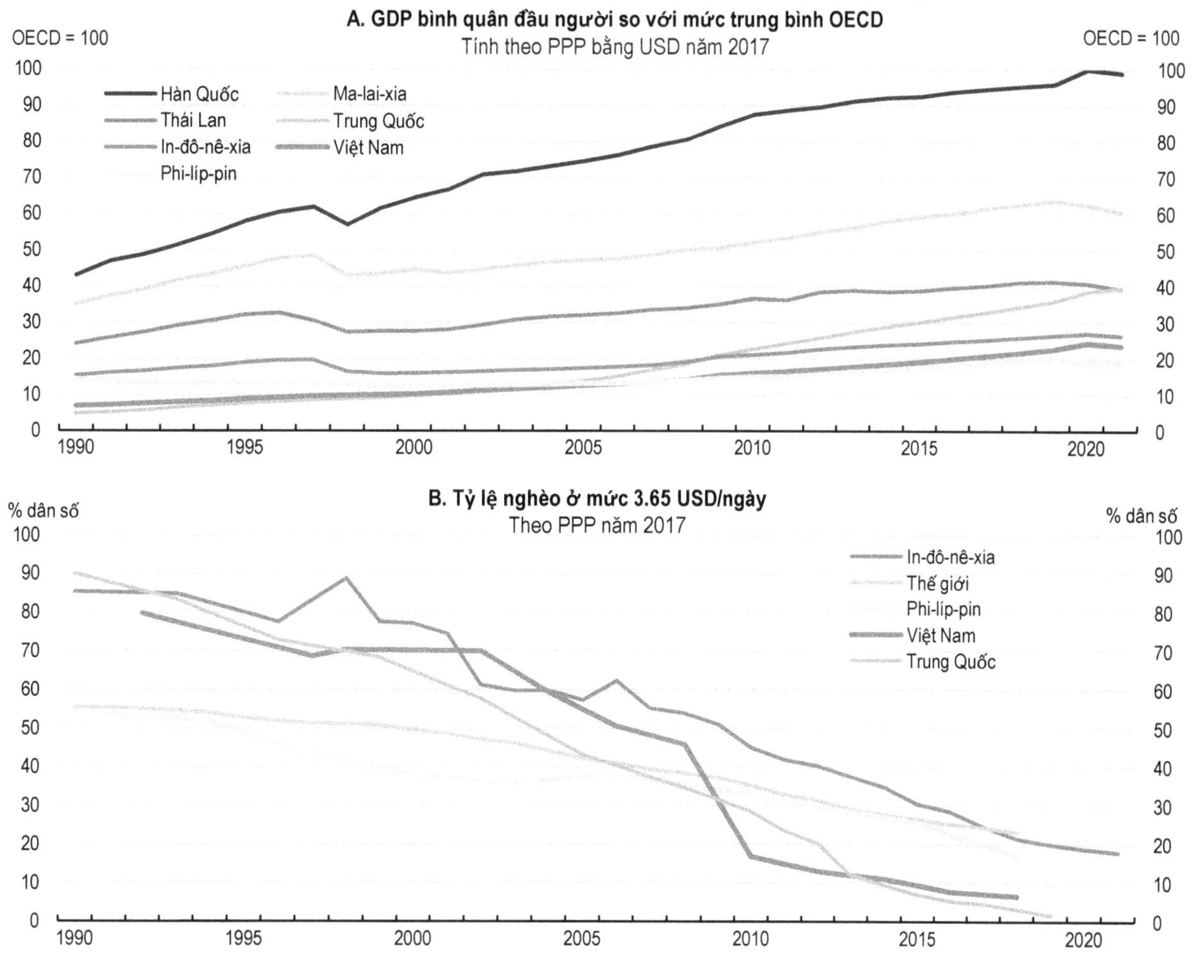

Nguồn: World Bank, World Development Indicators database.

StatLink https://stat.link/blmcna

Hộp 1.1. Hệ thống kinh tế và chính trị của Việt Nam – nền kinh tế thị trường định hướng xã hội chủ nghĩa

Hệ thống chính trị của Việt Nam bao gồm Đảng Cộng sản Việt Nam, Nhà nước Cộng hòa xã hội chủ nghĩa Việt Nam, các tổ chức chính trị - xã hội, các tổ chức xã hội - nghề nghiệp và đoàn thể nhân dân.

Là một nước xã hội chủ nghĩa, Đảng Cộng sản Việt Nam là đảng cầm quyền và là đảng chính trị hợp pháp duy nhất, được quy định trong Hiến pháp là "đội tiên phong của giai cấp công nhân" và "lực lượng lãnh đạo Nhà nước và xã hội".

Quốc hội được xem là cơ quan đại biểu cao nhất của nhân dân, cơ quan quyền lực Nhà nước cao nhất của nước Cộng hòa xã hội chủ nghĩa Việt Nam và là cơ quan duy nhất thực hiện quyền lập hiến, quyền lập pháp và giám sát tối cao đối với toàn bộ hoạt động của Nhà nước. Quốc hội chỉ có một viện duy nhất.

Chính phủ là cơ quan hành chính Nhà nước cao nhất và là cơ quan chấp hành của Quốc hội. Chính phủ gồm có Thủ tướng Chính phủ, các Phó Thủ tướng Chính phủ, các Bộ trưởng và Thủ trưởng cơ quan ngang bộ. Thủ tướng Chính phủ là người đứng đầu Chính phủ và do Quốc hội bầu ra. Các Bộ trưởng do Thủ tướng đề cử và được Quốc hội phê chuẩn. Tòa án Nhân dân tối cao cũng chịu trách nhiệm trước Quốc hội. Chánh án Tòa án Nhân dân tối cao do Quốc hội bổ nhiệm và các thẩm phán được bổ nhiệm bởi một hội đồng tuyển chọn do Chánh án đứng đầu.

Tổng Bí thư Đảng, Chủ tịch nước, Thủ tướng Chính phủ và Chủ tịch Quốc hội được coi là những nhà lãnh đạo cao nhất của Việt Nam. Chủ tịch nước và Chủ tịch Quốc hội do Quốc hội bầu ra từ các đại biểu Quốc hội. Chủ tịch nước là người đứng đầu Nhà nước, đại diện cho quốc gia.

Các chính quyền địa phương bao gồm một Hội đồng Nhân dân và một Ủy ban Nhân dân được tổ chức cho từng đơn vị hành chính. Các đại biểu Hội đồng Nhân dân là do người dân bầu ra. Việc phân quyền cho từng cấp chính quyền địa phương được quy định trong luật. Từng tỉnh và huyện đều có Tòa án của mình.

Việt Nam là nền kinh tế thị trường định hướng xã hội chủ nghĩa. Mặc dù Nhà nước quản lý nền kinh tế thông qua lập pháp, lập kế hoạch và chính sách, song các cá nhân và tổ chức có thể tiến hành hoạt động thương mại, trừ những hoạt động bị cấm theo luật. Đất đai thuộc sở hữu của Nhà nước nhưng các cá nhân có thể có được quyền sử dụng đất từ Nhà nước. Tài sản ngoài đất thuộc sở hữu của cá nhân không bị quốc hữu hóa. Nhà nước có thể mua chúng theo giá thị trường trong trường hợp cần thiết vì những lý do cụ thể, như quốc phòng và phát triển.

Nguồn: (Ministry of Foreign Affairs, 2019[5])

Chính sách kinh tế vĩ mô cần được dần bình thường hóa

Nền kinh tế đã cho thấy khả năng chống chịu trong đại dịch, nhưng thách thức mới đã nảy sinh

Nhìn chung, Việt Nam đã chống chịu tốt trước các cú sốc kinh tế do đại dịch. Điều này nhờ một phần rất lớn vào việc xử lý cuộc khủng hoảng y tế một cách mạnh mẽ nhưng linh hoạt. Việt Nam đã thành công trong việc tránh được các đợt lây nhiễm lớn cho tới tận giữa năm 2021 nhờ đóng cửa biên giới nhanh chóng và các biện pháp phong tỏa chặt chẽ trong thời gian ngắn nhằm vào các khu vực có dịch bệnh vào đầu năm 2020 (Hình 1.2, Biểu đồ A và B). Những hạn chế nghiêm ngặt hơn để ứng phó với đợt lây nhiễm đột ngột của biến thể Delta đã khiến GDP thực tế giảm trong quý 3 năm 2021. Tuy nhiên, những hạn chế này đã nhanh chóng được nới lỏng, khi cân nhắc những hậu quả nghiêm trọng về kinh tế - xã hội của các biện pháp này. Chiến dịch tiêm chủng bắt đầu chậm hơn so với các quốc gia khác ở Đông Nam Á trong năm 2021, nhưng diễn ra nhanh hơn (Hình 1.2, Biểu đồ C). Chính phủ đặt mục tiêu tiêm chủng đầy đủ cho ít nhất một nửa dân số từ 18 tuổi trở lên vào cuối năm 2021. Tới đầu tháng 1 năm 2022, 70% dân số đã được tiêm đủ hai liều vắc-xin COVID-19, đánh dấu việc triển khai nhanh hơn nhiều so với kế hoạch ban đầu. Từ đầu năm 2022, chính phủ đã thúc đẩy hơn nữa chiến lược sống chung với COVID trong bối cảnh sự lưu hành của biến thể Omicron, được coi là dễ lây lan hơn nhưng ít gây tổn hại hơn. Điều này đi kèm với sự gia tăng nhanh chóng tỷ lệ dân số nhận được mũi tiêm tăng cường (Hình 1.2, Biểu đồ D). Những biện pháp này giúp ngăn chặn đại dịch và phục hồi nền kinh tế.

Hình 1.2. Việt Nam đã xử lý tốt cuộc khủng hoảng y tế công cộng

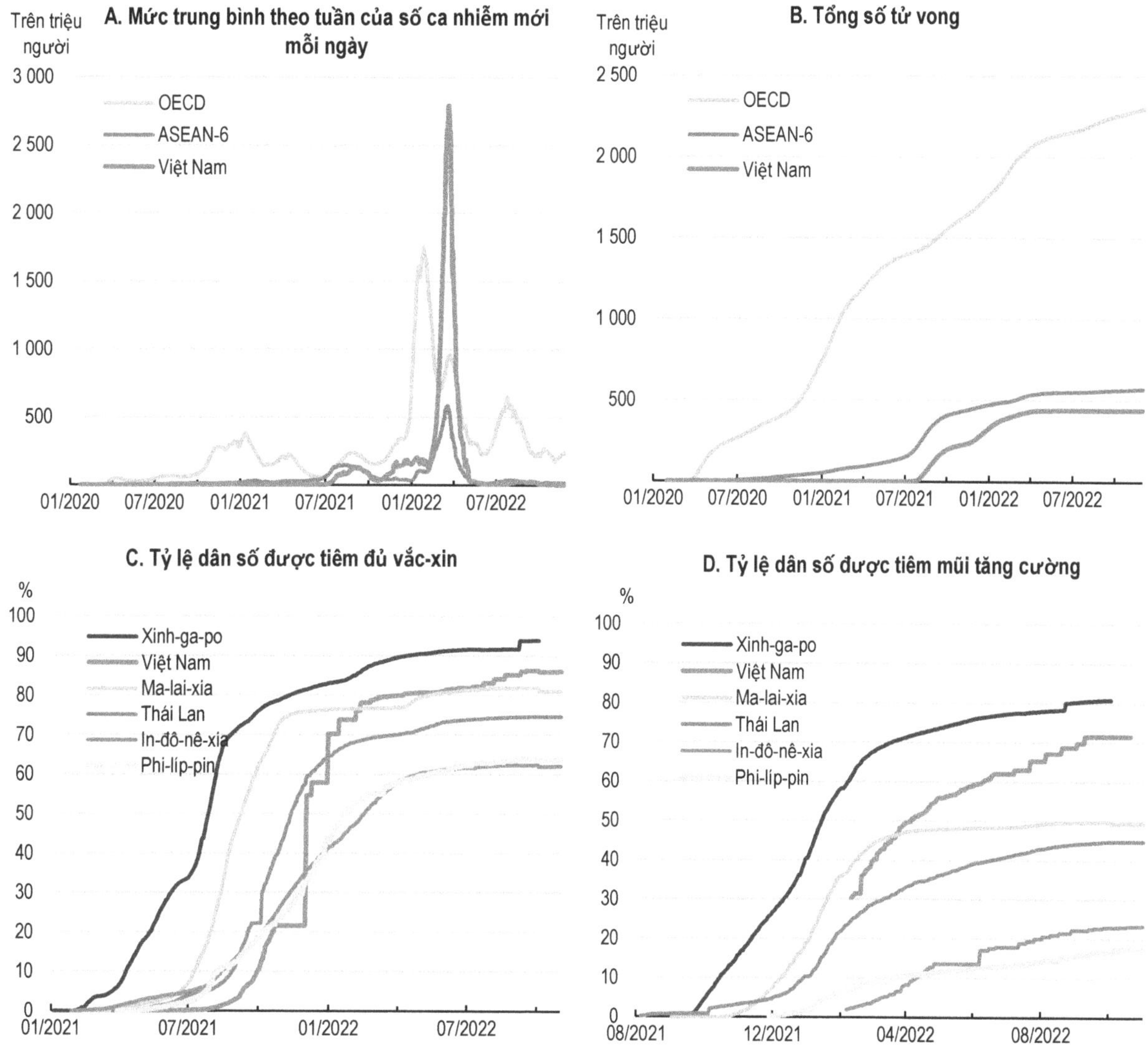

Ghi chú: ASEAN-6 là mức bình quân gia quyền dân số của các nước In-đô-nê-xia, Ma-lai-xia, Phi-líp-pin, Xinh-ga-po, Thái Lan và Việt Nam. OECD cũng tính theo bình quân dân số.
Nguồn: Our World in Data, truy cập tại https://ourworldindata.org/covid-vaccinations.

StatLink https://stat.link/bgc1m8

Hình 1.3. Những diễn biến vĩ mô gần đây

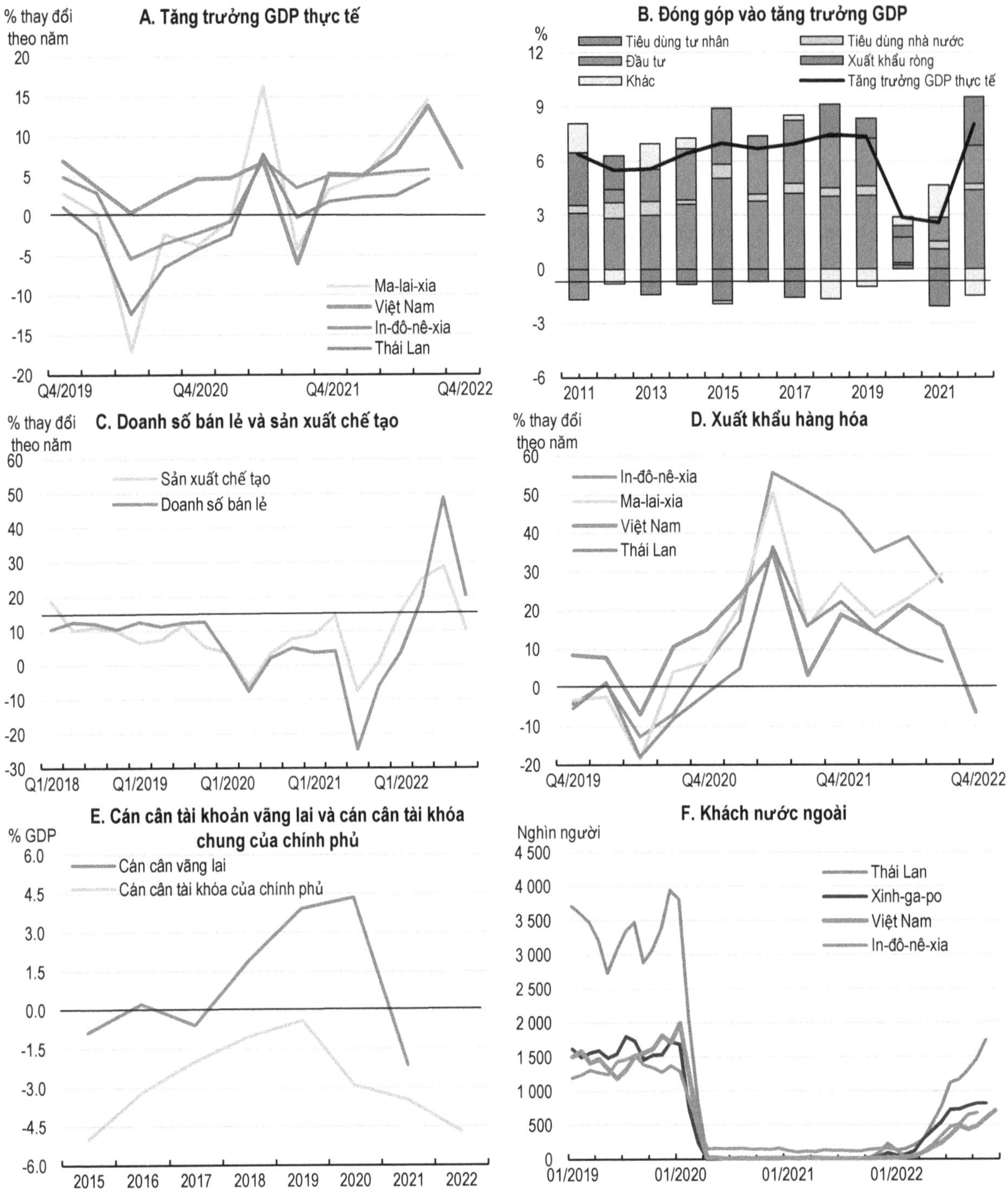

Ghi chú: Trong Biểu đồ B, mục "Khác" bao gồm thay đổi trong tồn kho và sai lệch thống kê.
Nguồn: CEIC và GSO.

StatLink https://stat.link/wrkc7v

Tình hình kinh tế gần đây ở Việt Nam đang diễn ra trong bối cảnh tăng trưởng kinh tế toàn cầu chậm lại. Sản xuất công nghiệp và doanh số bán lẻ toàn cầu đang giảm sút và bằng chứng khảo sát cho thấy lòng tin sụt giảm đáng kể của doanh nghiệp và người tiêu dùng tại hầu hết các quốc gia OECD. Lạm phát đang tăng nhanh, phản ánh sự kết hợp của nhiều yếu tố. Chúng bao gồm tác động của cuộc xung đột tới giá năng lượng và lương thực, những hạn chế nguồn cung đang tiếp diễn và sự hồi phục nhu cầu toàn cầu vững chắc sau đại dịch. Giá cả cao hơn đang làm suy yếu sức mua của các hộ gia đình và thúc đẩy các ngân hàng trung ương trên khắp thế giới tăng lãi suất, gây áp lực lên hoạt động đầu tư. Nhìn về tương lai, OECD dự báo tăng trưởng GDP toàn cầu trong năm nay sẽ giảm mạnh xuống còn 3.1%, thấp hơn khoảng 1.5 điểm phần trăm so với mức dự báo hồi tháng 12 năm 2021, và sẽ vẫn yếu, ở mức 2.2%, trong năm 2023.

Tăng trưởng của Việt Nam đã rất tích cực từ đầu năm 2020, ngoại trừ đợt sụt giảm trong quý 3 năm 2021 (Hình 1.3, Biểu đồ A). Nhìn chung, nhu cầu nội địa là đặc biệt vững vàng. Tiêu dùng tư nhân đi ngang trong năm 2020, nhưng không sụt giảm như ở nhiều quốc gia khác và nhanh chóng tăng lên trong năm 2021 (Hình 1.3, Biểu đồ B). Dữ liệu về doanh số bán lẻ cho thấy tiêu dùng tiếp tục tăng mạnh trở lại trong nửa đầu năm 2022 sau mức sụt giảm lớn vào quý 3 năm 2021 (Hình 1.3, Biểu đồ C). Đầu tư đã giúp thúc đẩy tăng trưởng. Tỷ lệ lây nhiễm thấp của Việt Nam đã góp phần vào triển vọng kinh doanh sáng sủa hơn cho các nhà đầu tư nước ngoài. Kết quả là đầu tư nước ngoài (vốn thực hiện) đã bắt đầu gia tăng trong nửa đầu năm 2022 (10% trong giai đoạn từ tháng 1 - tháng 7 so với cùng kỳ năm ngoái, tính theo USD) sau sự sụt giảm nhẹ trong năm 2020 và 2021 (-2% và -1%). Hoạt động kinh doanh cũng vững vàng, với sản xuất công nghiệp đã hồi phục đều đặn kể từ cuối năm 2021 (Hình 1.3, Biểu đồ C).

Hình 1.4. Kim ngạch xuất khẩu theo điểm đến và sản phẩm

Tỷ trọng trên tổng kim ngạch xuất khẩu, 2021

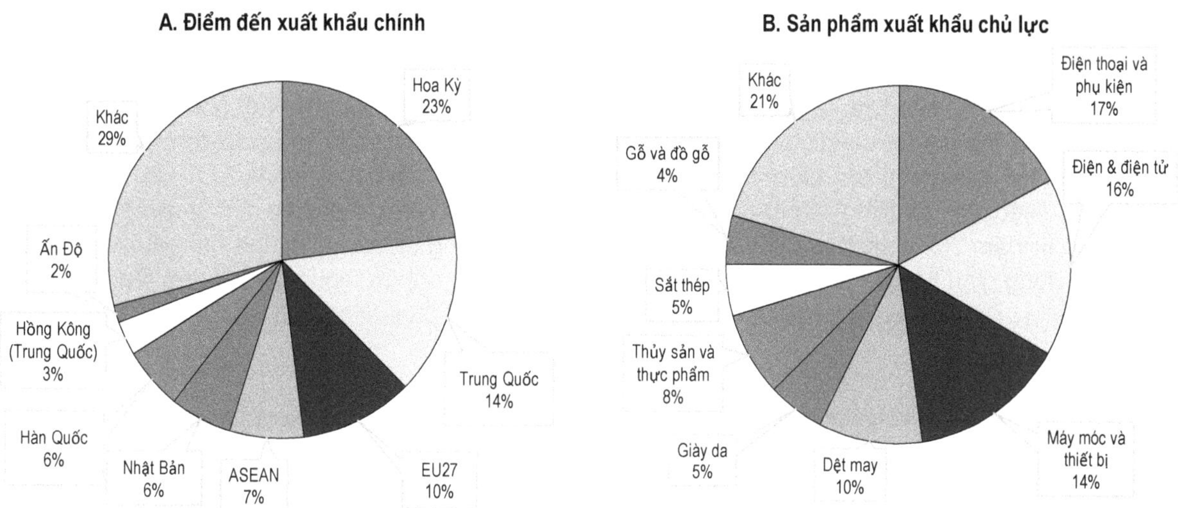

Nguồn: CEIC.

StatLink https://stat.link/wyx8g6

Mặt khác, đóng góp của nhu cầu bên ngoài đối với tăng trưởng là không đồng nhất. Nhìn chung, xuất khẩu hàng hóa của Việt Nam có xu hướng tăng, giống như các quốc gia Đông Nam Á khác trong đại dịch (Hình 1.3, Biểu đồ D). Xuất khẩu sang Hoa Kỳ và Cộng hòa nhân dân Trung Hoa (Trung Quốc), vốn chiếm tỷ trọng lớn nhất trong kim ngạch xuất khẩu của Việt Nam (Hình 1.4), vẫn vững vàng. Việt Nam nhập khẩu một lượng lớn máy móc và thiết bị, có nghĩa là nhập khẩu thực tế có xu hướng tăng nhanh hơn xuất khẩu thực tế khi nền kinh tế đang mở rộng do nhu cầu đầu tư mạnh hơn, và ngược lại (Hình 1.3, Biểu đồ B). Như vậy, xuất khẩu ròng đóng góp tích cực cho tăng trưởng GDP trong năm 2020 trong bối cảnh đầu tư giảm. Kim ngạch thương mại tăng mạnh trong nửa đầu năm 2021, nhưng bị ảnh hưởng trong nửa sau của năm do các hạn chế vệ sinh dịch tễ khắt khe hơn và sự gián đoạn chuỗi cung ứng toàn cầu, với kim ngạch xuất khẩu tăng chậm hơn so với nhập khẩu. Do đó, cán cân tài khoản vãng lai ghi nhận mức thâm hụt trong năm 2021 (Hình 1.3, Biểu đồ E). Mặc dù chiếm tỷ trọng nhỏ hơn so với các quốc gia khác ở Đông Nam Á, du lịch quốc tế tới Việt Nam đã tăng nhanh vào thời kỳ trước đại dịch. Khi chính phủ mở cửa lại biên giới với hầu hết các quốc gia từ tháng 4 năm 2022, sau gần hai năm đóng cửa, số lượng khách nước ngoài đã tăng đều đặn nhưng vẫn ở mức rất thấp (Hình 1.3, Biểu đồ F).

Môi trường bên ngoài trở nên bất định hơn kể từ đầu năm 2022. Việt Nam đã mở rộng đáng kể sự tham gia vào thương mại toàn cầu trong những thập niên gần đây (Hình 1.5), yếu tố góp phần đẩy nhanh tốc độ phát triển kinh tế của đất nước. Việc tham gia các chuỗi cung ứng toàn cầu thúc đẩy sử dụng hiệu quả các nguồn lực kinh tế và ứng dụng công nghệ mới thông qua đầu tư nước ngoài. Mặc dù các chuỗi cung ứng dàn trải quá mức có thể dễ bị ảnh hưởng trước các cú sốc, việc mở rộng thương mại của Việt Nam đã giúp đa dạng hóa cả thành phần đối tác thương mại lẫn các hàng hóa và dịch vụ giao thương. Do vậy, nền kinh tế phụ thuộc cao vào thương mại của Việt Nam không hẳn dễ bị tổn thương hơn trước các cú sốc bên ngoài. Tuy vậy, những diễn biến chưa từng có tiền lệ gần đây, nổi bật là đại dịch toàn cầu đang tiếp diễn và xung đột Nga – U-crai-na, đã mang lại thêm thách thức cho nền kinh tế Việt Nam.

Xung đột Nga – U-crai-na có thể ảnh hưởng tới nền kinh tế Việt Nam qua nhiều kênh, mặc dù tác động trực tiếp là hạn chế. Thương mại với Nga và U-crai-na tuy nhỏ (chiếm lần lượt 0.9% và 0.1% tổng kim ngạch thương mại hàng hóa năm 2019), nhưng nhập khẩu song phương một số sản phẩm nhất định là tương đối quan trọng, ví dụ như than đá và các sản phẩm từ than (12% tổng kim ngạch nhập khẩu than đá và các sản phẩm từ than năm 2021 là từ Nga) và phân bón (10% tổng lượng nhập khẩu phân bón năm 2021 là từ Nga). Xuất khẩu sang Nga đã giảm mạnh từ tháng 3 năm 2022 do sự gián đoạn chuỗi cung ứng (Hình 1.6, Biểu đồ A). Đối với một số ít mặt hàng nông sản, Nga chiếm tỷ trọng đáng kể trong kim ngạch xuất khẩu (ví dụ, Nga chiếm 5% tổng kim ngạch xuất khẩu "cà phê, chè và các loại gia vị" trong năm 2021). Tuy vậy, tỷ trọng của Nga trong tổng kim ngạch xuất khẩu của Việt Nam là nhỏ (1% tổng kim ngạch xuất khẩu hàng hóa năm 2021). Mặt khác, Việt Nam là một trong những điểm đến du lịch được ưa chuộng nhất ở ASEAN của du khách Nga, đứng thứ hai sau Thái Lan (du khách Nga chiếm 3.6% tổng lượng du khách nước ngoài tới Việt Nam trong năm 2019).

Sự suy thoái của các nền kinh tế châu Âu sẽ có tác động đáng kể đến kinh tế Việt Nam (Hình 1.6, Biểu đồ A). Mặc dù tỷ trọng ngày càng giảm, song các quốc gia châu Âu vẫn là đối tác quan trọng trong thương mại của Việt Nam (tỷ trọng của Liên minh châu Âu trong thương mại hàng hóa là 17% vào năm 2021). Mặc dù vậy, Hiệp định Thương mại tự do Liên minh châu Âu - Việt Nam, một hiệp định thương mại ưu đãi có hiệu lực từ năm 2020, sẽ giúp thúc đẩy thêm thương mại song phương khi tình hình được cải thiện. Những tác động gián tiếp từ cuộc xung đột cũng đang được cảm nhận thông qua áp lực tăng giá. Hiện tại, giá năng lượng và hàng hóa cao đang gia tăng áp lực lên lạm phát (Hộp 1.2).

Hình 1.5. Việt Nam được hưởng lợi từ sự tham gia tích cực vào thương mại toàn cầu

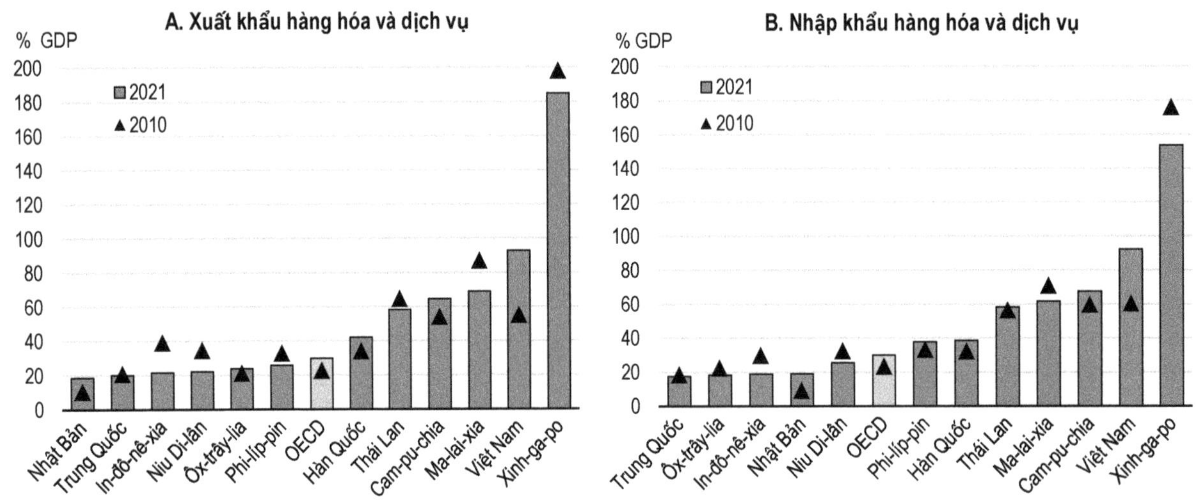

Nguồn: OECD, Economic Outlook database; World Bank, World Development Indicators database; CEIC.

StatLink https://stat.link/856ab4

Hình 1.6. Việt Nam có các thị trường thương mại đa dạng và năng động

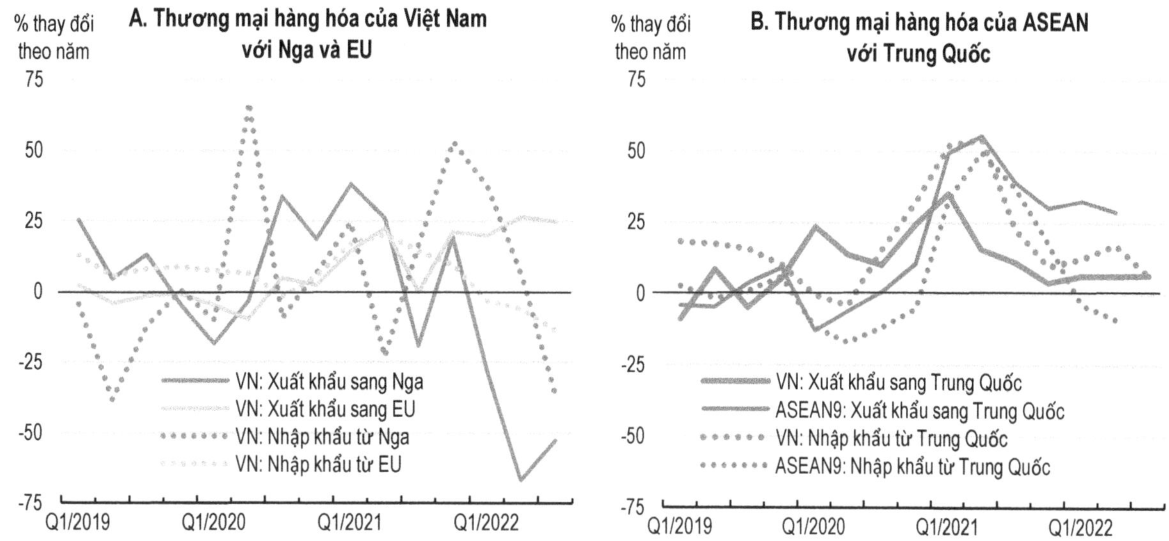

Nguồn: CEIC.

StatLink https://stat.link/auhckn

Các biện pháp kiểm soát đại dịch nghiêm ngặt của Trung Quốc đã ảnh hưởng đến thương mại khu vực, nhưng tác động đến nền kinh tế Việt Nam là tương đối hạn chế. Trong bối cảnh sự lây lan nhanh chóng của biến thể Omicron, Trung Quốc đã tăng cường các biện pháp hạn chế vệ sinh dịch tễ từ cuối năm 2021. Điều này bao gồm việc phong tỏa ngặt nghèo từ cuối tháng 3 năm 2022 đến cuối tháng 5 năm 2022 tại Thượng Hải, nơi có cảng công-ten-nơ lớn nhất thế giới. Tác động trực tiếp đến thương mại là khác nhau giữa các nước ASEAN tùy thuộc vào thành phần và mô hình thương mại (Hình 1.6, Biểu đồ B). Một số quốc gia, đặc biệt là các quốc gia xuất khẩu hàng hóa, đã duy trì mức tăng trưởng xuất khẩu mạnh mẽ trong quý đầu tiên của năm 2022 một phần do giá cao (63% (so với năm trước) đối với In-đô-nê-xia và 28% đối với Ma-lai-xia). Các quốc gia khác có tốc độ tăng trưởng xuất khẩu giảm (4% trong tháng 5 đối với Thái Lan, tiếp đó là -7% trong tháng 4 và 4% trong quý đầu tiên của năm 2022). Xuất khẩu của Việt Nam tăng 8% trong cả quý 1 và quý 2 năm 2022, sau mức 4% trong quý 4 năm 2021. Mặc dù kim ngạch nhập khẩu một số mặt hàng từ Trung Quốc - vốn rất quan trọng đối với ngành sản xuất của Việt Nam, chẳng hạn như máy móc, thiết bị và phụ tùng - tạm thời giảm (giảm 15% trong tháng 3 năm 2022, tiếp theo là giảm 7% vào tháng 4 và tăng 1% vào tháng 5), sản xuất công nghiệp ít bị ảnh hưởng hơn (Hình 1.3, Biểu đồ C). Nhìn chung, các doanh nghiệp quản lý hoạt động sản xuất thông qua sử dụng nguồn nguyên liệu hiện có và các tuyến thương mại thay thế. Vào tháng 12 năm 2021, do sự lây lan dai dẳng của biến thể Delta ở các nước Đông Nam Á, Trung Quốc đã thắt chặt kiểm soát biên giới, bao gồm cả biên giới đất liền với Việt Nam. Sau đó, các hạn chế đã được nới lỏng. Thương mại đường bộ chiếm khoảng một phần tư thương mại giữa Việt Nam và Trung Quốc.

Tuy nhiên, những sự gián đoạn hơn nữa đối với chuỗi cung ứng do tình hình y tế công cộng đang thay đổi của Trung Quốc có thể tác động tới Việt Nam lớn hơn so với các nước Đông Nam Á khác. Việt Nam đã gia tăng đáng kể mối liên kết thương mại với Trung Quốc trong thập niên vừa qua. Tỷ trọng của Trung Quốc trong kim ngạch xuất khẩu hàng hóa của Việt Nam đã tăng từ 11% lên 17% trong giai đoạn 2012-2021, và từ 25% lên 33% đối với nhập khẩu hàng hóa. Việt Nam có tỷ trọng nhập khẩu từ Trung Quốc cao nhất trong số các nước ASEAN-6 (In-đô-nê-xia đứng thứ hai với 29% vào năm 2021). Hầu hết hàng hóa nhập khẩu từ Trung Quốc bao gồm máy móc, thiết bị và phụ tùng (chiếm gần 20% tổng kim ngạch nhập khẩu hàng hóa năm 2021), là những mặt hàng quan trọng trong sản xuất hàng hóa xuất khẩu. So với các nước Đông Nam Á khác, Việt Nam nổi bật khi có liên kết chuỗi giá trị sâu rộng với Trung Quốc (Hình 1.8). Mặt khác, một số ngành đã có thể hưởng lợi từ sự gián đoạn các chuỗi cung ứng ở Trung Quốc nếu khắc phục được các hạn chế về nguồn cung, do có thể thay thế cho các nhà xuất khẩu Trung Quốc. Xuất khẩu hàng dệt may của Trung Quốc tạm thời giảm 3% trong tháng 4-5 năm 2022 (so với cùng kỳ năm ngoái), trong khi xuất khẩu từ Việt Nam tiếp tục tăng 19% trong 5 tháng đầu năm 2022. Hiệp định Đối tác Kinh tế Toàn diện Khu vực mới được thông qua gần đây – một hiệp định thương mại ưu đãi lớn trong đó Trung Quốc là một thành viên – sẽ giúp tăng tốc thương mại của Việt Nam khi tình hình được cải thiện.

Hộp 1.2. Giá năng lượng cao có thể cản trở tăng trưởng kinh tế

GDP thực tế thể hiện khối lượng hàng hóa và dịch vụ được sản xuất hoặc mua trong một thời kỳ nhất định, nhưng nó không thể hiện sức mua thực tế của một quốc gia, khi giá hàng hóa xuất - nhập khẩu thay đổi. Ví dụ, nếu giá xuất khẩu tăng gấp hai lần trong khi các điều kiện khác giữ nguyên, thì GDP thực tế không thay đổi, nhưng sức mua của quốc gia đó sẽ cải thiện khi doanh thu từ thương mại tăng lên. Do vậy, bên cạnh GDP, Tổng thu nhập quốc nội (GDI) được sử dụng để nắm bắt những thay đổi của thu nhập quốc dân (United Nations et al., 2009[6]). GDI thực tế có thể được tính bằng cách cộng "lãi / lỗ thương mại" vào GDP thực tế[1].

Lãi / lỗ thương mại đối với Việt Nam đã gia tăng, đặc biệt từ năm 2015, tương tự như kinh nghiệm ở Thái Lan (Hình 1.7, Biểu đồ A). Tỷ giá thương mại, là tỷ lệ giữa giá hàng xuất khẩu với giá hàng nhập khẩu, đã cải thiện đáng kể ở cả hai quốc gia sau năm 2014 nhờ giá nhiên liệu hóa thạch giảm (Hình 1.7, Biểu đồ B). Tuy nhiên, khi xem xét kỹ hơn, sẽ thấy một số khác biệt giữa hai quốc gia.

Từ giữa những năm 2010, Việt Nam duy trì xuất khẩu ròng danh nghĩa, nhưng giảm xuất khẩu ròng thực tế (Hình 1.7, Biểu đồ C)[2]. Mặt khác, Thái Lan tăng xuất khẩu ròng danh nghĩa, trong khi duy trì xuất khẩu ròng thực tế (Hình 1.7, Biểu đồ D). Điều này cho thấy Việt Nam tăng nhập khẩu các sản phẩm có giá rẻ hơn so với năm tham chiếu trong khi Thái Lan không tăng mua các sản phẩm này, hoặc Việt Nam giảm xuất khẩu các sản phẩm có sự tăng giá còn Thái Lan duy trì xuất khẩu các sản phẩm đã trở nên đắt đỏ hơn[3].

Trên thực tế, Việt Nam đã trở thành nước nhập khẩu ròng năng lượng vào năm 2014 (Hình 1.7, Biểu đồ E) và tăng nhanh nhập khẩu dầu thô và than đá, trong khi giảm xuất khẩu nhiên liệu hóa thạch do sản xuất trong nước giảm. Thái Lan là nước nhập khẩu ròng năng lượng, nhưng mức tăng khiêm tốn hơn so với cùng kỳ (Hình 1.7, Biểu đồ E). Cả hai quốc gia đều cải thiện thu nhập quốc dân nhờ giá nhiên liệu hóa thạch thấp và Việt Nam được hưởng lợi từ điều này khi tăng mua dầu và than đá.

Việc nhập khẩu nhiên liệu hóa thạch là hấp dẫn về mặt kinh tế khi giá cả thấp, nhưng tình thế đã thay đổi. Giá cả tăng hiện nay có nghĩa là chi phí nhiên liệu hóa thạch để sản xuất một đơn vị tăng trưởng GDP đã tăng lên. Do đó, cường độ sử dụng năng lượng trở nên quan trọng. Trong những năm qua, Thái Lan đã cải thiện hoặc duy trì cường độ sử dụng năng lượng, trong khi Việt Nam thì không (Hình 1.7, Biểu đồ F). Điều này đã giúp Thái Lan kiềm chế mức tiêu thụ nhiên liệu hóa thạch, dẫn đến việc nhập khẩu năng lượng trên danh nghĩa chỉ tăng vừa phải. Theo cách tương tự, việc cải thiện hiệu quả sử dụng năng lượng của Việt Nam có thể giúp giảm chi phí và đạt được mục tiêu phát thải ròng các-bon bằng không vào năm 2050 (xem Chương 2).

1. Lãi / lỗ thương mại = xuất khẩu ròng danh nghĩa/chỉ số điều chỉnh – xuất khẩu ròng thực tế. Một số mức giá khác nhau có thể được sử dụng như chỉ số điều chỉnh giá trị. Báo cáo này sử dụng mức trung bình của chỉ số điều chỉnh giá trị xuất khẩu và nhập khẩu, cụ thể là (xuất khẩu danh nghĩa + nhập khẩu danh nghĩa) / (xuất khẩu thực tế + nhập khẩu thực tế).
2. Mức xuất khẩu ròng thực tế không có ý nghĩa về mặt kinh tế, vì chúng thay đổi theo mức xuất khẩu ròng danh nghĩa của năm tham chiếu.
3. Tài khoản quốc gia của Việt Nam sử dụng chỉ số giá cố định, do đó các chỉ số điều chỉnh sẽ có xu hướng tăng. Tuy nhiên, điều này không ảnh hưởng đến ý tưởng chính của phần thảo luận trong Hộp này.

Hình 1.7. Cải thiện hiệu quả sử dụng năng lượng sẽ giúp tăng khả năng chống chịu trước các đợt tăng giá

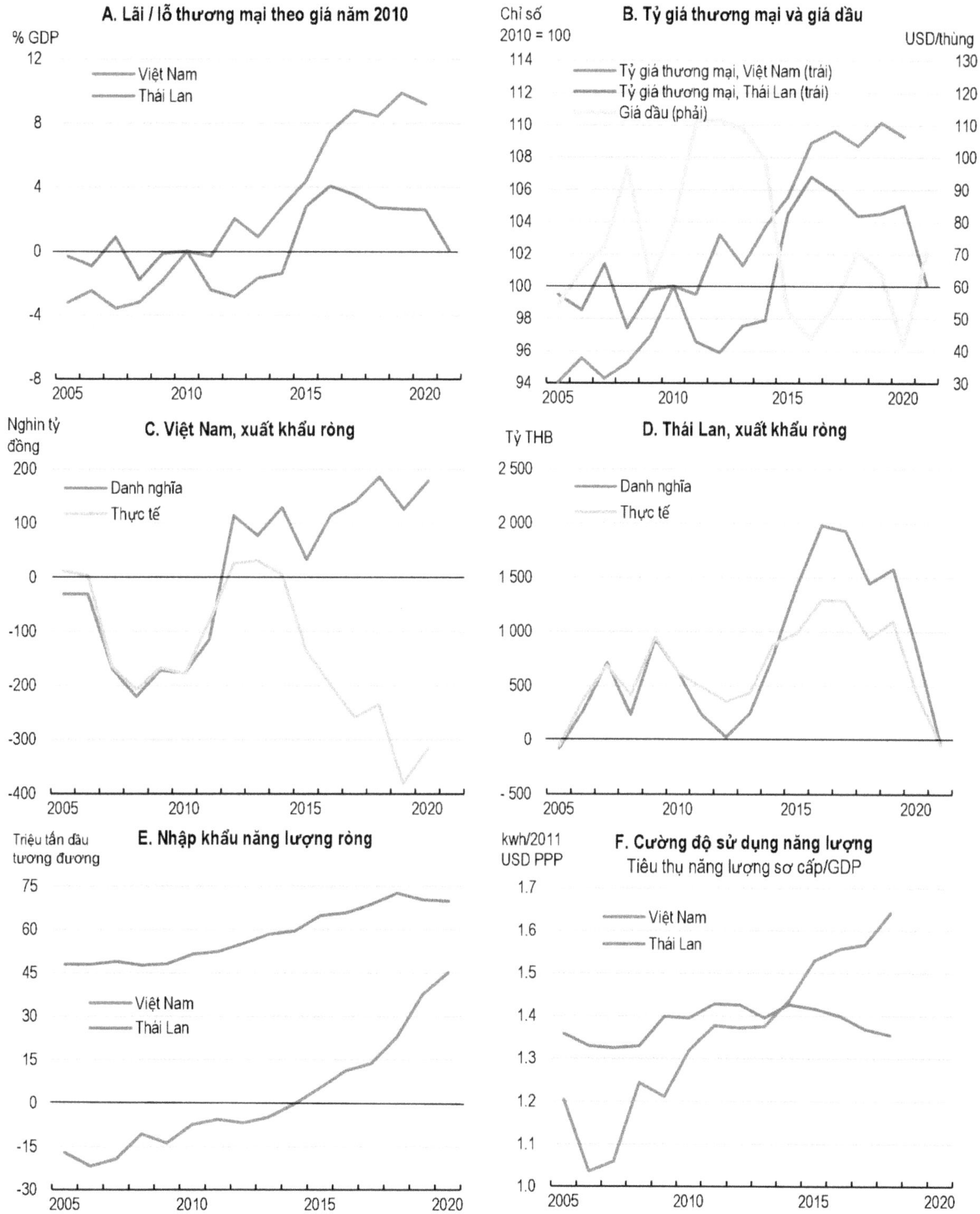

Nguồn: CEIC; IEA; và Our World in data (https://ourworldindata.org/grapher/energy-intensity?tab=chart&country=VNM~THA).

StatLink https://stat.link/fcodqb

Hình 1.8. Việt Nam tham gia sâu vào các chuỗi giá trị với Trung Quốc

Xuất xứ của giá trị gia tăng trong tổng kim ngạch xuất khẩu hàng gia công lắp ráp

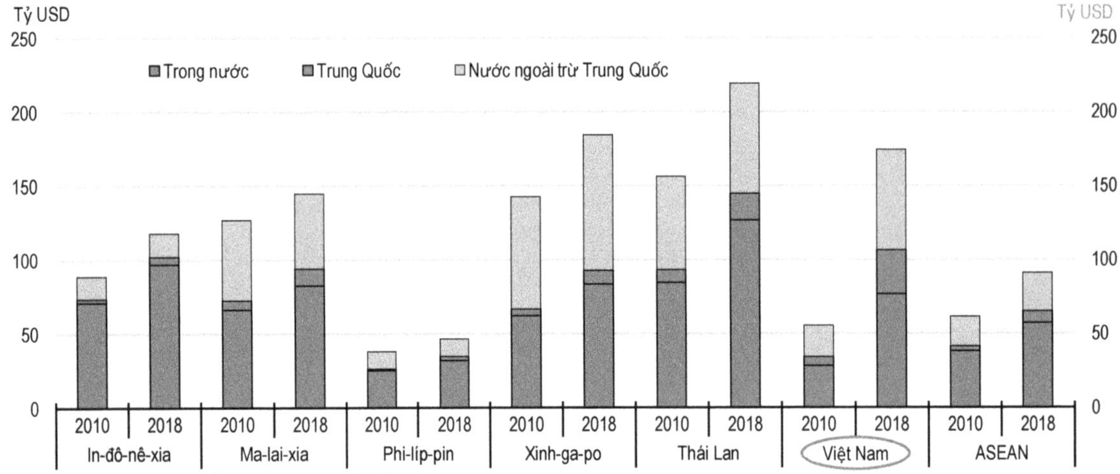

Ghi chú: ASEAN được tính bằng số trung bình giản đơn.
Nguồn: OECD, Trade in Value Added database.

StatLink https://stat.link/tx304p

Kể từ khi đại dịch bùng phát, chính phủ đã triển khai một loạt các gói kích thích nhằm giảm thiểu những tác động kinh tế dự kiến (Bảng 1.1). Với các biện pháp phòng chống dịch quyết liệt và linh hoạt, Việt Nam đã có thể tránh được các đợt bùng phát dịch nghiêm trọng trong năm 2020. Năm 2021, sau các đợt phong tỏa nghiêm ngặt và sự suy giảm kinh tế đi kèm, chính phủ đã khẩn trương triển khai một số biện pháp hỗ trợ cho người dân và doanh nghiệp gặp khó khăn do đại dịch từ tháng 7. Dù có một số vấn đề trong việc triển khai các biện pháp hỗ trợ ban đầu, như chi trợ cấp cho các hộ nghèo, song nhìn chung các biện pháp chi bổ sung cho những ngành và lĩnh vực bị ảnh hưởng đã được triển khai kịp thời và hiệu quả. Chính phủ cũng thực hiện các giải pháp về thu ngân sách, như miễn giảm thuế và phí, gia hạn thời hạn nộp thuế và tiền thuê đất. Theo ước tính của IMF, các biện pháp hỗ trợ trên diện rộng này, gồm chi tiêu bổ sung và giảm thu, chiếm 1.8% GDP tính tới tháng 10 năm 2021, so với mức trung bình 4.6% tại 142 nền kinh tế đang phát triển thu nhập thấp và thị trường mới nổi (IMF Fiscal Affairs Department, 2021[7]). Trong bối cảnh đó, vào đầu năm 2022, chính phủ đã thông qua một gói kích thích tài khóa và tiền tệ bổ sung với tên gọi Chương trình Phục hồi và Phát triển kinh tế - xã hội, có ngân sách lên tới 4.1% GDP, và phân bổ một nửa số đó cho đầu tư, điều được xem là phù hợp. Tuy nhiên, việc thực hiện các dự án cơ sở hạ tầng lớn trong Chương trình vẫn chưa được bắt đầu. Tính tới đầu tháng 9 năm 2022, mới chỉ giải ngân được 14% gói hỗ trợ này. Các biện pháp ngoài ngân sách – ví dụ như miễn hóa đơn điện nước và học phí cho các hộ gia đình bị ảnh hưởng, tạm dừng đóng góp bảo hiểm xã hội và các khoản vay ưu đãi do các ngân hàng quốc doanh cung cấp – cũng góp phần đáng kể (0.7% GDP cho giai đoạn 2020-2021, chưa kể các khoản vay ưu đãi) so với các biện pháp chi tiêu.

Bảng 1.1. Chi ngân sách bổ sung khiêm tốn trong đại dịch

Quy mô của các gói kích thích, % GDP

	2020	2021	2022 trở đi
	Số thực hiện	Số thực hiện	Kế hoạch
Chính sách thu NSNN hỗ trợ sản xuất, kinh doanh	1.8	1.5	0.8
trong đó: gia hạn thời hạn nộp tiền thuế, tiền thuê đất	1.5	1.2	0.8
trong đó: miễn, giảm các khoản thuế, phí, lệ phí	0.3	0.3	0.1
Chính sách chi NSNN phòng chống dịch và hỗ trợ người dân	0.3	1.2	2.6
trong đó: chi đầu tư	..	..	2.1
Các chính sách khác	..	..	0.7
Tổng cộng	2.2	2.7	4.1

Nguồn: Bộ Tài chính.

Bảng 1.2. Các chỉ số và dự báo kinh tế vĩ mô

Tỷ lệ phần trăm thay đổi so với năm trước, trừ khi được nêu cụ thể

	2021	2022	2023	2024
Sản lượng và nhu cầu				
GDP thực tế	2.6	8.0	6.5	6.6
Tiêu dùng	2.3	7.2	5.8	5.8
Tư nhân	1.9	7.8	6.3	6.4
Chính phủ	4.7	3.6	2.5	2.3
Tổng đầu tư cố định	3.7	6.0	5.0	5.3
Tư nhân	7.8	7.3	6.0	6.3
Chính phủ	-6.1	2.4	2.1	2.2
Thay đổi tồn kho ròng (đóng góp vào tăng trưởng GDP, điểm %)	1.8	-1.5	-	-
Xuất khẩu hàng hóa và dịch vụ	7.4	8.4	5.4	6.9
Nhập khẩu hàng hóa và dịch vụ	15.8	2.2	4.3	5.9
Xuất khẩu ròng (đóng góp vào tăng trưởng GDP, điểm %)	-2.1	2.7	1.1	1.0
Lạm phát và công suất hiệu dụng				
Lạm phát giá tiêu dùng	1.8	3.2	4.3	3.7
Thất nghiệp (% tỷ lệ lao động)	3.2	2.3	2.2	2.1
Chênh lệch sản lượng (% GDP tiềm năng)	-3.6	-1.6	-1.0	-0.6
Tài chính công (% GDP)				
Cán cân tài khóa của chính phủ	-3.4	-4.3	-3.6	-2.9
Chi ngân sách	21.9	21.2	20.5	20.0
Thu ngân sách	18.5	17.0	17.0	17.2
Tổng nợ chính phủ	38.7	38.8	38.7	38.2
Yếu tố bên ngoài và các mục ghi nhớ				
Cán cân thương mại (% GDP)	4.3	6.3	2.8	2.9
Cán cân tài khoản vãng lai (% GDP)	-2.1	-0.9	0.4	1.2
GDP danh nghĩa (tỷ USD, theo tỷ giá hối đoái thị tường)	366.1	410.6	451.7	494.4

Ghi chú: Số liệu cho năm 2023 và 2024, cũng như số liệu ngân sách cho năm 2022, là dự báo của OECD. Việc phân chia đầu tư tư nhân và chính phủ được dựa trên tính toán của OECD.Thay đổi tồn kho ròng bao gồm chênh lệch thống kê. Các chỉ tiêu tài khóa được tính toán trên cơ sở áp dụng GDP điều chỉnh.
Nguồn: Tổng cục Thống kê (GSO); Bộ Tài chính; Ngân hàng Nhà nước Việt Nam; CEI;, Cơ sở dữ liệu Triển vọng kinh tế OECD và dự báo của OECD.

Bất chấp những lo ngại ngày càng tăng về sự gián đoạn thương mại và chuỗi cung ứng toàn cầu, nền kinh tế Việt Nam dự kiến sẽ duy trì được đà tăng trưởng từ năm 2022 trở đi. Dự báo tăng trưởng GDP thực tế sẽ ở mức 6.5% vào năm 2023 và duy trì tốc độ 6.6% vào năm 2024 (Bảng 1.2). Nhu cầu nội địa sẽ tiếp tục gia tăng do các hạn chế kiểm dịch đang được dỡ bỏ. Đầu tư của doanh nghiệp sẽ vững chắc khi nguồn vốn đầu tư nước ngoài đang quay trở lại. Đầu tư của chính phủ, gồm cả gói kích thích kinh tế mới nhất, cũng được cho là sẽ thúc đẩy tăng trưởng. Tuy nhiên, giá năng lượng và lương thực cao đang đè nặng lên triển vọng kinh tế. Đặc biệt, mặc dù tỷ lệ hộ nghèo được dự báo sẽ tiếp tục giảm (World Bank, 2022[8]), sức mua của các hộ gia đình đang bị ảnh hưởng và tăng trưởng tiêu dùng tư nhân sẽ giảm bớt sau khi phục hồi mạnh mẽ từ mức đáy của quý 3 năm 2021. Xung đột kéo dài ở U-crai-na đang tác động tới thương mại toàn cầu và các chuỗi cung ứng đang bị gián đoạn. Tuy nhiên, tác động trực tiếp của cuộc xung đột đối với Việt Nam là hạn chế và nhu cầu bên ngoài dự kiến sẽ ổn định. Chính sách COVID thay đổi của Trung Quốc đang gây thêm bất ổn cho thương mại khu vực, nhưng điều này cũng sẽ giúp tăng sức hấp dẫn tương đối của Việt Nam như một điểm đến đầu tư. Trong bối cảnh đó, việc thực hiện những cải cách cơ cấu, đặc biệt là cải cách nhằm cải thiện môi trường kinh doanh, là rất quan trọng để đạt được sự phục hồi mạnh mẽ và thúc đẩy tăng trưởng trong trung hạn (Bảng 1.3). Tuy nhiên, điều này đòi hỏi những nỗ lực đáng kể và liên tục. Ví dụ, Nam Phi mất gần 5 năm để giảm một nửa khoảng cách so với mức trung bình của OECD về mức độ kiểm soát của nhà nước, được đo lường bằng chỉ số phụ "phạm vi của doanh nghiệp nhà nước" trong chỉ số Quy định thị trường sản phẩm của OECD (ấn bản năm 2008 và 2013). Hung-ga-ri đã thành công trong việc bắt kịp mức trung bình OECD trong chỉ số này, nhưng phải mất gần 10 năm kể từ cuối thập niên 1990.

Bảng 1.3. Tác động minh họa đối với GDP của các cải cách đề xuất

Chênh lệch trong GDP bình quân đầu người, theo %

Biện pháp	Mô tả	Một năm sau cải cách	10 năm sau cải cách
Hạ thấp các rào cản quy định, được đo lường bằng chỉ số Quy định thị trường sản phẩm tổng thể	Xóa hoàn toàn khoảng cách với trung bình OECD	0.2	1.1
Giảm phạm vi kiểm soát của nhà nước, được đo lường bằng chỉ số Quy định thị trường sản phẩm tương ứng ("phạm vi của doanh nghiệp nhà nước")	Thu hẹp 1/4 khoảng cách với trung bình OECD	3.2	9.2
Hạ thấp các rào cản đối với thương mại và đầu tư, được đo lường bằng chỉ số Quy định thị trường sản phẩm tương ứng ("rào cản đối với thương mại và đầu tư")	Xóa hoàn toàn khoảng cách với trung bình OECD	1.0	7.3

Ghi chú: Các mô phỏng dựa trên khung của (Égert and Gal, 2016[9]). Khung này giả định rằng cải cách cơ cấu tác động đến GDP bình quân đầu người thông qua những thay đổi trong năng suất các nhân tố tổng hợp, cường độ sử dụng vốn và tỷ lệ việc làm. Các chỉ số Quy định thị trường sản phẩm (PMR) của OECD được sử dụng để đo lường tiến triển của những cải cách cơ cấu này. Các hệ số tác động cải cách được tính toán cho mỗi biện pháp chính sách bằng việc sử dụng dữ liệu của nhiều quốc gia, gồm các nước OECD và một số nền kinh tế thị trường mới nổi. Các kết quả cho thấy tác động đối với GDP bình quân đầu người trong 1 năm và 10 năm sau khi cải cách được hoàn thành so với kịch bản cơ sở khi không có thay đổi chính sách.
Nguồn: Tính toán của OECD.

Rủi ro theo hướng tiêu cực sẽ là xu hướng chủ đạo. Đại dịch toàn cầu chưa kết thúc và sự xuất hiện các biến thể vi-rút mới dễ lây lan hơn có thể sẽ đòi hỏi tái áp đặt các biện pháp kiểm dịch chặt chẽ, làm gia tăng sự gián đoạn chuỗi cung ứng. Nếu nền kinh tế toàn cầu rơi vào suy thoái do lạm phát gia tăng và việc thắt chặt chính sách tiền tệ liên quan, cũng như xung đột kéo dài ở U-crai-na, điều này có thể tác động nghiêm trọng tới một Việt Nam vốn phụ thuộc cao vào thương mại. Nếu tăng trưởng của Trung Quốc giảm tốc, nhu cầu bên ngoài có thể trở nên dễ biến động hơn và chứng kiến những giai đoạn suy yếu dai dẳng. Lạm phát duy trì ở mức cao hơn so với dự báo hiện thời có thể làm suy yếu sức mua của các hộ gia đình và ngăn cản sự phục hồi, làm gia tăng tỷ lệ nghèo khổ. Việc thắt chặt chính sách tiền tệ nhanh chóng hơn ở các nền kinh tế phát triển sẽ gây áp lực giảm tỷ giá hối đoái và đòi hỏi thắt chặt đột ngột chính sách tiền tệ ở Việt Nam, làm tổn hại tới công cuộc phục hồi đang trong giai đoạn khởi đầu. Việc này cũng sẽ đòi hỏi thắt chặt tài khóa, làm suy yếu hơn nữa nhu cầu trong nước. Ở chiều ngược lại theo hướng tích cực, mức tăng trưởng mạnh mẽ hơn dự kiến của nền kinh tế Hoa Kỳ, nhờ các bảng cân đối kế toán doanh nghiệp và hộ gia đình lành mạnh, có thể thúc đẩy xuất khẩu hơn nữa. Trong bối cảnh môi trường bên ngoài ngày càng bất định, các nhà đầu tư nước ngoài cũng có thể ngày càng đánh giá cao môi trường đầu tư ổn định của Việt Nam. Các yếu tố rủi ro này, cả theo hướng tiêu cực và tích cực, làm gia tăng sự bất định đối với các dự báo kinh tế trong ngắn hạn. Tác động tiềm tàng của một số rủi ro xác suất thấp chưa được giả định trong dự báo được tóm tắt trong Bảng 1.4.

Bảng 1.4. Những sự kiện có thể dẫn tới thay đổi lớn trong triển vọng

Các cú sốc bên ngoài	Tác động tiềm tàng
Khủng hoảng năng lượng	Việc ngừng nhập khẩu năng lượng đột ngột và giá năng lượng quá cao có thể gây tổn hại tới các hoạt động kinh tế lớn hơn với tình trạng siêu lạm phát.
Đại dịch	Sự xuất hiện của các bệnh truyền nhiễm từ động vật mới gây chết người sẽ làm suy yếu nền kinh tế chung và gây căng thẳng xã hội trên diện rộng.
Thiên tai	Thời tiết cực đoan, như lũ lụt và hạn hán, có thể gây quá tải năng lực ứng phó hiện thời và gây ra sự xáo trộn hoạt động kinh tế trên diện rộng, bao gồm cắt nguồn cung điện và thiếu lương thực.
Khủng hoảng địa chính trị	Sự leo thang căng thẳng hoặc những bất ổn xã hội nghiêm trọng khác trong khu vực có thể kéo dài sự gián đoạn chuỗi cung ứng và xói mòn tâm lý của nhà đầu tư nước ngoài.

Có thể sử dụng không gian chính sách đáng kể nếu các rủi ro suy giảm thành hiện thực

Trong ngắn hạn, ưu tiên chính sách là ngăn chặn sự sụt giảm nhu cầu trong nước, nhất là tiêu dùng hộ gia đình, vốn đang chiếm gần 70% GDP. Do nền kinh tế đang phục hồi và áp lực lạm phát gia tăng, không cần thêm hỗ trợ tài khóa mở rộng. Bên cạnh việc giảm thuế suất thuế giá trị gia tăng (từ 10% xuống 8% trong khoảng thời gian từ tháng 2 đến tháng 12 năm 2022), chính phủ còn giảm thuế bảo vệ môi trường – là loại thuế đánh vào nhiên liệu hóa thạch – với mức giảm 50% từ tháng 4 năm 2022 và thêm 25 % từ tháng 7 (có hiệu lực đến tháng 12 năm 2022). Thuế suất thuế nhập khẩu ưu đãi đối với xăng động cơ không pha chì cũng giảm từ tháng 8 năm 2022 (từ 20% xuống 10%). Tuy nhiên, do cần từng bước củng cố tài khóa (xem dưới đây), gồm cả thông qua việc tăng nguồn thu của chính phủ, nên các biện pháp này là không hoàn toàn phù hợp trong trung hạn. Nếu lạm phát cao kéo dài hơn so với dự báo hiện tại, một cách tiếp cận hỗ trợ tài khóa hướng đối tượng cụ thể hơn mà không khuyến khích nhu cầu nhiên liệu hóa thạch sẽ cần được ưu tiên. Một ví dụ là cấp tiền mặt, chỉ giới hạn cho các hộ gia đình dễ bị tổn thương. Việt Nam có một danh sách người nghèo, "Danh sách hộ nghèo" được cập nhật hằng năm. Các nghiên cứu trước đây cho thấy rằng danh sách này, dù tốt hơn so với các nền kinh tế thị trường mới nổi khác, vẫn có một số thiếu sót (Kidd et al., 2016[10]) và cần được cải thiện bằng cách đối chiếu với những thông tin hành chính khác thông qua việc sử dụng công nghệ kỹ thuật số. Một số lượng lớn người dân không nộp thuế (chủ yếu do thu nhập thấp), và điều này hạn chế việc sử dụng cơ sở dữ liệu thuế cho việc chuyển tiền phục vụ chính sách tài khóa hướng mục tiêu chặt chẽ hơn, mặc dù cơ sở dữ liệu này đã được số hóa. Kể từ khi đại dịch bùng phát, chính phủ đã tăng tốc số hóa cơ sở dữ liệu quốc gia về dân cư (tức là định danh cá nhân). Cơ sở dữ liệu này có thể được liên kết với các cơ sở dữ liệu khác, ví dụ như cơ sở dữ liệu an sinh xã hội và bảo hiểm y tế, để cải thiện hỗ trợ mục tiêu. Việc hỗ trợ nâng cao năng lực của chính quyền địa phương cũng rất quan trọng vì họ là các cơ quan thực thi trên thực tế. Hiện tại, có sự khác biệt đáng kể về năng lực của chính quyền địa phương giữa các vùng miền. Hơn nữa, cần triển khai các dự án đầu tư công theo kế hoạch để tránh những biến động nhu cầu ngoài dự kiến. Đặc biệt, cần tăng tốc thực hiện cơ sở hạ tầng giao thông hỗ trợ hoạt động hậu cần và kết nối liên vùng, xét tới khả năng gián đoạn chuỗi cung ứng hơn nữa. Luật Đầu tư công năm 2019 đã đơn giản hóa các thủ tục và tăng cường phân cấp quản lý đầu tư, giúp tạo thuận lợi cho việc giải ngân ngân sách (Madani, Nguyen and Nguyen, 2021[11]). Cần xem xét đơn giản hơn nữa các thủ tục và quy định. Tuy nhiên, không được phép đánh đổi chất lượng của các dự án đầu tư để tăng tốc đầu tư công. Việc phân bổ ngân sách cần xem xét thấu đáo hơn năng lực thực hiện của chính quyền địa phương, vốn có sự khác biệt đáng kể giữa các tỉnh thành (Madani, Nguyen and Nguyen, 2021[11]). Về vấn đề này, khuôn khổ đánh giá *hậu kiểm* quy định trong Luật Đầu tư công năm 2014 cần được áp dụng tích cực hơn cho các dự án đầu tư trong nước của các chính quyền địa phương trong trung hạn, do nó hiếm khi được triển khai (World Bank, 2018[12]).

Cũng cần nâng cao năng lực hệ thống y tế công cộng để chuẩn bị cho những đợt bùng phát COVID-19 trên diện rộng có khả năng xảy ra. Hệ thống y tế công cộng đủ năng lực là rất quan trọng để tránh được những hạn chế nghiêm ngặt, có thể ảnh hưởng tới tâm lý của các hộ gia đình và doanh nghiệp. Trong suốt đại dịch, các cơ sở y tế ở một số khu vực đã bị quá tải, đặc biệt trong quý 3 năm 2021, và điều đó khiến chính phủ không thể tránh việc áp dụng các biện pháp kiểm dịch khắt khe. Ngay khi hạn chế được nới lỏng trong tháng 10 năm 2021, một số người dân sống ở các đô thị ("người di cư thành thị") đã quay trở về quê hương do mệt mỏi với việc phong tỏa. Trên thực tế, một nghiên cứu trước đó cho thấy một số người di cư thành thị chú trọng tới chất lượng sống nhiều hơn là số tiền kiếm được (Luong, 2018[13]). Sự phối hợp chưa hiệu quả trong một số trường hợp giữa chính quyền trung ương và địa phương đã gây ra những gián đoạn đối với chuỗi cung ứng thực phẩm trong nước, trong khi các thủ tục còn phức tạp làm chậm việc giải ngân tiền hỗ trợ. Tính tới giữa tháng 12 năm 2021, đã có gần 2.2 triệu người di cư thành thị rời bỏ nơi họ đang sống, dẫn tới thiếu lực lượng lao động trong giai đoạn đầu mở cửa lại nền kinh tế ở các đô thị, nơi tập trung hầu hết công suất sản xuất công nghiệp.

Việc cải thiện quản lý giải ngân ngân sách đang ngày càng trở nên quan trọng để tăng cường hiệu quả của chính sách tài khóa, nhất là chính sách phản chu kỳ. Năm 2020, mặc dù chi ngân sách bổ sung trong các gói kích thích là nhỏ, chính phủ đã tăng tốc giải ngân ngân sách theo kế hoạch. Kết quả là, dù chi thường xuyên thực tế tăng ít hơn so với kế hoạch ban đầu (tăng trưởng danh nghĩa thực tế là 2.5% và theo kế hoạch là 12.1%; tăng trưởng theo kế hoạch là số thay đổi so với ngân sách cuối năm trước), đầu tư của chính phủ ("chi đầu tư phát triển") đã tăng cao hơn nhiều so với kế hoạch (36.6%, trong khi kế hoạch là 11.6%). Điều này đã hỗ trợ thỏa đáng cho nền kinh tế. Ngược lại, theo dự toán ngân sách mới nhất, chi tiêu thực tế đã chậm lại đáng kể trong năm 2021, bất chấp việc thông qua các gói kích thích bổ sung. Trong khi chi thường xuyên tăng 4.8%, đầu tư của chính phủ giảm mạnh 10.5%. Điều này một phần là do thiếu lao động, chi phí vật liệu xây dựng gia tăng và những hạn chế vật lý liên quan đến tình trạng phong tỏa nghiêm ngặt, cũng như sự phục hồi từ mức chi tiêu cao trong năm trước. Nói chung, việc giải ngân ngân sách không nên được xem là tiến triển thực tế trong các công trình công cộng và tiêu dùng chính phủ, vì luôn có độ trễ trong thực thi. Tuy nhiên, chi ngân sách biến động đáng kể hàm ý việc quản lý giải ngân ngân sách chưa hiệu quả. Thật vậy, ở Việt Nam, chênh lệch giữa ngân sách theo dự toán và chi tiêu thực tế là khá lớn (xem dưới đây). Sự chênh lệch này là do rất nhiều yếu tố. Cần cải thiện sự phối hợp không chỉ giữa các bộ ngành, mà còn giữa cấp chính quyền khác nhau. Đặc biệt, ngân sách chuyển nguồn từ năm trước vẫn lớn, cho dù chính phủ đã cố gắng làm giảm, gồm cả việc thông qua Luật Ngân sách năm 2015 với mục tiêu thu hẹp phạm vi của các khoản chi chuyển nguồn. Có thể cải thiện chất lượng của hoạt động lập ngân sách, gồm cả tính chính xác của dự toán thu và chi, cũng như việc thực hiện (IMF, 2022[14]).

Khuyến khích đầu tư nước ngoài cũng là một ưu tiên. Đầu tư nước ngoài nhạy cảm hơn với các điều kiện kinh tế chung, dù sự biến động của nó chỉ có tác động nhỏ tới các xu hướng đầu tư tổng thể do chỉ chiếm tỷ trọng nhỏ trong tổng vốn đầu tư (khoảng 20%) (Hình 1.9, Biểu đồ A). Một số quốc gia Đông Nam Á đã chứng kiến sự gia tăng mạnh mẽ đầu tư nước ngoài (vốn đăng ký) trong năm 2021, nhiều hơn so với mức sụt giảm của năm 2020 (Hình 1.9, Biểu đồ B). Trong khi đó, sự phục hồi của Việt Nam trong năm 2021 là khá khiêm tốn, một phần do việc phong tỏa ngặt nghèo trong quý 3 năm 2021. Các quốc gia Đông Nam Á đã thực hiện những chính sách để cải thiện môi trường kinh doanh ngay cả trong đại dịch. Phi-líp-pin, nơi ghi nhận sự phục hồi lớn trong năm 2021, đã cam kết giảm thuế suất doanh nghiệp từ năm 2021, và gần đây đã quyết định mở cửa hơn nữa các thị trường dịch vụ. Việt Nam cũng đã giảm bớt rất nhiều rào cản trên văn bản đối với sự tham gia của nước ngoài. Tuy vậy, có thể cải thiện nhiều hơn nữa, nhất là trong việc thực hiện. Ở Việt Nam, việc quản lý FDI, như cấp phép, thuộc quyền quản lý của chính quyền cấp tỉnh. Tuy nhiên, năng lực hành chính là khác nhau giữa các tỉnh, dẫn tới khả năng phát sinh thêm chi phí cho doanh nghiệp. Sự phối hợp giữa chính quyền trung ương và địa phương cũng có thể được nâng cao. Bên cạnh tăng cường năng lực, việc chính quyền địa phương tham gia nhiều hơn vào quy trình ra quyết định quốc gia sẽ hữu ích (Tran, 2019[15]). Hơn nữa, đầu tư nước ngoài thường đòi hỏi việc di chuyển xuyên biên giới của lực lượng lao động nước ngoài có kỹ năng. Trong khi việc đóng cửa biên giới do đại dịch đã được dỡ bỏ, Việt Nam vẫn có thể giảm hơn nữa những hạn chế đối với việc di chuyển xuyên biên giới của lao động có tay nghề, như được thể hiện qua Chỉ số hạn chế thương mại dịch vụ của OECD (xem Chương 2). Việc thúc đẩy đầu tư nước ngoài trong các lĩnh vực có thể hỗ trợ nỗ lực giải trừ các-bon, như năng lượng tái tạo và giao thông, có thể có tác động tích cực tới quá trình chuyển đổi xanh thông qua nhiều kênh khác nhau, gồm cả lan tỏa công nghệ (OECD, 2022[16]). Điều này không chỉ đòi hỏi phải tăng cường các chính sách tạo điều kiện thuận lợi cho hoạt động đầu tư thân thiện với khí hậu, như ưu đãi hoặc khuyến khích đầu tư, mà còn phải thiết lập các tiêu chuẩn môi trường trong nước (ví dụ: quy định về tiết kiệm nhiên liệu) phù hợp với các mục tiêu khí hậu quốc gia.

Hình 1.9. Đại dịch ảnh hưởng tới dòng vốn FDI khác nhau giữa các nước Đông Nam Á

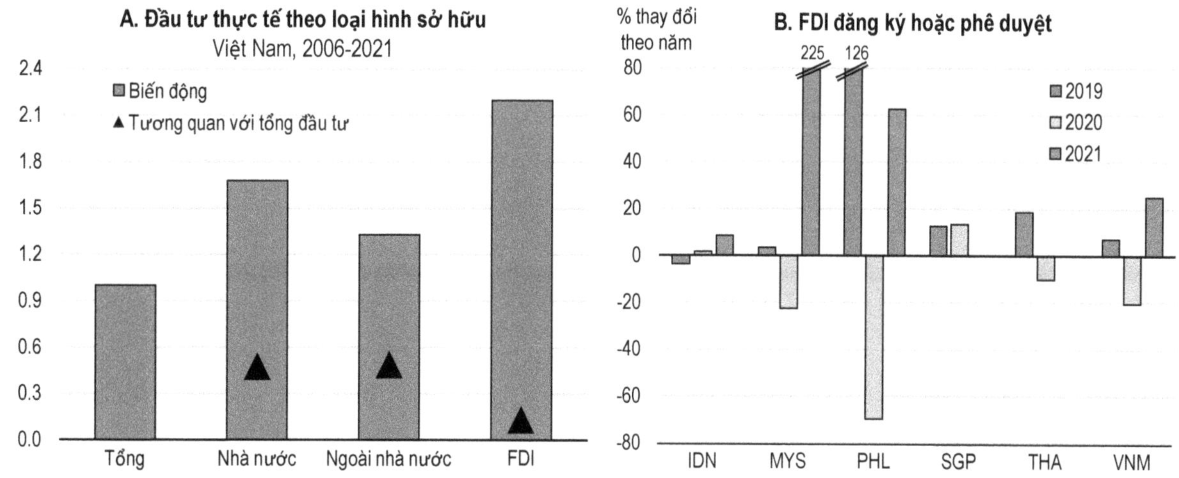

Ghi chú: IDN = In-đô-nê-xia, MYS = Ma-lai-xia, PHL = Phi-líp-pin, SGP = Xinh-ga-po, THA = Thái Lan, VNM = Việt Nam. Đối với biểu đồ A, tỷ lệ tăng trưởng đầu tư hàng năm được sử dụng để tính toán. Biến động được định nghĩa là hệ số biến thiên. Đối với biểu đồ B, dữ liệu năm 2021 của Xinh-ga-po không có sẵn.
Nguồn: CEIC.

StatLink https://stat.link/63ztne

Những gián đoạn trong chuỗi cung ứng gần đây đã nhấn mạnh tầm quan trọng của việc tạo thuận lợi thương mại. Tạo thuận lợi thương mại cũng có thể giúp dỡ bỏ những trở ngại cho quá trình tái mở cửa nền kinh tế theo hướng phát huy hết công suất. Việt Nam đã đạt được những tiến bộ đáng kể từ năm 2015 khi phê chuẩn Hiệp định Tạo thuận lợi thương mại của Tổ chức Thương mại thế giới (Hình 1.10, Biểu đồ A). Các hệ thống thông tin tích hợp – Cơ chế Một cửa quốc gia và Một cửa ASEAN – đã được triển khai thành công bởi một Ủy ban Tạo thuận lợi thương mại quốc gia mạnh mẽ (UNCTAD, 2020[17]). Tuy nhiên, vẫn có thể cải thiện hơn nữa. Hoạt động kiểm tra chuyên ngành, là thủ tục thông quan biên giới do các bộ quản lý ngành, lĩnh vực thực hiện đối với 30-35% lượng hàng hóa giao thương, mất rất nhiều thời gian (USAID, 2021[18]). Chính phủ có kế hoạch ban hành một Nghị định để hài hòa hóa các thủ tục nhập khẩu hàng hóa. Để thực hiện có hiệu quả, điều quan trọng là phải tăng cường chức năng phối hợp và giám sát của Ủy ban Tạo thuận lợi thương mại quốc gia, ở cả cấp quốc gia và khu vực. Hiện tại, Ủy ban này tập trung vào hoạt động của các cơ chế Một cửa (USAID, 2021[18]). Việc tăng cường sự tham gia của các bên hữu quan, nhất là các doanh nghiệp nhỏ và vừa – đối tượng sẽ được hưởng lợi nhiều nhất từ việc tạo thuận lợi thương mại – có thể khiến việc điều phối và giám sát chính sách của Ủy ban có hiệu quả hơn, vì nó sẽ cung cấp thêm thông tin từ phía cầu cập nhật hơn cho Ủy ban.

Hơn nữa, so với các biện pháp tạo thuận lợi thương mại khác, tiến độ phối hợp xuyên biên giới còn chậm (Hình 1.10, Biểu đồ B) (Ha and Lan, 2021[19]). Ngay cả trong đại dịch, việc triển khai tạo thuận lợi thương mại đã có nhiều tiến triển ở một số quốc gia, gồm cả khu vực Đông Nam Á (Asian Development Bank, 2021[20]), nhưng điều này không nhất thiết mang lại sự hợp tác xuyên biên giới lớn hơn. Hợp tác khu vực có thể mang đến nhiều lợi ích hơn so với các nỗ lực đơn phương, đặc biệt đối với các quốc gia phụ thuộc nhiều vào thương mại như Việt Nam. Trong khi cơ sở hạ tầng kết nối các quốc gia trong khu vực đã được phát triển, các biện pháp tạo thuận lợi thương mại cụ thể cho vận tải đường bộ giữa các quốc gia vẫn còn yếu. Để khắc phục, Hiệp định Tạo thuận lợi vận chuyển người và hàng hóa qua lại biên giới Tiểu vùng Mê-kông mở rộng (GMS-CBTA), một khuôn khổ pháp lý để tạo thuận lợi cho vận chuyển đường bộ xuyên biên giới trong khu vực, đã được các nước Cam-pu-chia, Trung Quốc, CHDCND Lào, Mi-an-ma, Thái Lan và Việt Nam phê chuẩn (Asian Development Bank, 2021[21]). Hiệp định GMS-CBTA được kỳ vọng sẽ xóa bỏ các rào cản thông qua trao đổi thông tin và hài hòa hóa chính sách, và Việt Nam cần tích cực hơn trong việc thực hiện chương trình này.

Hình 1.10. Có thể cải thiện hơn nữa hoạt động tạo thuận lợi thương mại của Việt Nam

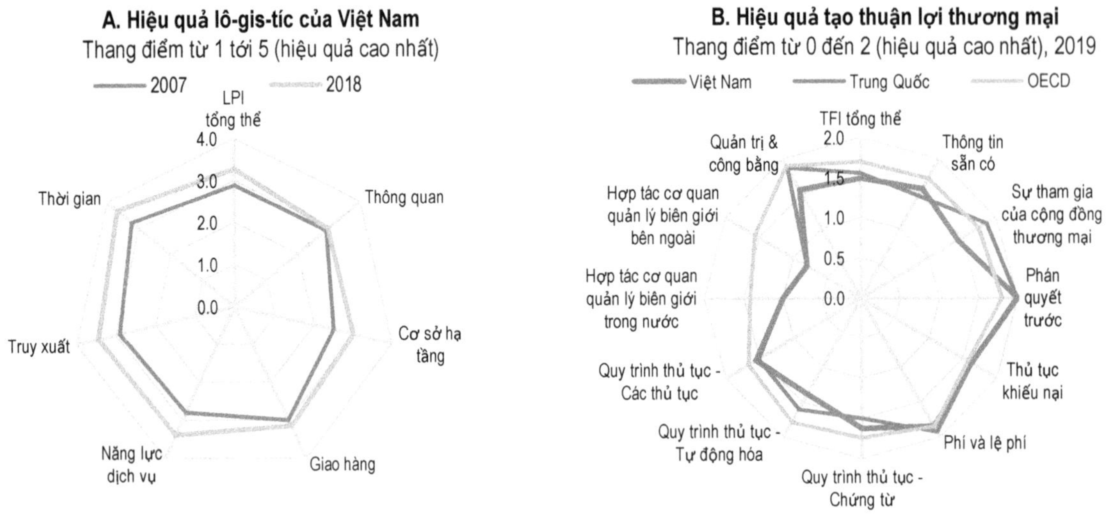

Ghi chú: LPI tổng thể là chỉ số tóm tắt hiệu suất của lĩnh vực lô-gis-tíc, kết hợp dữ liệu về sáu thành phần hiệu suất chủ chốt. Loạt chỉ số hiệu quả tạo thuận lợi thương mại năm 2019 giới thiệu các biện pháp mới trong tất cả các khía cạnh, đặc biệt trong lĩnh vực hợp tác của các cơ quan quản lý biên giới bên trong và bên ngoài, thủ tục, tự động hóa, hồ sơ chứng từ, tính sẵn có của thông tin và sự tham gia của cộng đồng thương mại.

Nguồn: World Bank, Logistics Performance Index, https://lpi.worldbank.org/; OECD, Trade Facilitation Indicators, http://www.oecd.org/trade/indicators.htm.

StatLink https://stat.link/in18g4

Cần hội nhập thương mại sâu rộng hơn nữa. Tương tự các quốc gia ASEAN khác, Việt Nam đã và đang tích cực tham gia một số hiệp định thương mại ưu đãi. Hiện tại, 15 hiệp định đã có hiệu lực (trong đó có 7 hiệp định của khu vực ASEAN) và hai hiệp định khác đang trong quá trình đàm phán. Việt Nam được hưởng lợi rất lớn từ việc theo đuổi thương mại tự do và mở cửa với các khu vực lớn hơn. Các doanh nghiệp Việt Nam hiện đã được tiếp cận các thị trường một cách sâu rộng hơn trước. Người tiêu dùng và doanh nghiệp cũng được lợi nhiều hơn từ các thị trường mở của Việt Nam, với nhiều loại hàng hóa và dịch vụ nhập khẩu sẵn có với giá thấp hơn. Thật vậy, các nghiên cứu trước đây cho rằng Hiệp định Đối tác Toàn diện và Tiến bộ xuyên Thái Bình Dương và Hiệp định Đối tác Kinh tế Toàn diện Khu vực mới có hiệu lực gần đây, là các hiệp định thương mại ưu đãi lớn ở khu vực châu Á - Thái Bình Dương, sẽ làm tăng tổng thu nhập thực tế của Việt Nam lần lượt là 3.4% và 1.0% so với mức cơ sở trong 10 năm tới – một trong những tác động lớn nhất trong số các nước ASEAN (Park, Petri and Plummer, 2021[22]).

Một hệ thống thương mại mở, đa dạng và minh bạch cũng có thể tạo cơ sở cho khả năng chống chịu kinh tế. Tại thời điểm đầu đại dịch, nhu cầu tăng mạnh đã gây ra sự thiếu hụt các thiết bị bảo hộ cá nhân trên toàn cầu. Tuy nhiên, các chuỗi giá trị toàn cầu (GVCs) tổng thể đã hỗ trợ giảm nhẹ tác động, giống như trong các tình huống thảm họa trước đây, chẳng hạn như động đất ở miền Đông Nhật Bản và lũ lụt nghiêm trọng ở Thái Lan năm 2011 (OECD, 2020[23]). Ví dụ, hoạt động sản xuất và mua bán các hàng hóa thiết yếu trên toàn cầu, như khẩu trang, đã gia tăng nhanh chóng để đáp ứng nhu cầu. Trên thực tế, các nghiên cứu trước đây cho thấy rằng việc cục bộ hóa và chuyển quá trình sản xuất về lại trong nước nhiều khả năng làm giảm mức tăng trưởng GDP thực tế và sự ổn định trước các cú sốc (OECD, 2021[24]). Khu vực kinh doanh có vai trò thiết yếu để tăng cường các chuỗi cung ứng của riêng mình. Chính sách thương mại và đầu tư ổn định, minh bạch và dễ dự báo có thể tạo thuận lợi cho việc đa dạng hóa các chuỗi giá trị toàn cầu và giảm sự bất ổn cho các doanh nghiệp (xem Chương 2). Các chính phủ cũng có thể đầu tư vào cơ sở hạ tầng then chốt để bảo đảm các dòng lưu chuyển thiết yếu của hàng hóa, con người và thông tin.

Ngành dịch vụ có thể đóng một vai trò quan trọng hơn trong thương mại quốc tế của Việt Nam, nhất là bằng việc xuất khẩu gián tiếp các sản phẩm dịch vụ thông qua sản xuất hàng hóa. Các yếu tố dịch vụ đầu vào như tiếp thị và thiết kế là những yếu tố quan trọng quyết định khả năng cạnh tranh của ngành sản xuất. Hơn nữa, công nghệ thông tin và truyền thông đã xóa mờ ranh giới giữa sản xuất và dịch vụ. Khác với hàng hóa sản xuất truyền thống (như vải và thép), hàng hóa sản xuất hiện đại có chứa các yếu tố dịch vụ đáng kể (ví dụ: hệ điều hành trong máy tính). Trên thực tế, giá trị gia tăng của các dịch vụ kinh doanh trong hàng hóa sản xuất chiếm gần 30% tổng giá trị gia tăng của hàng hóa sản xuất xuất khẩu từ các nước OECD (Hình 1.11, Biểu đồ A). Tuy nhiên, hàng hóa xuất khẩu từ Việt Nam chứa hàm lượng dịch vụ nhỏ hơn và tỷ trọng các dịch vụ tạo ra trong nước nhỏ hơn rất nhiều. Trong tương lai, Việt Nam còn dư địa để tăng giá trị gia tăng của hàng hóa xuất khẩu bằng cách tăng độ tinh vi của sản phẩm với các đầu vào dịch vụ được cung cấp trong nước, như thiết kế có chất lượng và phần mềm. Chuyển đổi số là một trong những yếu tố quyết định để tăng cường mức độ tinh vi của sản xuất trong nước. Về vấn đề này, đầu tư trực tiếp nước ngoài trong các lĩnh vực kỹ thuật số có thể giúp thúc đẩy việc chuyển đổi số hóa nền kinh tế trong nước. Để thu hút FDI trong lĩnh vực kỹ thuật số, Việt Nam cần cải thiện hơn nữa môi trường kinh doanh, gồm cả nền kinh tế số, như bảo mật dữ liệu cá nhân và kỹ năng kỹ thuật số của người lao động (Matthew, 2020[25]) (xem Chương 2).

Cũng có tiềm năng tăng xuất khẩu trực tiếp các dịch vụ của Việt Nam. Một số quốc gia đã mở rộng xuất khẩu trực tiếp các dịch vụ kinh doanh, như dịch vụ tài chính và CNTT, trong khi Việt Nam phần nào tụt hậu hơn (Hình 1.11, Biểu đồ B). Việc gia tăng xuất khẩu dịch vụ trực tiếp sẽ giúp đa dạng hóa và tăng cường sự hội nhập thương mại toàn cầu của Việt Nam. Để phát triển ngành dịch vụ, việc cải thiện môi trường kinh doanh đóng vai trò hết sức quan trọng (xem Chương 2). Về vấn đề này, các hiệp định thương mại ưu đãi với các cam kết dịch vụ có thể là động lực mạnh mẽ để cải cách thị trường dịch vụ trong nước (OECD, 2020[26]). Ngoài ra, do dịch vụ sử dụng nhiều lao động hơn ngành sản xuất, việc phát triển kỹ năng cần được ưu tiên. Một số dịch vụ kinh doanh, như dịch vụ tài chính và tư vấn, có thể được cung cấp qua nền tảng số hóa và hoạt động thương mại trong các lĩnh vực này đang được mở rộng (Asian Development Bank, 2022[27]). Do đó, việc cải thiện các kỹ năng số từ mức thấp hiện thời sẽ có lợi cho việc phát triển các ngành dịch vụ kinh doanh (xem Chương 2).

Hình 1.11. Các dịch vụ kinh doanh chiếm tỷ trọng nhỏ trong xuất khẩu của Việt Nam

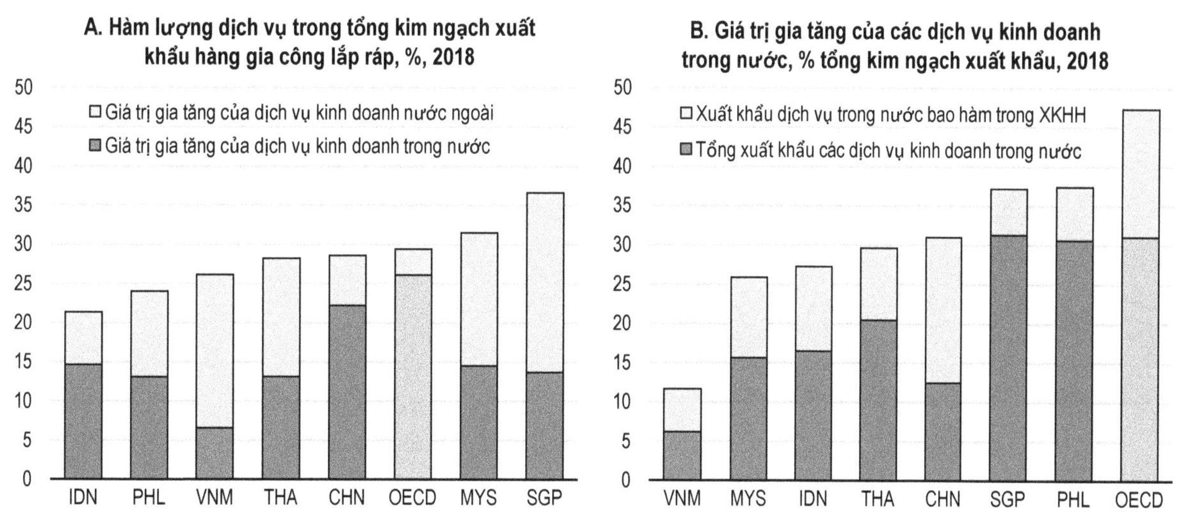

Ghi chú: CHN = Trung Quốc, MYS = Ma-lai-xia, IDN = In-đô-nê-xia, PHL = Phi-líp-pin, SGP = Xinh-ga-po, THA = Thái Lan, VNM = Việt Nam.
Nguồn: OECD, Trade in Value Added database.

StatLink https://stat.link/7046mi

Chính sách tiền tệ cần giữ cho kỳ vọng lạm phát được ổn định

Việt Nam có một khung chính sách tiền tệ riêng biệt cùng với hệ thống tỷ giá hối đoái thả nổi có quản lý. Ngân hàng trung ương của Việt Nam, Ngân hàng Nhà nước Việt Nam, là một cơ quan ngang bộ của chính phủ, và tính độc lập của đơn vị này không được xác định rõ ràng. Thống đốc là thành viên chính phủ do Quốc hội bổ nhiệm dựa trên đề xuất của Thủ tướng Chính phủ. Mục tiêu của chính sách tiền tệ là sự ổn định của đồng tiền được biểu thị bằng tỷ lệ lạm phát và Quốc hội chịu trách nhiệm về chính sách tiền tệ, bao gồm việc xác định các mục tiêu chính sách dựa trên các dự báo của chính phủ. Ngoài lạm phát, các mục tiêu tăng trưởng tín dụng cũng được xác định và rà soát hàng năm. Với vai trò là cơ quan thực thi chính sách, ngân hàng trung ương thiết lập lãi suất điều hành, gồm lãi suất tái cấp vốn và lãi suất tái chiết khấu. Ngân hàng cũng áp đặt trần tăng trưởng tín dụng cho các ngân hàng riêng lẻ (xem bên dưới). Ngân hàng trung ương quản lý tỷ giá hối đoái dựa trên rổ một số ngoại tệ chính và định hướng sự dao động hàng ngày của tỷ giá trong biên độ công bố trước đối với đô-la Mỹ (USD) (hiện tại là ± 5%).

Từ khi đại dịch bùng phát cho đến giữa năm 2022, chính sách tiền tệ chủ yếu là hỗ trợ tăng trưởng. Lãi suất thực tế của trái phiếu chính phủ kỳ hạn 10 năm là 0.4% trong bảy tháng đầu năm 2022, so với 1.5% năm 2019. Định hướng chính sách tiền tệ hỗ trợ tăng trưởng là phù hợp trong bối cảnh lạm phát thấp, với chỉ số lạm phát chung ổn định trong hai năm qua. Giá năng lượng thấp trong năm 2020 bù đắp cho giá lương thực tăng do dịch tả lợn Châu Phi bùng phát (Hình 1.12, Biểu đồ A). Trong khi giá năng lượng tăng trở lại vào năm 2021, lạm phát cơ bản đã giảm xuống trong bối cảnh nhu cầu suy yếu do ảnh hưởng của các hạn chế về kiểm dịch, nhất là cho tới giữa năm. Để đối phó với tình trạng suy thoái kinh tế do các biện pháp phong tỏa trong và ngoài nước vào đầu năm 2020, ngân hàng trung ương đã giảm lãi suất tái cấp vốn từ 6% xuống còn 4% trong khoảng thời gian từ tháng 3 đến tháng 10 năm 2020 (lãi suất tái chiết khấu từ 4% xuống 2.5%), và duy trì định hướng chính sách hỗ trợ tăng trưởng (Hình 1.12, Biểu đồ B). Trong cùng giai đoạn này, ngân hàng trung ương cũng đã giảm lãi suất chào mua giấy tờ có giá qua nghiệp vụ thị trường mở từ 4%/năm xuống còn 2.5%/năm. Tỷ giá hối đoái ổn định cũng đã giúp kiềm chế lạm phát. Trong khi đồng tiền của các nước Đông Nam Á khác có sự biến động lớn từ giảm giá đến tăng giá trên thị trường ngoại hối, tiền đồng của Việt Nam (VND) ít biến động hơn.

Hình 1.12. Chính sách tiền tệ hỗ trợ tăng trưởng, trong khi lạm phát ổn định

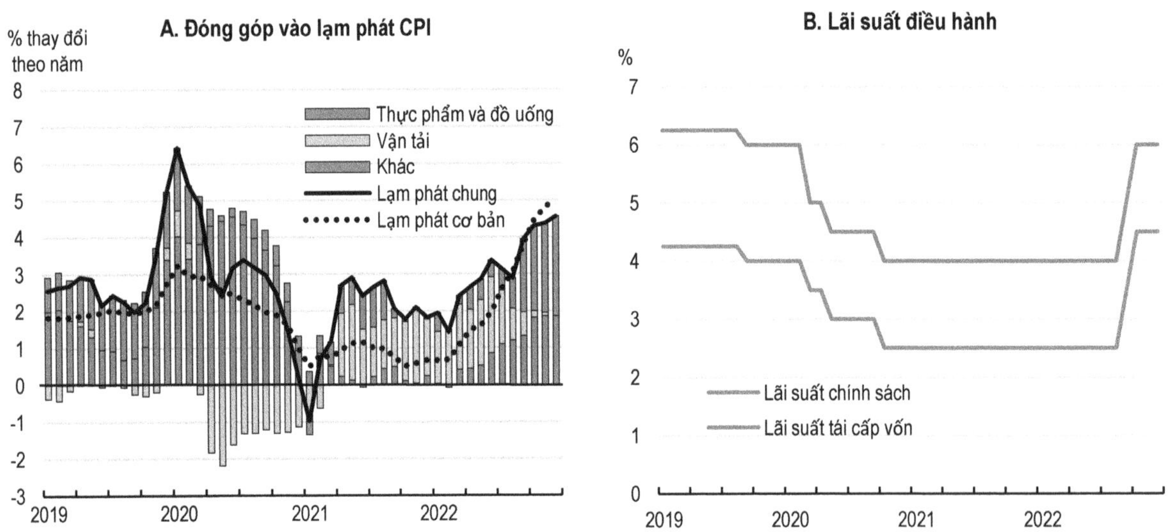

Nguồn: CEIC.

StatLink https://stat.link/8lzf6e

Cả lạm phát chung và lạm phát cơ bản đều tăng kể từ đầu năm 2022. Bên cạnh việc mở cửa lại nền kinh tế, xung đột Nga – U-crai-na đã đẩy giá năng lượng và hàng hóa, vốn đã bắt đầu tăng vào năm 2021, lên cao hơn nữa. Giống như các nước nhập khẩu ròng năng lượng hoặc hàng hóa khác, lạm phát chung của Việt Nam dễ bị ảnh hưởng bởi sự biến động của các hàng hóa đó trên thị trường quốc tế (Hình 1.13). Dù ít hơn so với các nước có chế độ tiền tệ thả nổi hoàn toàn (tức là khi đồng tiền suy yếu), việc tăng giá hàng nhập khẩu nhanh chóng sẽ làm tăng giá cả đầu vào, ảnh hưởng đến lạm phát trên diện rộng. Hơn nữa, mặc dù kinh tế vẫn còn trì trệ, nhu cầu đã tăng nhanh chóng sau khi hầu hết các hạn chế kiểm dịch được dỡ bỏ vào đầu năm 2022. Giá một số đầu vào sản xuất cũng đã bắt đầu tăng. Chỉ số giá sản xuất cho lĩnh vực chế tạo đã tăng gần 4% (so với năm trước) kể từ quý 4 năm 2021, là mức tăng cao nhất kể từ năm 2013. Như đã thảo luận ở phần trên, chính phủ đã tạm thời giảm thuế bảo vệ môi trường đối với nhiên liệu hóa thạch từ tháng 4 năm 2022, bên cạnh việc giảm thuế suất thuế giá trị gia tăng đã được quyết định trước đó. Ngoài ra, chính phủ cũng đang cân nhắc giảm thuế giá trị gia tăng và thuế tiêu thụ đặc biệt đối với nhiên liệu hóa thạch. Tuy nhiên, một cách tiếp cận có đối tượng mục tiêu hơn, nhất là việc cấp tiền mặt cho các hộ gia đình dễ bị tổn thương, sẽ giúp bảo đảm rằng việc hỗ trợ thêm sẽ không khuyến khích nhu cầu quá mức. Bên cạnh đó, cách can thiệp như vậy sẽ không khuyến khích nhu cầu đối với nhiên liệu hóa thạch ở mức độ giống như việc giảm thuế đối với nhiên liệu hóa thạch.

Giá lương thực sẽ là một yếu tố quan trọng quyết định đến lạm phát chung trong tương lai. Tương tự như các nước Đông Nam Á khác, lương thực thực phẩm chiếm tỷ trọng lớn trong rổ tiêu dùng của các hộ gia đình (quyền số CPI: Việt Nam 33.6%, Ma-lai-xia 28.4% và Thái Lan 40%). Sự gia tăng lạm phát hiện nay chủ yếu là do tăng giá "giao thông" trong rổ hàng hóa, phản ánh giá năng lượng cao hơn, dù nhịp độ có chậm lại kể từ tháng 8 năm 2022. Giá các mặt hàng khác, bao gồm "nhà ở và vật liệu xây dựng" có chứa các đầu vào năng lượng và "lương thực và thực phẩm" cũng bắt đầu tăng, nhưng mức tăng của giá lương thực là vừa phải so với các quốc gia Đông Nam Á khác (Hình 1.14). Cụ thể, trong khi giá "ăn uống ngoài gia đình" đang tăng lên (7% so với cùng kỳ năm trước trong tháng 9), mức tăng giá "thực phẩm" (tức là lương thực dễ bị hư hỏng, với quyền số trong CIP là 21.3%) chậm hơn (3% trong tháng 9 so với cùng kỳ năm trước). Khả năng tự cấp tự túc cao của Việt Nam đối với các mặt hàng chủ lực, như gạo, có thể góp phần vào mức tăng giá thực phẩm thấp hơn so với với một số nước khác. Tuy nhiên, Thái Lan, quốc gia có mức cung cấp lương thực cao tương tự, đã chứng kiến mức giá của "thực phẩm thô" tăng lên đáng kể (11% trong tháng 9 so với cùng kỳ năm trước). Giá của các mặt hàng lương thực dễ hư hỏng bị ảnh hưởng bởi các điều kiện thời tiết địa phương, nhưng cũng chịu tác động từ chi phí của nhiều yếu tố đầu vào, như phân bón hay năng lượng, vốn được xác định chủ yếu trên thị trường toàn cầu. Xung đột ở U-crai-na đã đẩy giá phân bón quốc tế lên cao. Giá cả ở các đô thị, nơi thường dẫn dắt diễn biến giá của cả nước nói chung, đang tăng lên (thực phẩm ở Hà Nội đã tăng 5% so với cùng kỳ năm ngoái trong tháng 7, tiếp sau đó là mức tăng 3% trong cả tháng 8 và tháng 9).

Hình 1.13. Giá năng lượng và hàng hóa toàn cầu tăng đã làm gia tăng lạm phát

Tương quan giữa chỉ số giá tiêu dùng với giá dầu và hàng hóa ngoài dầu, tháng 1/2015 – tháng 12/2019

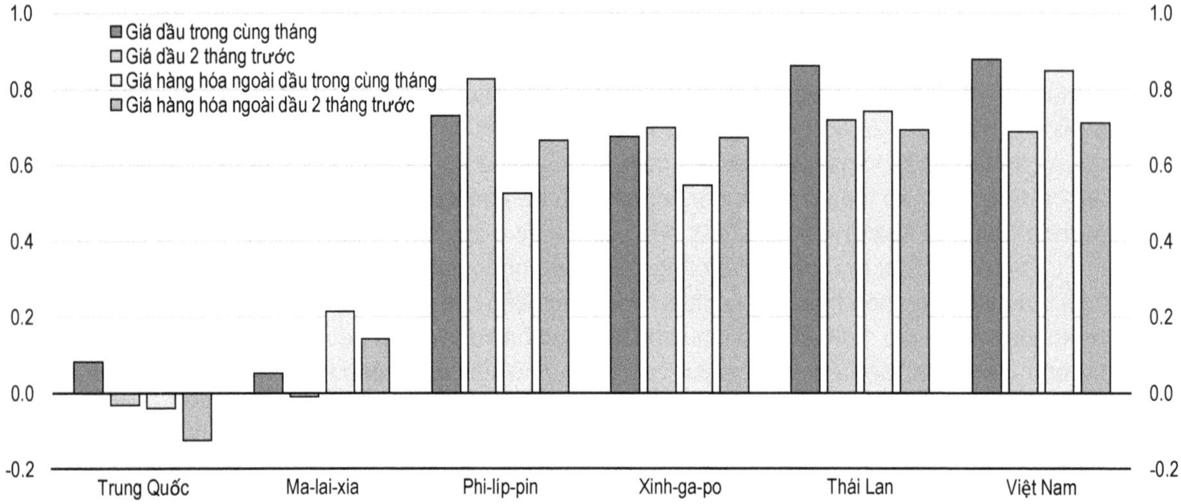

Ghi chú: Các hệ số tương quan được tính toán cho thay đổi so với cùng kỳ năm trước của chỉ số giá tiêu dùng và giá dầu (Brent) hoặc giá hàng hóa ngoài dầu toàn cầu. Các hệ số biến động từ 1 tới -1, với giá trị gần hơn với 1 có nghĩa là mối tương quan tích cực (tương ứng -1 là tiêu cực). 0 nghĩa là không có mối tương quan.
Nguồn: CEIC; OECD, Economic Outlook database.

StatLink https://stat.link/hcpta8

Hình 1.14. Cả giá lương thực và năng lượng đều đang tăng lên ở các nước Đông Nam Á

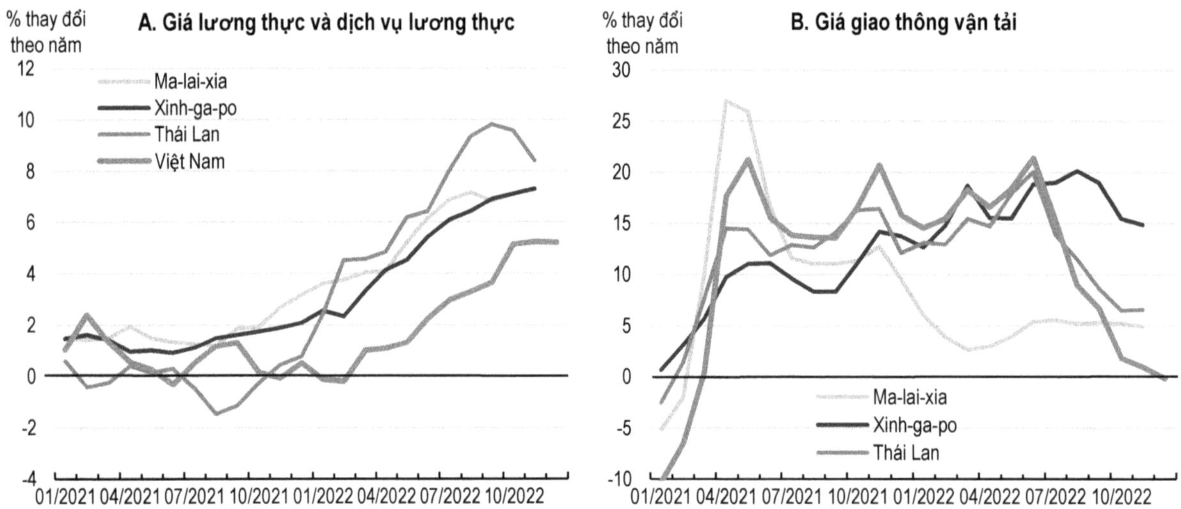

Ghi chú: Biểu đồ A: Việt Nam không bao gồm các đồ uống không cồn.
Nguồn: CEIC.

StatLink https://stat.link/y4hj1b

Trong tương lai, chính sách tiền tệ cần phải thận trọng trước những rủi ro gia tăng lạm phát, đồng thời tìm cách bình thường hóa dần định hướng chính sách trong giai đoạn dự kiến. Với giả định kinh tế tiếp tục phục hồi, lãi suất điều hành sẽ cao hơn mức trước đại dịch vào cuối năm 2023, trong khi lạm phát được dự báo ở mức 4.3% vào năm 2023 trước khi giảm nhẹ xuống còn 3.7% vào năm 2023. Ngân hàng trung ương đã bắt đầu thay đổi lập trường chính sách trong bối cảnh áp lực lạm phát tăng và giảm giá tiền tệ. Lãi suất điều hành đã tăng trong cả tháng 9 và tháng 10 năm 2022 (lãi suất tái cấp vốn tăng từ 4% lên 6% và lãi suất tái chiết khấu tăng từ 2.5% lên 4.5%). Ngoài ra, trong tháng 10 năm 2022, ngân hàng trung ương đã nới biên độ tỷ giá giao ngay từ ±3% lên ±5%. Môi trường bên ngoài không chắc chắn đặt ra tình thế tiến thoái lưỡng nan đầy gian nan đối với con đường bình thường hóa và đòi hỏi phải có sự phân định vai trò rõ ràng hơn giữa chính sách tiền tệ và tài khóa. Chính sách tiền tệ nên tập trung vào ổn định giá cả, trong khi chính sách tài khóa nên hỗ trợ các nhóm dễ bị tổn thương trong bối cảnh chi phí năng lượng cao hơn. Trì hoãn giảm nhẹ các chính sách tiền tệ hỗ trợ tăng trưởng sẽ làm gia tăng rủi ro về các kỳ vọng lạm phát cao hơn trở thành hiện thực. Do số lượng người làm công ăn lương chính thức không chiếm đa số lực lượng lao động, các chỉ số tiền lương chính thức không nhất thiết là chỉ báo tốt về áp lực lạm phát sắp xảy ra ở Việt Nam. Tuy nhiên, tiền lương đã tăng lên nhanh chóng, một phần do sự phục hồi chậm chạp của nguồn cung lao động (lương tối thiểu đã tăng trung bình 6% vào tháng 7 năm 2022). Hơn nữa, chênh lệch lãi suất giữa các đối tác thương mại chủ chốt có thể gây áp lực giảm giá đồng tiền, làm gia tăng hơn nữa lạm phát trong nước. Dù vậy, cuộc xung đột đang tiếp diễn và ngày càng khốc liệt ở U-crai-na sẽ làm suy yếu nhu cầu bên ngoài, trong khi giá lương thực và năng lượng cao sẽ xói mòn sức mua của các hộ gia đình và biên lợi nhuận của doanh nghiệp. Cho dù các nhà kinh tế học tham gia Khảo sát của hãng Consensus Economics (thước đo duy nhất về kỳ vọng lạm phát) kỳ vọng lạm phát ở mức trung bình 2.8% trong năm 2024 (tại thời điểm tháng 10 năm 2022), song phạm vi dao động là từ 2.5% tới 5.5%. Điều này cho thấy rằng triển vọng lạm phát là rất không chắc chắn, nhưng chính sách tiền tệ cần phải được thắt chặt sớm hơn so với dự báo hiện nay nếu có các dấu hiệu cho thấy rủi ro tăng lạm phát thành hiện thực.

Trong trung hạn tới dài hạn, Việt Nam có thể cân nhắc rà soát khung chính sách tiền tệ và chế độ tỷ giá hối đoái để nâng cao hơn nữa khả năng chống chịu của nền kinh tế song song với sự phát triển kinh tế. Tương tự như Việt Nam, một số nền kinh tế thị trường mới nổi cũng áp dụng khung chính sách tiền tệ tích hợp, sử dụng các công cụ can thiệp thị trường ngoại hối và/hoặc quản lý dòng vốn như những công cụ chính sách tiền tệ chủ chốt bên cạnh lãi suất. Các nền kinh tế thị trường mới nổi có xu hướng dễ bị tổn thương trước các cú sốc bên ngoài, ví dụ như sự biến động của dòng vốn xuyên biên giới và điều này đặt ra các tình huống tiến thoái lưỡng nan về chính sách. Ví dụ, giảm lãi suất điều hành để ngăn chặn dòng vốn lớn có thể kích thích quá mức nhu cầu trong nước và tăng giá tài sản, làm tăng sự bất ổn của thị trường tài chính. Các khung chính sách tích hợp có thể giảm thiểu những đánh đổi chính sách này trong một số điều kiện nhất định, chẳng hạn như tính dễ bị tổn thương trước các cú sốc bên ngoài (Adrian et al., 2020[28]). Thật vậy, các nghiên cứu trước đây cho thấy rằng trong các khuôn khổ chính sách hiện thời của Việt Nam, kết hợp giữa can thiệp thị trường ngoại hối và định hướng tăng trưởng tín dụng, sự biến động của các chỉ số kinh tế – như lạm phát – trước các cú sốc bên ngoài dường như là nhỏ so với khung chính sách chỉ dựa vào lãi suất (Epstein et al., 2022[29]). Tuy nhiên, cần xem xét các chi phí tiềm tàng trong dài hạn của khung chính sách này. Ví dụ, can thiệp thị trường ngoại hối và kiểm soát vốn có thể tiếp tục trì hoãn sự phát triển trong thị trường tài chính, vốn đã trở nên quan trọng đối với Việt Nam (xem dưới đây). Kinh nghiệm quốc tế cho thấy rằng can thiệp thị trường ngoại hối cũng có thể ảnh hưởng tới cách đánh giá của các nhà đầu tư về rủi to tiền tệ và làm gia tăng khả năng dễ bị tổn thương tiềm tàng trong thị trường tài chính. Nếu các biến động trên thị trường ngoại hối mang tính cơ cấu, việc can thiệp nhằm ổn định tỷ giá hối đoái sẽ không hiệu quả.

Trong bối cảnh đó, Việt Nam có thể xem xét hiện đại hóa khuôn khổ chính sách tiền tệ, thu hẹp các mục tiêu chính sách và chuyển sang cơ chế tỷ giá hối đoái linh hoạt hơn sau khi các thị trường tài chính đã được tự do hóa và phát triển mạnh mẽ hơn. Một số quốc gia Đông Âu đã chuyển đổi thành công khung chính sách tiền tệ và ngoại hối của mình theo cách này. Khi mối liên kết của Việt Nam với thương mại toàn cầu ngày càng mở rộng, điều đặc biệt quan trọng là phải áp dụng một cơ chế tỷ giá hối đoái linh hoạt hơn. Cơ chế tỷ giá hối đoái linh hoạt cho phép giảm giá đồng tiền khi các điều kiện thương mại xấu đi, khiến cho xuất khẩu trở nên cạnh tranh hơn và nhờ đó có thể giảm bớt tác động của cú sốc bên ngoài, điều mà một hệ thống tỷ giá hối đoái cố định không thể làm được (Broda and Tille, 2003[30]). Hơn nữa, trong khuôn khổ chế độ hối đoái cứng nhắc, các điều kiện tài chính trong nước nhiều khả năng bị ảnh hưởng bởi các cú sốc tài chính toàn cầu hơn so với các chế độ linh hoạt (Obstfeld, Ostry and Qureshi, 2017[31]), và kỷ luật tài khóa chặt chẽ hơn là cần thiết để tránh việc mất cân đối tài khoản vãng lai (Khatat, Buessing-Loercks and Fleuriet, 2020[32]). Việc chuyển đổi sang cơ chế tỷ giá linh hoạt hơn sẽ cho phép

Ngân hàng Nhà nước Việt Nam tập trung vào các mục tiêu chính sách hẹp hơn, đặc biệt là mục tiêu lạm phát, từ đó có thể góp phần tạo ra điều kiện kinh tế vĩ mô ổn định hơn. Quá trình chuyển đổi chính sách này cần được thực hiện song song với việc tăng cường tính độc lập của ngân hàng trung ương (IMF, 2019[33]). Hiện nay, tính độc lập trong hoạt động được xác định một cách lỏng lẻo, vì cả Thủ tướng Chính phủ và Thống đốc Ngân hàng đều có thể quyết định những công cụ và biện pháp hành chính của chính sách tiền tệ. Vì vậy, cần thiết phải thành lập một cơ quan ra quyết định tập thể (tức là ủy ban chính sách tiền tệ) do Quốc hội bổ nhiệm và được trao quyền tự chủ hoạt động độc lập với chính phủ (National Assembly Economic Committee, 2012[34]). Lạm phát thấp hơn và ổn định hơn ở các quốc gia nơi ngân hàng trung ương thực hiện chính sách tiền tệ một cách độc lập. Theo Quyết định số 986/QĐ-TTg của Thủ tướng Chính phủ về việc phê duyệt "Chiến lược phát triển ngành Ngân hàng Việt Nam đến năm 2025, định hướng đến năm 2030" được ban hành năm 2018, chính phủ xem xét tăng dần tính độc lập của Ngân hàng Nhà nước Việt Nam trong việc điều hành chính sách tiền tệ. Hơn nữa, việc tăng cường ngành ngân hàng là rất quan trọng để vận hành tốt hơn cơ chế truyền dẫn chính sách tiền tệ (xem bên dưới). Thị trường liên ngân hàng cũng cần được phát triển hơn nữa. Hiện tại, do lượng giao dịch không lớn nên lãi suất liên ngân hàng có nhiều biến động.

Cần tăng cường các thị trường tài chính để phân bổ nguồn lực hiệu quả

Các ngân hàng có khả năng chống chịu, nhưng cần giám sát chặt chẽ sự gia tăng nợ xấu

Ngành ngân hàng của Việt Nam đã được chuẩn bị tốt khi đại dịch xảy ra nhờ những nỗ lực trong quá khứ nhằm cải thiện khả năng chống chịu của ngành (World Bank, 2021[35]). Sau cuộc khủng hoảng tài chính toàn cầu, trong khi nền kinh tế nhìn chung tiếp tục tăng trưởng, các ngân hàng phải hứng chịu sự gia tăng nợ xấu theo sau sự bùng nổ của thị trường nhà đất. Năm 2012, chính phủ đã thông qua lộ trình cải cách lĩnh vực ngân hàng, giảm bớt số lượng tổ chức. Mặc dù không phải là một bên ký kết, năm 2016 chính phủ đã thông báo rằng các ngân hàng lớn sẽ cần phải đáp ứng các quy định tương tự như Basel II vào tháng 1 năm 2020 (gia hạn tới năm 2023 do đại dịch). Đồng thời, Việt Nam cũng đẩy mạnh khung xử lý nợ xấu (NPL). Công ty Quản lý tài sản của các tổ chức tín dụng Việt Nam (VAMC) được thành lập vào tháng 7 năm 2013 và luật phá sản mới được thông qua vào năm 2014. Nghị quyết 42, trao quyền tự chủ nhiều hơn cho tổ chức mua bán, xử lý nợ xấu, đã được thông qua vào năm 2017 như một khung chính sách thí điểm.

Trong đại dịch, ngân hàng trung ương đã áp dụng những biện pháp tạm thời để hỗ trợ các hộ gia đình và doanh nghiệp bị ảnh hưởng. Một chương trình tái cơ cấu nợ đã được thông qua vào năm 2020 (Thông tư 01 ban hành vào năm 2020) và sau đó được gia hạn hai lần (Thông tư 03 và 14, ban hành vào năm 2021). Trong khi thực hiện tái cơ cấu nợ, các ngân hàng không cần phải thay đổi (tức là hạ cấp) phân loại các khoản nợ được tái cơ cấu. Bộ đệm an toàn vốn thỏa đáng cho phép các ngân hàng thực hiện tái cơ cấu nợ một cách hiệu quả mà không gặp căng thẳng về tài chính. Tỷ lệ an toàn vốn có giảm nhẹ nhưng không xấu đi (tính đến tháng 3 năm 2022, tỷ lệ an toàn vốn yêu cầu là 8%, tương thích với Basel II, được áp dụng cho 85 tổ chức trong số 96 ngân hàng thương mại) (Hình 1.15). Tuy nhiên, để tránh làm suy yếu lợi nhuận và bộ đệm vốn của ngành ngân hàng, các ngân hàng đã được yêu cầu chia cổ tức cho cổ đông bằng cổ phiếu thay vì bằng tiền mặt. Bên cạnh đó, các ngân hàng quốc doanh đã cung cấp khoản vay ưu đãi cho những ngành nghề bị ảnh hưởng.

Hình 1.15. Hầu hết các ngân hàng thương mại dường như có đủ bộ đệm an toàn vốn

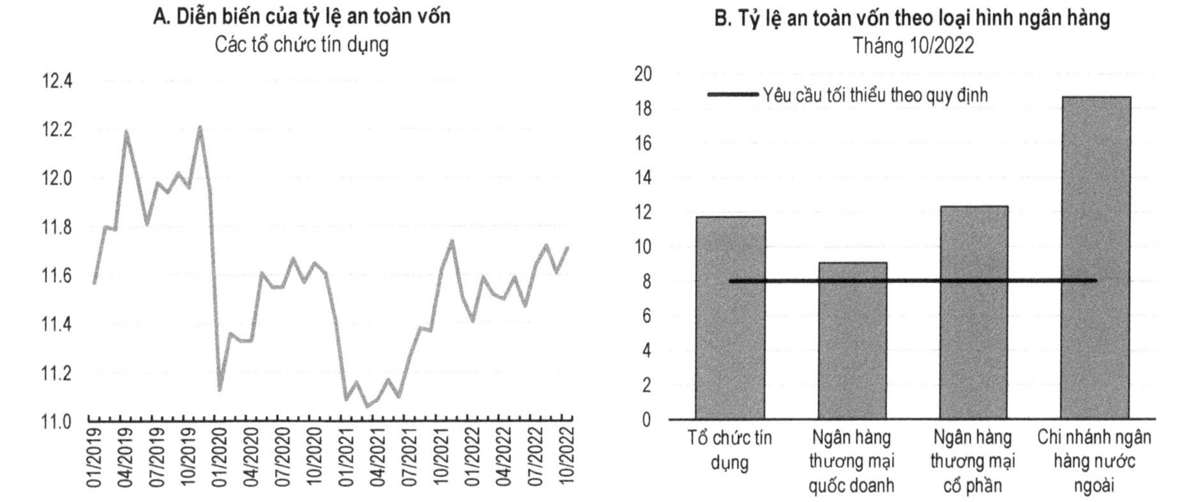

Nguồn: CEIC và Ngân hàng Nhà nước Việt Nam.

StatLink https://stat.link/lgho72

Do những biện pháp xử lý khẩn cấp này, nhất là tái cơ cấu nợ, đã được loại bỏ cùng với quá trình phục hồi kinh tế, việc tăng cường giám sát trở nên quan trọng hơn. Các lĩnh vực xây dựng, thương mại và dịch vụ, vốn bị ảnh hưởng nặng nề bởi đại dịch, chiếm tỷ trọng lớn trong dư nợ cho vay của ngân hàng (lần lượt là 9%, 24% và 38% vào cuối năm 2021, trong khi sản xuất chế tạo là 19%). Sự phục hồi kinh tế nhanh chóng đã giúp hạn chế tỷ lệ nợ xấu, nhưng các biện pháp tạm thời cũng có thể che giấu tình trạng xấu đi của chất lượng tài sản. Ví dụ, ước tính của IMF cho thấy tỷ lệ nợ xấu, bao gồm cả nợ xấu ngoại bảng được đưa vào Công ty Quản lý tài sản của các tổ chức tín dụng Việt Nam, sẽ tăng khoảng 2,5 điểm phần trăm từ năm 2019 đến năm 2020 nếu không tính đến các trường hợp được hoãn xử lý theo quy định (IMF, 2021[36]). Các biện pháp tạm thời sẽ giúp những doanh nghiệp không còn khả năng hoạt động tiếp tục sống sót một cách không cần thiết, làm suy yếu lợi nhuận của ngân hàng. Điều này cũng có thể cản trở việc phân bổ nguồn lực hiệu quả hơn trong toàn bộ nền kinh tế, khi nguồn lực bị khai thác bởi các doanh nghiệp hoạt động kém hiệu quả. Do biện pháp tái cơ cấu nợ tạm thời đã hết hạn trong tháng 6 năm 2022, chất lượng khoản vay cần được nhìn nhận một cách thỏa đáng và các ngân hàng cần tiến hành trích lập dự phòng cần thiết hoặc xóa sổ phù hợp với việc phân loại nợ áp dụng trong điều kiện kinh tế thông thường, trong khi tránh làm ảnh hưởng tới chất lượng bảng cân đối kế toán. Để đạt mục tiêu này, Ngân hàng Nhà nước Việt Nam cần tăng cường giám sát từng ngân hàng cá nhân.

Bên cạnh đó, cũng có thể tăng cường hơn nữa các giải pháp dựa trên thị trường đối với nợ xấu. So với các giải pháp nội bảng, chẳng hạn như trích lập dự phòng nghiêm ngặt hoặc xóa sổ, việc loại bỏ nợ xấu khỏi bảng cân đối kế toán của ngân hàng thông qua bán trực tiếp có thể giúp tránh xói mòn vốn và khả năng sinh lời của ngân hàng (OECD, 2021[37]). Việt Nam đã đi theo hướng này. Vào tháng 4 năm 2022, thời hạn hiệu lực của Nghị quyết 42 được gia hạn từ tháng 8 năm 2022 đến hết năm 2023. Tuy nhiên, vẫn có thể cải thiện hơn nữa (Nguyen, 2021[38]). Vì việc thu giữ tài sản phụ thuộc vào sự hợp tác *có thiện chí* của các con nợ, nên có thể nâng cao quyền của chủ nợ bằng cách quy định rõ ràng rằng các nhà đầu tư thông thường có thể thu giữ tài sản thế chấp mà không cần thông qua phân xử tại tòa án (Asian Development Bank, 2021[39]). Có thể khuyến khích hơn nữa sự tham gia của các nhà đầu tư nước ngoài bằng cách nới lỏng những hạn chế liên quan tới sở hữu bất động sản. Ngoài ra, Công ty Quản lý tài sản của các tổ chức tín dụng Việt Nam (VAMC) có thể tập trung nhiều hơn vào việc mua trực tiếp nợ xấu, để được hưởng lợi từ lợi thế quy mô (Hoang, Nguyen and Le, 2020[40]). VAMC có thể mua nợ xấu từ các tổ chức tín dụng trực tiếp theo giá thị trường hoặc đổi lấy trái phiếu đặc biệt. Trong trường hợp thứ hai, vai trò của VAMC là thụ động, chỉ hỗ trợ các tổ chức tín dụng xử lý nợ xấu và các khoản nợ chưa xử lý được sẽ được trả lại cho các tổ chức tín dụng sau 5 năm, có nghĩa là nợ xấu không được chuyển giao vĩnh viễn mà tạm thời được khoanh trong VAMC. Để tăng cường đòn bẩy của VAMC, vốn điều lệ của công ty này đã tăng từ 500 tỷ đồng lên 5 nghìn tỷ đồng từ năm 2013 đến năm 2019, nhưng cần được tăng thêm, vì vẫn nhỏ hơn tổng nợ xấu trong toàn bộ hệ thống ngân hàng (424 nghìn tỷ đồng tính đến tháng 8 năm 2021 như được xác định trong Nghị quyết 42 (Nguyen, 2021[38])). Các cơ quan chức năng cũng cần cân nhắc giảm vốn điều lệ sau một thời gian xác định trước để tạo thuận lợi cho quá trình xử lý nợ xấu tổng thể.

Hình 1.16. Phục hồi kinh tế đã giúp cho việc quản lý nợ xấu

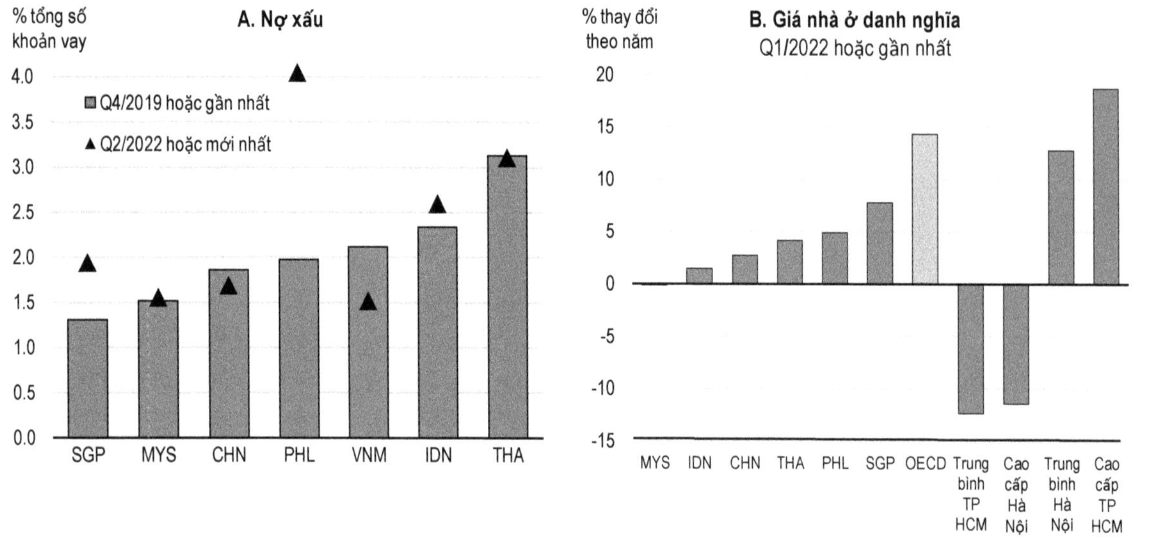

Ghi chú: SGP = Xinh-ga-po, MYS = Ma-lai-xia, CHN = Trung Quốc, PHL = Phi-líp-pin, VNM = Việt Nam, IDN = In-đô-nê-xia, THA = Thái Lan. Biểu đồ B: dữ liệu cho Ma-lai-xia là -0,10. Đối với Việt Nam, dữ liệu hiển thị là chỉ giá của phân khúc thị trường cao cấp và trung bình tại Thành phố Hồ Chí Minh và Hà Nội.
Nguồn: Biểu đồ A: IMF, Financial Soundness Indicators database; Ngân hàng Nhà nước Việt Nam. Biểu đồ B: BIS, Property Prices; OECD, House Prices Indicators database; CBRE và Cushman-Wakefield cho Việt Nam.

StatLink https://stat.link/xf9lpq

Chính phủ có thể thiết lập nhiều môi trường thuận lợi hơn cho hoạt động của thị trường nợ xấu. Các quy trình phá sản cần được đẩy nhanh, vì thủ tục phá sản chậm hơn có thể làm tăng phí bảo hiểm rủi ro và do đó làm giảm giá trị tài sản (OECD, 2021[37]). Nghiên cứu đã chỉ ra rằng ở Việt Nam, quá trình ra phán quyết của tòa án và việc thực thi phán quyết liên quan tới giải quyết nợ xấu thường kéo dài và bị trì hoãn với nhiều vụ việc tồn đọng (Asian Development Bank, 2021[39]) (Nguyen, 2021[38]). Việt Nam có thể cân nhắc áp dụng một quy trình xử lý nhanh và cải thiện các thủ tục ngoài tòa án trong bối cảnh có khung pháp lý về phá sản toàn diện hơn cho các doanh nghiệp và hộ gia đình (xem Chương 2). Thủ tục phá sản của tòa án hiện nay hiếm khi được sử dụng vì phức tạp và mất thời gian. Hơn nữa, một số quốc gia châu Âu đã thiết lập một nền tảng thu thập dữ liệu nợ xấu và đóng vai trò như một kho dữ liệu trung tâm (OECD, 2021[37]). Những nền tảng này giúp cải thiện sự minh bạch của thị trường, từ đó có thể mở rộng tính đa dạng của các tài sản giao dịch và thu hút các nhà đầu tư mới. Năm 2021, Việt Nam đã ra mắt sàn giao dịch để tạo thuận lợi cho thị trường nợ xấu thứ cấp. Nền tảng giao dịch nợ xấu này có thể được mở rộng để bao gồm cả thu thập và lưu trữ dữ liệu nợ.

Việc thu thập và phổ biến dữ liệu liên quan đến các điều kiện thị trường bất động sản cũng cần được cải thiện. Giống như ở nhiều quốc gia khác, việc giám sát diễn biến thị trường bất động sản là rất quan trọng để xây dựng chính sách thị trường tài chính, vì có một loạt các tác động tiềm tàng, gồm cả đối với tài sản của hộ gia đình và bảng cân đối kế toán của các ngân hàng. Thực tế, Ngân hàng Nhà nước Việt Nam đã chỉ đạo các ngân hàng giám sát chất lượng khoản vay đối với lĩnh vực bất động sản trong những năm qua. Mặc dù có một số khác biệt, ví dụ như sự sẵn có dữ liệu khu vực, một số quốc gia đã công bố số liệu thống kê giá bất động sản nhà ở (Scatigna, Szemere and Tsatsaronis, 2014[41]). Đặc biệt, dữ liệu về giá cả này cung cấp thông tin quan trọng cho việc triển khai các chính sách an toàn vĩ mô. Ở Việt Nam, chính phủ đã thu thập thông tin về thị trường bất động sản từ năm 2015. Tuy nhiên, số liệu thống kê chính thức về giá bất động sản chưa được tổng hợp (IMF Statistics Department, 2019[42]), và việc xây dựng các số liệu thống kê này là rất quan trọng, nhất là giá bất động sản nhà ở. Các quốc gia khác thuộc ASEAN-6 định kỳ công bố số liệu thống kê về giá bất động sản nhà ở (Phi-líp-pin bắt đầu công bố từ năm 2016) (Hình 1.16, Biểu đồ B). Tính kịp thời của dữ liệu sẽ là đặc biệt quan trọng. Hầu hết các quốc gia công bố dữ liệu hàng quý trong vòng ba tháng sau thời điểm tham chiếu. So với bất động sản nhà ở, số liệu thống kê về giá bất động sản thương mại là khó tổng hợp do sự không đồng nhất của các phân khúc thị trường và sự khan hiếm của dữ liệu giao dịch đại diện (Deryol et al., 2019[43]). Chỉ một nhóm nhỏ các nước công bố những số liệu thống kê này, bao gồm In-đô-nê-xia và Xinh-ga-po. Việt Nam thu thập thông tin về thị trường bất động sản thương mại dựa trên Nghị định 117. Sẽ rất hữu ích khi khám phá việc sử dụng dữ liệu hành chính liên quan tới bất động sản thương mại cho việc giám sát diễn biến thị trường.

Có thể phát triển hơn nữa thị trường tài chính thông qua tự do hóa

Trong trung hạn, Việt Nam có thể theo đuổi một cuộc cải cách toàn hệ thống trong lĩnh vực ngân hàng, với mục tiêu tạo thuận lợi cho việc phân bổ tín dụng cho các ngành nghề có hiệu suất cao hơn. Hiện tại, một số quy định đang được triển khai như một phần của các biện pháp an toàn. Bên cạnh mục tiêu tăng trưởng tín dụng hàng năm ở cấp độ quốc gia, Ngân hàng Nhà nước Việt Nam ấn định mức trần tăng trưởng tín dụng cho từng ngân hàng riêng rẽ dựa trên năng lực của họ. Quy định trần lãi suất tiền gửi đối với tiền gửi không kỳ hạn và có kỳ hạn dưới 6 tháng; trần lãi suất cho vay ngắn hạn đối với nhu cầu vốn thuộc ngành, lĩnh vực ưu tiên. Mức trần tăng trưởng tín dụng cho từng ngân hàng được đưa ra sau cuộc Khủng hoảng tài chính toàn cầu, khi thanh khoản dồi dào do các hoạt động can thiệp tiền tệ dẫn đến việc định giá tài sản quá cao (Tran-Thi and Vu-Thanh, 2020[44]). Trần lãi suất huy động nhằm mục tiêu ngăn chặn tình trạng cạnh tranh quá mức giữa các ngân hàng có tỷ suất lợi nhuận thấp. Khi nguồn vốn và khả năng sinh lời của các ngân hàng được cải thiện, có thể dần dần loại bỏ những quy định cũ này để chuyển sang phân bổ tín dụng dựa trên thị trường nhiều hơn. Đồng thời, thay vì cách tiếp cận quy định chi tiết, Việt Nam có thể áp dụng các biện pháp an toàn vĩ mô được sử dụng ở những quốc gia khác, ví dụ như các bộ đệm vốn nghịch chu kỳ và tỷ lệ cho vay trên giá trị tài sản đảm bảo, trao quyền tự chủ nhiều hơn cho các ngân hàng. Về vấn đề này, việc đạt được mục tiêu Basel II vào năm 2023 là bước đi quan trọng đầu tiên. Trong năm 2020, chính phủ đã khởi động một chương trình nhằm tăng tỷ trọng vốn của bốn ngân hàng thương mại quốc doanh; đây là một bước đi đúng hướng. Việc nới lỏng hạn chế sở hữu của nước ngoài ở mức 30% cũng sẽ giúp tăng cường bộ đệm vốn của ngân hàng. Những cải cách này có thể mở đường cho một chế độ tỷ giá hối đoái linh hoạt hơn, từ đó có thể tăng cường truyền dẫn chính sách tiền tệ.

Việc nuôi dưỡng khu vực tài chính phi ngân hàng cũng trở nên quan trọng hơn. So với các quốc gia Đông Nam Á khác, sự phát triển gần đây của thị trường tài chính Việt Nam chủ yếu được thúc đẩy bởi các ngân hàng. Cho dù có sự phát triển gần đây của các dịch vụ mới, như thanh toán di động, nhìn chung khu vực tài chính phi ngân hàng vẫn chưa phát triển. Đa dạng hóa các kênh tài chính có thể giúp giảm sự chi phối của các ngân hàng quốc doanh (đang nắm giữ hơn 40% tài sản của tất cả các tổ chức tín dụng tính đến cuối năm 2020) và sẽ giúp thúc đẩy phân bổ nguồn lực hiệu quả hơn (World Bank Group, 2019[45]). Các hộ gia đình cũng sẽ được hưởng lợi từ việc có nhiều lựa chọn tiết kiệm đa dạng hơn. Gần đây, ngày càng ít hộ gia đình ưa chuộng tiết kiệm dưới dạng tiền mặt hoặc kim loại quý, chẳng hạn như vàng (Nguyen and Floro, 2019[46]). Tạo ra lợi nhuận từ các khoản đầu tư dài hạn đã trở thành một động lực quan trọng để các hộ gia đình phân bổ tiết kiệm thông qua các phương tiện tài chính chính thức (Ha, 2019[47]). Hơn nữa, nhu cầu đầu tư xanh gia tăng làm tăng nhu cầu tiếp cận nhiều hơn tới nguồn vốn dài hạn thông qua các thị trường tài chính đa dạng và sâu rộng hơn. Mặc dù tăng trưởng đều đặn, thị trường tài chính phi ngân hàng vẫn rất hạn chế. Ví dụ, tổng phí bảo hiểm bằng 2.6% GDP trong năm 2021, so với mức trung bình 3.5% của ASEAN. Như vậy, cần khuyến khích hơn nữa sự phát triển của các nhà đầu tư thể chế tư nhân, như các công ty bảo hiểm và quỹ hưu trí tư nhân (quỹ hưu trí tư nhân đầu tiên được ra mắt năm 2021). Điều này cũng cần song hành với việc nâng cao giáo dục và bảo vệ người tiêu dùng, nhất là nâng cao hiểu biết về tài chính. Hiểu biết về tài chính có thể giúp bảo vệ người tiêu dùng. Bên cạnh đó, nó có thể giúp khuyến khích người tiêu dùng tích cực hơn trong việc áp dụng các công cụ tài chính mới, như công nghệ tài chính (Fintech) (Morgan and Trinh, 2020[48]). Việc tiếp thêm sức mạnh cho tính năng động của khu vực tư nhân thông qua cải cách quy định và tự do hóa thị trường cũng có thể tạo thuận lợi cho những người chơi mới tham gia thị trường tài chính phi ngân hàng (xem Chương 2). Thị trường chứng khoán đã tăng trưởng tương đối nhanh (vốn hóa thị trường bằng 69% GDP vào cuối năm 2020, tăng từ mức 32% vào cuối năm 2010), nhưng các doanh nghiệp nhà nước trước đây chiếm phần lớn trong số các công ty niêm yết (WTO, 2021[49]).

Trên khía cạnh đối ngoại, sự tiếp xúc hạn chế với các thị trường tài chính quốc tế đã bảo vệ Việt Nam khỏi những cú sốc từ bên ngoài trong đại dịch. Quy định về tài khoản vốn đã được tự do hóa từ giữa những năm 2000, nhưng vẫn có những hạn chế nghiêm ngặt đối với các giao dịch xuyên biên giới. Ví dụ, các khoản vay nước ngoài của khu vực tư nhân được áp đặt mức trần. Theo đó, mức nợ nước ngoài của khu vực tư nhân bị hạn chế (Hình 1.17, Biểu đồ A). Dòng vốn vào của đầu tư gián tiếp nước ngoài ổn định nhưng hạn chế từ trước đại dịch. Theo đó, trái ngược với các quốc gia Đông Nam Á khác, nơi danh mục đầu tư của người không cư trú chứng kiến sự thoái vốn mạnh mẽ vào đầu năm 2020, dòng vốn rút khỏi Việt Nam hầu như không đáng kể từ khi đại dịch bùng phát (Hình 1.7, Biểu đồ B).

Về trung hạn, Việt Nam nên cân nhắc từng bước tự do hóa hơn nữa tài khoản vốn của mình. Cải cách này cần nhất quán chặt chẽ với việc chuyển đổi cả các khuôn khổ chính sách thị trường tài chính và tiền tệ. Mặc dù danh mục đầu tư gián tiếp nước ngoài dễ biến động sẽ đi kèm với các rủi ro tiềm tàng, chẳng hạn như định giá quá cao tài sản, biến động tỷ giá hối đoái và chấm dứt đột ngột, nó cũng có thể có tác động tích cực đến tăng trưởng kinh tế bằng cách cung cấp nguồn lực tài chính cho các doanh nghiệp năng động hơn (Working Group of Committee on the Global Financial System, 2021[50]). Cải thiện các yếu tố nền tảng của kinh tế vĩ mô và khuôn khổ thể chế, gồm cả lĩnh vực tài chính lành mạnh, có thể giúp giảm thiểu những rủi ro này cùng với các biện pháp an toàn vĩ mô (Working Group of Committee on the Global Financial System, 2021[50]). Thật vậy, trong suốt đại dịch, đầu tư gián tiếp của các cá nhân không cư trú có một số khác biệt giữa các quốc Đông Nam Á khác nhau. Ở một số nước, dòng vốn vào đã quay lại nhanh chóng kể từ quý 2 năm 2020. Điều này cho thấy rằng trong khi các điều kiện thị trường tài chính toàn cầu có vai trò quan trọng, song các yếu tố kinh tế cơ bản và khuôn khổ chính sách cũng ảnh hưởng tới tính ổn định của dòng vốn đầu tư. Đặc biệt, để đi theo hướng này, Việt Nam cần tăng cường các biện pháp an toàn vĩ mô. Trái ngược với những biện pháp quản lý trực tiếp dòng vốn, các biện pháp an toàn vĩ mô tập trung vào tính dễ bị tổn thương của khu vực tài chính trong nước. Gần đây, một số quốc gia Đông Nam Á đang phát triển các công cụ bảo đảm an toàn vĩ mô. Ví dụ, In-đô-nê-xia đã sử dụng ngày càng nhiều những công cụ này (Working Committee on Capital Account Liberalisation, 2019[51]) (Hộp 1.3).

Hộp 1.3. Bộ công cụ chính sách an toàn vĩ mô toàn diện của In-đô-nê-xia

In-đô-nê-xia đã phát triển và tăng cường các công cụ chính sách an toàn vĩ mô từ cuối những năm 2000. Hiện tại, Ngân hàng In-đô-nê-xia đang sử dụng bốn biện pháp chống chu kỳ, bên cạnh việc cung cấp thanh khoản khẩn cấp cho ngân hàng có hạn chế về thanh khoản (Hỗ trợ Thanh khoản ngắn hạn).

Bộ đệm vốn nghịch chu kỳ: Quy định này đòi hỏi các ngân hàng phải duy trì một bộ đệm vốn bổ sung trong giai đoạn mở rộng. Khi nền kinh tế suy giảm, các ngân hàng có thể sử dụng bộ đệm. Bộ đệm yêu cầu có thể dao động từ 0% tới 2.5% tài sản có rủi ro tùy theo các điều kiện kinh tế và tài chính. Ngân hàng trung ương ấn định tỷ lệ này sáu tháng một lần. Biện pháp này bắt đầu từ năm 2016.

Cho vay theo giá trị/Tài trợ theo giá trị: Ngân hàng trung ương quy định tỷ lệ giá trị cho vay mà một người mua nhà có thể vay dựa trên giá trị bất động sản và tỷ lệ khoản thanh toán ban đầu tối thiểu theo giá trị ô tô xe máy được mua. Các tỷ lệ theo quy định được điều chỉnh tùy theo diễn biến trên thị trường bất động sản nhà ở và trong các khoản vay tiêu dùng đối với ô tô xe máy để tránh rủi ro tài chính dồn nén trong những lĩnh vực này. Quy định này được áp dụng từ năm 2012.

Tỷ lệ trung gian an toàn vĩ mô: Biện pháp này quy định tỷ lệ cho vay trên vốn tài trợ của các ngân hàng. Chứng khoán do các tập đoàn phi tài chính phát hành và có xếp hạng đầu tư tốt có thể được đưa vào trong tính toán (như một phần của mẫu số). Tỷ lệ này được điều chỉnh theo các điều kiện kinh tế và tài chính. Quy định này bắt đầu như là quy định về tỷ lệ cho vay trên tiền gửi vào năm 2010.

Bộ đệm thanh khoản an toàn vĩ mô: Quy định này yêu cầu các ngân hàng có một bộ đệm thanh khoản dưới dạng chứng khoán. Chúng có thể được sử dụng cho các hoạt động tiền tệ của Ngân hàng In-đô-nê-xia tới một tỷ lệ phần trăm tối thiểu của số tiền gửi bằng đồng ru-pi. Tỷ lệ này được điều chỉnh theo các điều kiện kinh tế và tài chính. Hình thức ban đầu của quy định này được áp dụng vào năm 2009.

Nguồn: (Bank Indonesia, 2019[52]), (Working Committee on Capital Account Liberalisation, 2019[51]).

Bên cạnh đó, đầu tư gián tiếp ra nước ngoài của người dân đã trở nên quan trọng hơn đối với nhiều nền kinh tế thị trường mới nổi. Ở các nước Đông Nam Á khác, chẳng hạn như Ma-lai-xia và Thái Lan, nhu cầu đầu tư cho dân số đang già hóa và sự gia tăng của các nhà đầu tư tổ chức đã dẫn đến việc mở rộng dòng vốn đầu tư ra nước ngoài (McGuire et al., 2021[53]). Do các thị trường tài chính trong nước kém phát triển hơn ở những quốc gia này, các nhà đầu tư tổ chức – như các công ty bảo hiểm – tìm kiếm các cơ hội đầu tư ở nước ngoài với vai trò là chủ nợ. Điều này đòi hỏi sự giám sát bổ sung đối với các tổ chức tài chính phi ngân hàng này, vốn nhiều khả năng đối mặt với rủi ro tiền tệ. Điều này có nghĩa rằng mặc dù lĩnh vực tài chính phi ngân hàng vẫn chưa phát triển ở Việt Nam, việc giám sát lĩnh vực này sẽ cần được tăng cường trong trung hạn cùng với việc tự do hóa các giao dịch tài chính xuyên biên giới.

Hình 1.17. Việt Nam ít tiếp xúc hơn với các thị trường tài chính quốc tế

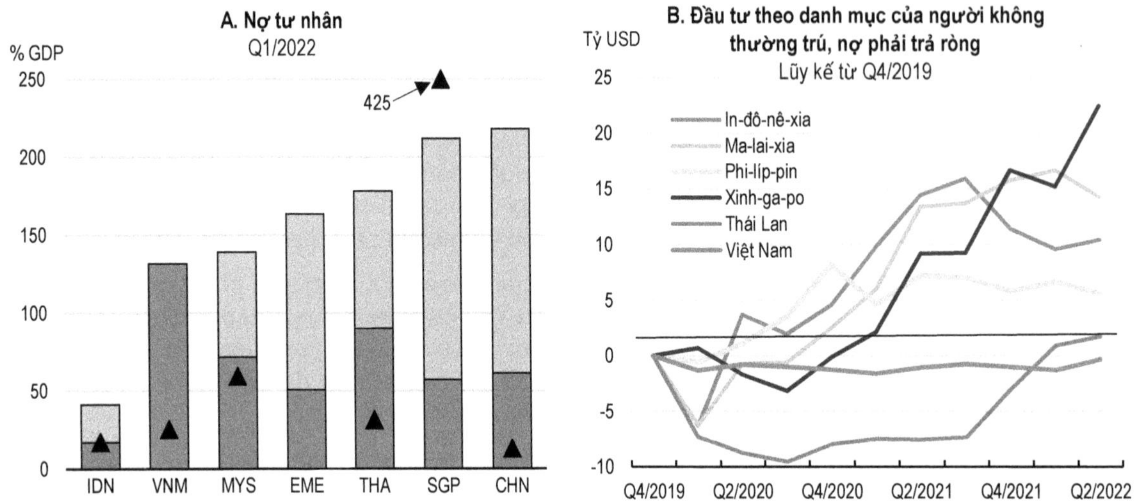

Ghi chú: CHN = Trung Quốc, IDN = In-đô-nê-xia, MYS = Ma-lai-xia, SGP = Xinh-ga-po, VNM = Việt Nam. Trong Biểu đồ A, EME bao gồm các nước Ác-hen-ti-na, Bra-xin, Chi-lê, Trung Quốc, Cô-lôm-bia, Cộng hòa Séc, Đặc khu hành chính Hồng Kông, Hung-ga-ri, Ấn Độ, In-đô-nê-xia, Ix-ra-en, Hàn Quốc, Ma-lai-xia, Mê-hi-cô, Ba Lan, Nga, A-rập Xê-út, Xinh-ga-po, Nam Phi, Thái Lan và Thổ Nhĩ Kỳ. Nợ của hộ gia đình và nợ của công ty phi tài chính chỉ tín dụng được cung cấp bởi tất cả các lĩnh vực tài chính, bao gồm người không thường trú, ngoại trừ đối với Việt Nam khi hạng mục nợ này chỉ bao gồm tín dụng do các ngân hàng cung cấp. Hơn nữa, không có dữ liệu phân chia cụ thể ở đây, do vậy cột màu đỏ biểu thị toàn bộ nợ tư nhân ở Việt Nam.
Nguồn: BIS; CEIC; và Ngân hàng Nhà nước Việt Nam.

StatLink https://stat.link/h9yveq

Chính sách tài khóa minh bạch hơn sẽ giúp tăng cường hiệu quả chính sách

Sự thận trọng trong quá khứ đã mang lại dư địa tài khóa, nhưng thách thức đang xuất hiện nhiều hơn

Việt Nam đã cải thiện khung chính sách tài khóa trong những năm qua, góp phần giúp chính phủ có dư địa tài khóa rộng rãi khi đại dịch tác động tới nền kinh tế. Luật Ngân sách Nhà nước sửa đổi năm 2015 quy định việc thiết lập chính sách tổng thể. Chính phủ cần chuẩn bị các kế hoạch tài khóa 5 năm một lần ("Kế hoạch tài chính"), làm cơ sở cho các Kế hoạch Phát triển kinh tế - xã hội 5 năm. Tương tự như kế hoạch tài khóa trung hạn của các quốc gia khác, kế hoạch tài khóa của Việt Nam bao gồm một số mục tiêu tài khóa, trong đó có dự báo thâm hụt và giới hạn nợ. Bên cạnh ngân sách hàng năm, kế hoạch ba năm cuốn chiếu ("Kế hoạch tài chính - ngân sách nhà nước") được lập hàng năm để giám sát tính nhất quán giữa kế hoạch trung hạn và việc thực hiện chính sách thực tế. Trong số các quốc gia Đông Nam Á, Việt Nam là một trong những nước có các quy định tài khóa chi tiết hơn, chẳng hạn như quy định thu ngân sách và mức trần chi tiêu cho các chương trình (OECD/ADB, 2019[54]). Cùng với tốc độ tăng trưởng kinh tế cao, những quy định này đã giúp thâm hụt chính phủ giảm đều đặn từ năm 2015.

Trong khi định hướng chính sách đang dần được bình thường hóa, chính sách tài khóa nên được coi là biện pháp phòng vệ đầu tiên nếu điều kiện kinh tế xấu đi. Trong đại dịch, việc gia tăng chi tiêu và các biện pháp dự phòng ảnh hưởng tạm thời hoặc lâu dài đến thu ngân sách (như hoãn thuế hoặc cắt giảm thuế) đã làm tăng thâm hụt của chính phủ (Hình 1.18, Biểu đồ A). Tuy nhiên, mức tăng này là nhỏ hơn so với các quốc gia Đông Nam Á khác. Trên thực tế, chính phủ đã ưu tiên phân bổ lại chi tiêu từ các lĩnh vực chính sách khác để hạn chế tích lũy nợ (Madani, Nguyen and Nguyen, 2021[11]). Các doanh nghiệp nhà nước (ví dụ các khoản vay ưu đãi do các ngân hàng quốc doanh cung cấp) và các quỹ ngoài ngân sách (như quỹ an sinh xã hội) cũng được huy động để hỗ trợ thêm về tài chính cho các hộ gia đình và doanh nghiệp bị ảnh hưởng. Cùng với tăng trưởng kinh tế tích cực, những nỗ lực này đã giúp kiềm chế sự gia tăng nợ chính phủ ở mức vừa phải (Hình 1.18, Biểu đồ B). Mặc dù kế hoạch ngân sách kỳ vọng có sự giảm nhẹ thâm hụt của chính phủ trong bối cảnh nền kinh tế phục hồi ổn định, nhưng có thể trì hoãn việc củng cố tài khóa nếu rủi ro suy giảm thành hiện thực. Đặc biệt, cần ưu tiên hỗ trợ có đối tượng mục tiêu cho các hộ nghèo bị ảnh hưởng bởi giá năng lượng và lương thực cao. Chính phủ đã hạ trần nợ chính phủ từ mức 54% GDP trong giai đoạn 2016-2020 xuống còn 50% GDP cho giai đoạn 2021-2025. Tuy nhiên, do GDP danh nghĩa tăng 25% sau các điều chỉnh thống kê, điều này hàm ý rằng mức trần nợ thực tế đã tăng lên khoảng 7% theo tính toán của OECD, giúp chính phủ linh hoạt hơn trong bối cảnh môi trường bất định hiện nay.

Hình 1.18. Đại dịch làm tăng thâm hụt tài khóa của Việt Nam, nhưng nợ công được quản lý tốt

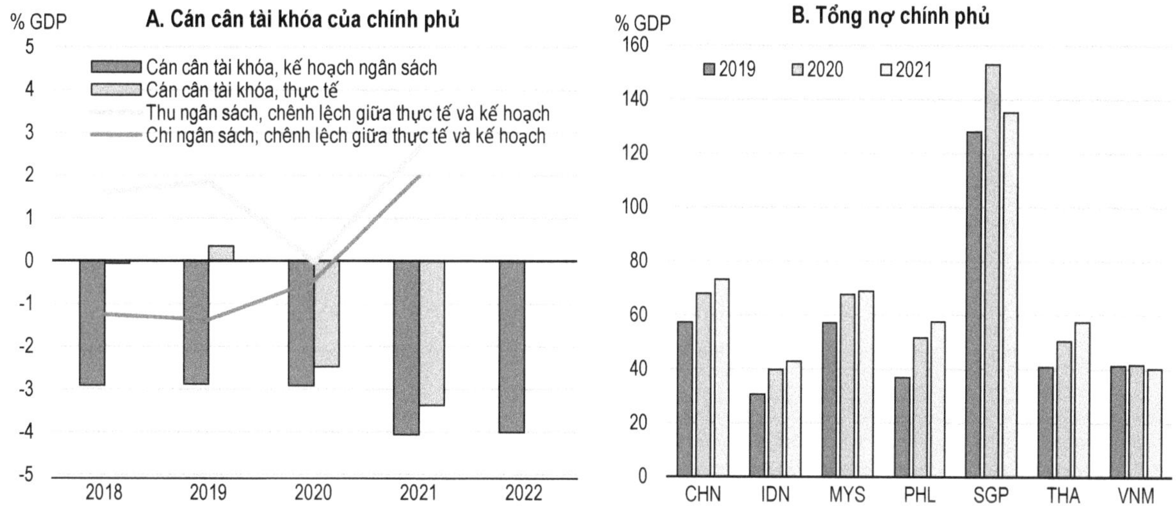

Ghi chú: CHN = Trung Quốc, IDN = In-đô-nê-xia, MYS = Ma-lai-xia, PHL = Phi-líp-pin, SGP = Xinh-ga-po, THA = Thái Lan, VNM = Việt Nam. Biểu đồ A: Dữ liệu thực tế cho năm 2021 là ước tính lần hai. Biểu đồ B: Trung Quốc và Phi-líp-pin bao gồm các nguồn quỹ an sinh xã hội.
Nguồn: CEIC; Bộ Tài chính Việt Nam; IMF, World Economic Outlook database; và tính toán của OECD.

StatLink https://stat.link/myftud

Trong trung hạn, sẽ cần cải cách tài khóa hơn nữa, được hỗ trợ bằng kế hoạch củng cố vững chắc bao quát cả các khía cạnh thu và chi ngân sách chính phủ cũng như quản lý nợ công, vì nhu cầu chi tiêu dự kiến sẽ tăng nhanh do đầu tư công vào số hóa, chuyển đổi sang nền kinh tế xanh hơn và dân số già hóa (Hình 1.19). Thật vậy, tỷ số phụ thuộc già sẽ tăng với tốc độ thuộc nhóm nhanh nhất ở Đông Nam Á, từ mức 11% hiện tại lên tới 33% trong năm 2050. Một số người dân chưa nằm trong hệ thống an sinh xã hội và việc chi tiêu chăm sóc sức khỏe cho người dễ bị tổn thương, gồm cả một số đối tượng người cao tuổi, được chính phủ trợ cấp. Do vậy, dân số già hóa sẽ đòi hỏi chính phủ chi tiêu từ nguồn thu thuế nhiều hơn cho chăm sóc y tế, cũng như trợ cấp xã hội. Ngoài ra, sự phát triển kinh tế cao hơn sẽ thúc đẩy chi tiêu bình quân đầu người cho y tế cao hơn. Cải cách tài khóa nên bao gồm tăng cường khung chính sách tài khóa và tăng nguồn thu của chính phủ. Kế hoạch trung hạn cũng có thể bao gồm các kịch bản kinh tế khác nhau, nâng cao tính minh bạch và trách nhiệm giải trình lớn hơn của kế hoạch.

Việc tăng cường tái phân phối của chính phủ sẽ trở nên quan trọng hơn để cải thiện hiệu quả và hiệu lực của chính sách tài khóa. Bất bình đẳng thu nhập cao hơn so với mức trung bình OECD, nhưng thấp hơn so với hầu hết các quốc gia Đông Nam Á khác. Tỷ lệ tham gia lực lượng lao động cao, đặc biệt là phụ nữ, đã góp phần vào việc phân phối thu nhập bình đẳng hơn (Phụ lục 1.A.). Mặt khác, dù Việt Nam có mức chi tiêu xã hội cao hơn so với các quốc gia Đông Nam Á khác, song việc tái phân phối của chính phủ chỉ ở mức vừa phải (Hình 1.20). Chi tiêu xã hội tăng đều đặn nhờ sự phát triển của hệ thống an sinh xã hội (chi an sinh xã hội đã tăng từ 3.1% GDP năm 2010 lên tới 5.0% vào năm 2019), nhưng sự chênh lệch giữa các hệ số GINI khả dụng và thị trường hầu như không thay đổi trong giai đoạn này. Trong bối cảnh đó, cải cách an sinh xã hội, đáng chú ý là mở rộng diện bao phủ của quỹ hưu trí nhà nước, là rất quan trọng. Những cải cách này có thể mang lại sự phân công rõ ràng hơn giữa an sinh xã hội và trợ cấp xã hội, giúp cải thiện hiệu quả của chi tiêu xã hội tổng thể (xem dưới đây). Tăng cường tính bền vững của quỹ lương hưu cũng rất quan trọng để ngăn việc chuyển giao tài chính nhiều hơn nữa từ ngân sách nhà nước sang các quỹ an sinh xã hội.

Hình 1.19. Tăng thu ngân sách là rất quan trọng để chuẩn bị cho việc già hóa dân số nhanh

Các kịch bản nợ chính phủ

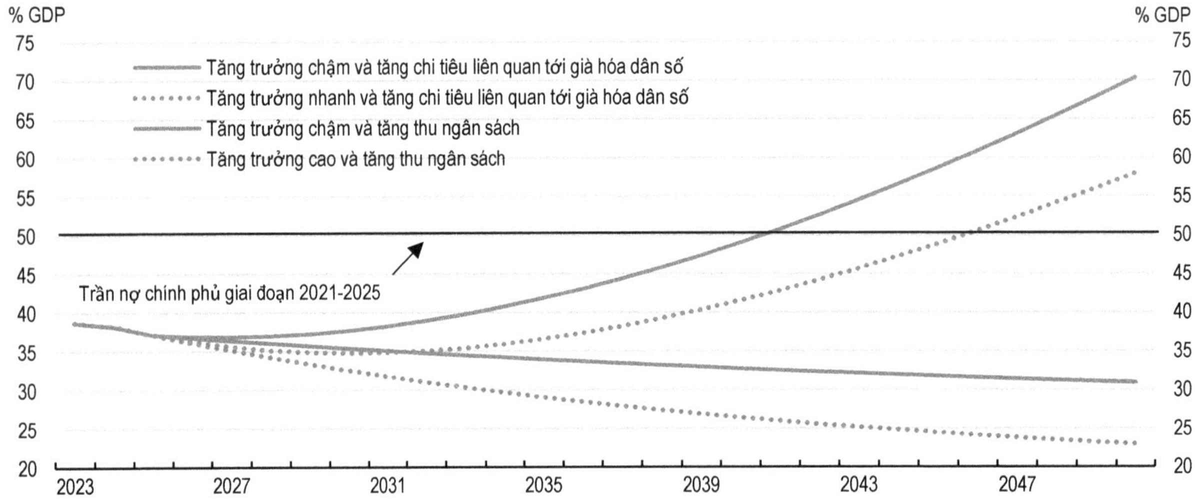

Ghi chú: Do hạn chế về dữ liệu, các khoản nợ an sinh xã hội không được xem xét và không giả định có sự chuyển giao tài chính bổ sung từ ngân sách nhà nước sang các quỹ an sinh xã hội. Kịch bản tăng chi tiêu liên quan đến già hóa dân số giả định rằng chi trợ cấp xã hội của chính phủ sẽ tăng lên mức 4% GDP vào năm 2050, trong khi phần còn lại của phúc lợi xã hội sẽ được chi trả bởi quỹ an sinh xã hội. Tổng chi phúc lợi xã hội được giả định sẽ chiếm 20% GDP vào năm 2050, tương tự như mức hiện tại của các nước châu Âu có tỷ số phụ thuộc già vào khoảng 30%. Tỷ số phụ thuộc già của Việt Nam được giả định sẽ tăng lên cùng mức (33%) vào năm 2050 theo dự báo của Liên hợp quốc. Chi tiêu của các quỹ an sinh xã hội được giả định sẽ tăng tỷ lệ thuận với sự gia tăng của tỷ số phụ thuộc già. Kịch bản tăng thu giả định rằng cân đối cơ bản được duy trì ở mức -1% GDP trong suốt thời kỳ ước tính, có nghĩa là các điều chỉnh chính sách được thực hiện để bù đắp mức tăng chi tiêu liên quan đến già hóa dự kiến. GDP danh nghĩa được giả định sẽ tăng trưởng 10% theo kịch bản tăng trưởng cao và 8% từ năm 2025 trong kịch bản tăng trưởng thấp. Lãi suất được cố định ở mức 4% dựa trên mức trung bình trong quá khứ.
Nguồn: Tính toán của OECD.

StatLink https://stat.link/mj51ec

Hình 1.20. Bất bình đẳng thu nhập của Việt Nam thấp nhất trong khu vực

Năm 2020 hoặc năm gần nhất có dữ liệu

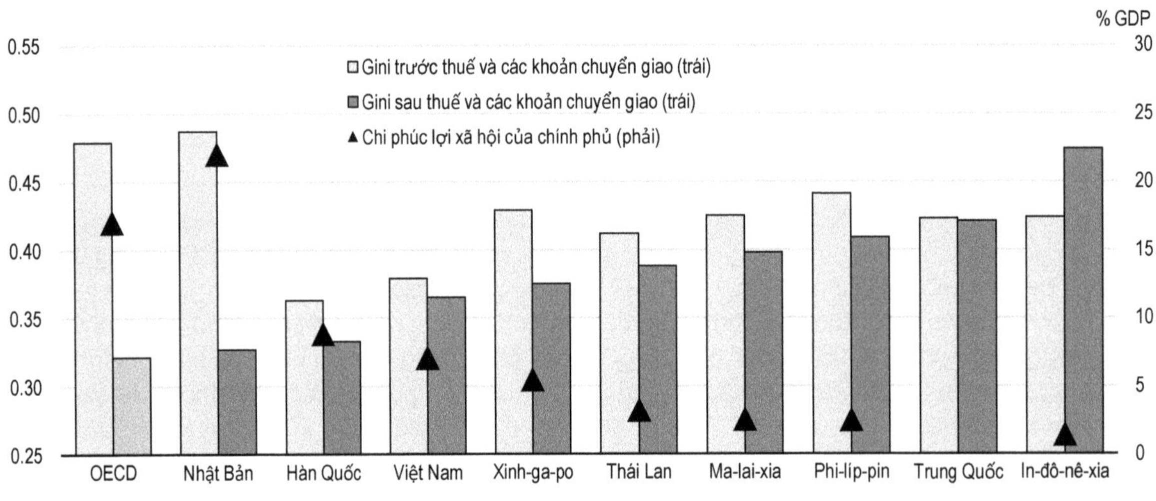

Ghi chú: Chuyển giao của ngân sách nhà nước cho chương trình bảo hiểm xã hội chưa được bao gồm trong chi phúc lợi xã hội cho Việt Nam.
Nguồn: F. Solt (2020), "Measuring Income Inequality Across Countries and Over Time: The Standardized World Income Inequality Database", Social Science Quarterly 101(3):1183-1199, SWIID Version 9.2, December 2021; IMF, Government Finance Statistics database; Malaysia's Social Security Organisation (SOCSO), Annual Report; Tổng cục thống kê Việt Nam.

StatLink https://stat.link/eoaph7

Cần tiếp tục cải cách để cải thiện hiệu quả hoạt động của khung tài khóa

Việc cải cách một số thông lệ tài khóa, nhất là việc chuyển nguồn ngân sách tăng thu (chênh lệch giữa kế hoạch và thực tế) và tiết kiệm chi qua các năm, là cần thiết để khung chính sách tài khóa mới đạt được các mục tiêu của nó. Mặc dù đã thu hẹp trong đại dịch, sự chênh lệch giữa ngân sách theo dự toán và quyết toán cuối cùng, cả về mặt thu và chi, là rất lớn (Hình 1.18, Biểu đồ A). Điều này được cho là do nhiều nguyên nhân, chẳng hạn như ước tính thu ngân sách thận trọng của chính quyền địa phương để được chuyển giao tài chính nhiều hơn và quá trình giải phóng mặt bằng làm chậm trễ việc thi công các công trình công cộng (ví dụ: tranh chấp về đền bù) (Madani, Nguyen and Nguyen, 2021[11]). Về việc thu ngân sách, chênh lệch giữa thu thuế theo kế hoạch và thực tế đã giảm do những nỗ lực của chính phủ, bao gồm việc cải thiện các kỹ thuật dự báo, từ mức trung bình 8.8% trong giai đoạn 2011-2015 xuống còn 6.5% trong giai đoạn 2016-2020. Mặc khác, thông lệ chuyển nguồn từ năm trước khiến cho việc giám sát chính sách tài khóa là rất khó khăn ở cấp vĩ mô (World Bank and Government of Viet Nam, 2017[55]), và có khả năng làm giảm tính minh bạch tài khóa. Mặc dù một số quốc gia với hệ thống ngân sách nhiều năm được thiết lập vững chắc cho phép ngân sách chưa sử dụng được chi tiêu vào (các) năm sau, điều này không được phép ở hầu hết các nước (Potter and Diamond, 1999[56]). Ở Việt Nam, ngân sách chưa tiêu của năm trước có thể được sử dụng như khoản thu của năm hiện tại. Hơn nữa, số ngân sách chuyển nguồn có thể khá lớn. Luật Ngân sách Nhà nước năm 2015 nhằm mục tiêu thu hẹp phạm vi các khoản chi chuyển nguồn.Tuy nhiên, từ năm 2015 tới năm 2019, quy mô trung bình của ngân sách chuyển nguồn từ năm trước lần lượt là 18% của thu ngân sách thực tế đối với chính quyền trung ương và 21% đối với chính quyền địa phương. Trên nguyên tắc, cả chênh lệch giữa thu theo kế hoạch và thực tế cũng như tiết kiệm chi nên được coi là khoản dư ngân sách. Cần thiết lập một quy tắc để trả lại ngân sách tiết kiệm chi vào kho bạc nhà nước, nếu số chuyển nguồn không được sử dụng trong một khoảng thời gian trì hoãn nhất định vào năm tiếp theo. Về vấn đề này, do việc cấm chuyển nguồn ngân sách tiết kiệm chi một cách chặt chẽ có thể gây ra tình trạng giải ngân gấp gáp vào cuối năm tài khóa, có thể cho phép một khối lượng nhất định chi ngân sách được trì hoãn cho tới một ngày cụ thể của năm tiếp theo. Việc báo cáo hiện thời về chuyển nguồn từ các khoản chưa chi trên cơ sở dồn tích là phù hợp, nhưng chuyển nguồn do chênh lệch thu từ năm trước không nên được ghi nhận như là khoản thu thực tế. Khoản này nên được ghi nhận trong sổ sách như là khoản giảm trong tài sản của chính phủ (do được ghi nhận là khoản dư trong năm trước). Luật Đầu tư công năm 2019 đã thực hiện một bước đi quan trọng. Luật quy định rằng thời hạn giải ngân vốn đầu tư công hàng năm là tới hết tháng 1 của năm sau, ngắn hơn so với thời hạn 12 tháng trước đó (hơn nữa, điều kiện để gia hạn thêm trong Luật năm 2014 là dễ hơn so với Luật năm 2019).

Việc cải thiện chất lượng dữ liệu tài khóa có thể giúp thực hiện các quy tắc kế toán nghiêm ngặt, nhưng cũng tăng tính minh bạch của chính sách tài khóa. Điều này có thể thúc đẩy hơn nữa kỷ luật tài khóa mạnh mẽ và hoạch định chính sách dựa trên bằng chứng. Chính phủ đã nỗ lực cải thiện số liệu thống kê tài khóa trong những năm qua. Ví dụ, sự phân định giữa thu thường xuyên và thu về vốn đã được cải thiện, ví dụ như thay đổi trong cách tính doanh thu từ cổ phần nhà nước trong doanh nghiệp vào năm 2015. Tuy nhiên, vẫn có thể cải thiện hơn nữa cách thức báo cáo. Việt Nam nên cân nhắc định kỳ công bố dữ liệu tài khóa phù hợp với các phương pháp được quốc tế công nhận và gần đây hơn, chẳng hạn như *Hướng dẫn thống kê tài chính chính phủ 2014 của Quỹ tiền tệ quốc tế (GFSM2014)*, như một phần của thống kê ngân sách hoặc tài khoản quốc gia, bắt đầu từ các bảng số liệu chính (IMF, 2019[33]). Chính phủ cũng đã đi theo hướng này. Năm 2020, Bộ Tài chính ban hành Cẩm nang hướng dẫn thống kê tài chính chính phủ ở Việt Nam để giúp các cơ quan chính phủ chuẩn bị báo cáo tài chính phù hợp với các tiêu chuẩn quốc tế. Bộ Tài chính đã công bố dữ liệu thu chi ngân sách nhà nước giai đoạn 2003-2019 theo *GFSM2014* trong tháng 11 năm 2022. Đặc biệt, xét tới tầm quan trọng của các quỹ an sinh xã hội trong chính sách của chính phủ, việc công bố dữ liệu chung của chính phủ là hết sức quan trọng. Hơn nữa, dữ liệu tài khóa là có lợi cho việc cải cách các doanh nghiệp nhà nước. Do có quy định về trần nợ công (60% GDP cho giai đoạn 2021-2025), các khoản bảo lãnh công khai của chính phủ đã được công bố. Tuy nhiên, chính phủ có thể cân nhắc công bố các khoản nợ tiềm tàng đối với các doanh nghiệp nhà nước.

Trong trung hạn, việc rà soát các khung thể chế toàn diện hơn sẽ giúp tăng cường hơn nữa hiệu quả hoạt động tài khóa. Đặc biệt, kinh nghiệm của một số quốc gia OECD đã thành lập một tổ chức tài khóa độc lập sau cuộc Khủng hoảng tài chính toàn cầu sẽ hữu ích (von Trapp, Lienert and Wehner, 2016[57]). Các tổ chức tài khóa độc lập không đưa ra các quyết định chính sách, mà đưa ra đánh giá về tình hình kinh tế và tài khóa, bao gồm các dự báo ngắn hạn và trung hạn, độc lập với các cơ quan hoạch định chính sách. Các tổ chức này thường là một cơ quan hành pháp độc lập (ví dụ như ở Vương quốc Anh) hoặc một tổ chức thuộc quốc hội (ví dụ như ở Hoa Kỳ). Thông tin do các tổ chức tài khóa độc lập cung cấp giúp bổ sung sự minh bạch cho chính sách tài khóa, cải thiện việc tranh luận công khai, khuyến khích trách nhiệm giải trình cao hơn của các cơ quan hoạch định chính sách và tăng cường sự giao tiếp của chính phủ với các thị trường tài chính. Việc thành lập các tổ chức tài khóa độc lập thường gắn liền với các quy tắc tài khóa mà các tổ chức này có nhiệm vụ giám sát, qua đó góp phần tăng cường tính bền vững tài khóa. Trên thực tế, trong đại dịch, các tổ chức này tại rất nhiều quốc gia OECD đã công bố những đánh giá sát thời gian thực về điều kiện kinh tế và tài khóa, vốn rất khó khăn đối với các cơ quan hoạch định chính sách trong giai đoạn khủng hoảng, và có khả năng cung cấp sự giám sát thỏa đáng đối với các kế hoạch chi tiêu khẩn cấp của chính phủ (OECD, 2020[58]). Ở Việt Nam, Ủy ban Giám sát Tài chính quốc gia – cơ quan tư vấn cho Thủ tướng Chính phủ về phát triển lĩnh vực tài chính – đôi khi đưa ra những đánh giá riêng về tình hình kinh tế vĩ mô, mặc dù việc giám sát các điều kiện tài khóa không được quy định cụ thể trong chức năng, nhiệm vụ của Ủy ban. Ủy ban Tài chính và Ngân sách của Quốc hội cũng giám sát các điều kiện tài chính của Chính phủ, nhưng không công bố các dự báo của riêng mình.

Tăng cường nguồn thu là cấp thiết để đáp ứng nhu cầu chi đang gia tăng

Sẽ cần nguồn thu thuế bổ sung, đặc biệt để tăng cường mạng lưới an sinh xã hội và đáp ứng các nghĩa vụ phát sinh từ dân số đang già hóa. Khi tính cả các khoản đóng góp an sinh xã hội, tỷ lệ thuế trên GDP của Việt Nam cao hơn so với một số quốc gia Đông Nam Á khác, ví dụ như Phi-líp-pin và Thái Lan (Hình 1.21) (thu ngoài thuế, như thu từ dầu mỏ, không được đưa vào). Tuy nhiên, tổng thu từ thuế vẫn thấp so với mức trung bình của OECD. Vẫn có khả năng tăng thu thông qua việc mở rộng cơ sở thuế, nâng cao vai trò của thuế thu nhập cá nhân, tăng cường chức năng của cơ quan quản lý thuế và áp dụng các loại thuế mới. Trong khi Việt Nam tăng nguồn thu đáng kể từ thuế đối với hàng hóa và dịch vụ, gồm cả thuế giá trị gia tăng (GTGT), tương tự như các nền kinh tế thị trường mới nổi khác, thì thuế thu nhập cá nhân chỉ chiếm một tỷ trọng nhỏ trong thu ngân sách. Một số hàng hóa, dịch vụ được áp dụng thuế suất thuế GTGT giảm là 5% hoặc không chịu thuế GTGT (thuế suất thuế GTGT tiêu chuẩn là 10%), và có thể còn dư địa để tăng thuế suất thuế GTGT tiêu chuẩn. Cơ sở thuế thu nhập cá nhân mang lại nguồn thu không đáng kể, một phần do các khoản trợ cấp thuế rộng rãi khiến cơ sở thuế bị thu hẹp. Trên thực tế, chỉ có một tỷ lệ nhỏ dân số nộp thuế thu nhập cá nhân (Shukla et al., 2011[59]). Ngoài ra, biểu thuế suất chưa thay đổi kể từ năm 2014, làm tăng gánh nặng thuế nhiều hơn đối với người làm công ăn lương có thu nhập thấp hơn so với những người có thu nhập cao do lạm phát. Đồng thời với việc hợp lý hóa các khoản khấu trừ và trợ cấp, số bậc thuế (hiện tại là bảy bậc, từ 5% tới 35%) có thể giảm còn từ ba tới bốn bậc. Tương tự, thuế thu nhập doanh nghiệp (thuế suất là 20%) có một số trường hợp miễn trừ do rất nhiều cơ chế khuyến khích khác nhau, ví dụ như miễn thuế và giảm thuế suất áp dụng tại các đặc khu kinh tế, được lũy kế theo các năm, một số trong đó hầu như không mang lại lợi ích kinh tế (OECD, 2018[60]). Trong bối cảnh này, Chiến lược cải cách hệ thống thuế đến năm 2030, được phê duyệt vào tháng 4 năm 2022, là một bước đi đáng hoan nghênh. Trong Chiến lược này, chính phủ đặt mục tiêu đưa ra những cải cách rộng khắp, gồm cả cải cách thuế giá trị gia tăng. Bên cạnh đó, điều quan trọng là phải cải thiện việc tuân thủ thuế bằng cách khuyến khích áp dụng các thông lệ kiểm toán phù hợp, tăng cường thanh kiểm tra và đơn giản hóa các thủ tục liên quan tới thuế, gồm cả sử dụng các dịch vụ quản lý thuế số hóa. Luật Quản lý thuế sửa đổi có hiệu lực năm 2020 nhằm mục tiêu đơn giản hóa các thủ tục, bên cạnh việc tăng cường thẩm quyền thực thi của cơ quan thuế đối với hành vi trốn thuế. Ví dụ, việc cấp chứng nhận đăng ký thuế đã được rút ngắn từ 10 ngày xuống còn ba ngày. Đẩy mạnh số hóa sẽ giúp giảm bớt gánh nặng hành chính cho người nộp thuế. Hiện tại, việc kê khai thuế thu nhập cá nhân đòi hỏi cả mã số thuế và mã định danh cá nhân. Chính phủ có kế hoạch sử dụng tài khoản định danh cá nhân điện tử, đã được cấp từ năm

2020, để đơn giản hóa việc khai thuế. Hơn nữa, có thể cân nhắc các loại thuế mới, giống như ở các nước Đông Nam Á khác. Ví dụ, Thái Lan gần đây đã áp dụng thuế đất và thuế du lịch, bên cạnh các loại thuế khác.

Hình 1.21. Tỷ lệ thuế trên GDP của Việt Nam thuộc nhóm cao nhất khu vực

Thu từ thuế, năm 2020 hoặc năm gần nhất có dữ liệu

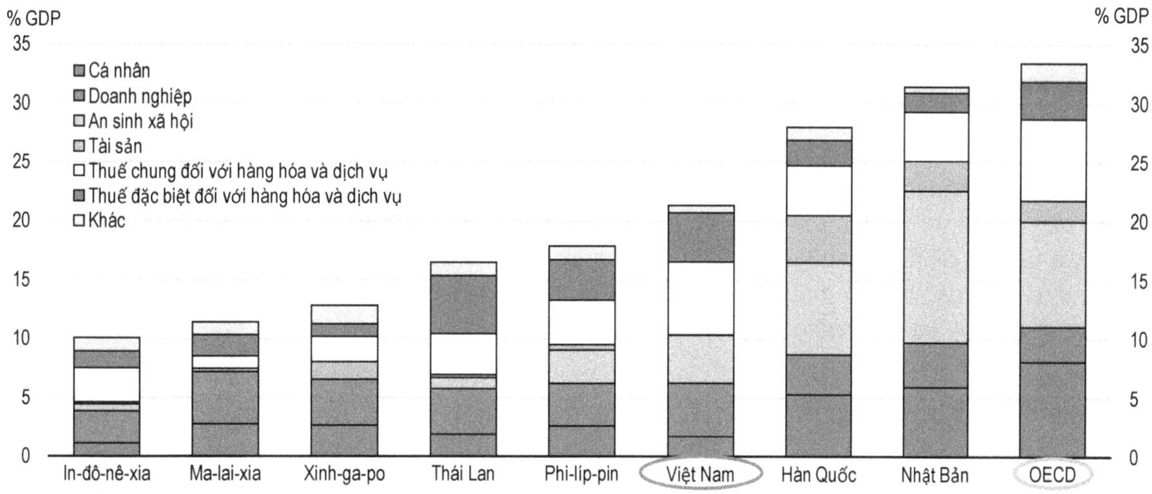

Ghi chú: Thuế giá trị gia tăng và thuế tiêu thụ được phân loại là thuế chung đối với hàng hóa và dịch vụ. Dữ liệu của Việt Nam là năm 2018 và đóng góp an sinh xã hội được ước tính bởi OECD.
Nguồn: OECD, Tax Revenue database; CEIC; Báo cáo an sinh xã hội Việt Nam trình lên Quốc hội; và tính toán của OECD.

StatLink https://stat.link/zn8de0

Việt Nam có thể tăng cường thuế thường xuyên đối với bất động sản. Ở Việt Nam, đất đai thuộc sở hữu Nhà nước, nhưng các cá nhân và doanh nghiệp có thể sử dụng đất thông qua việc trả tiền. Công dân và doanh nghiệp Việt Nam có thể sử dụng đất vô thời hạn bằng cách trả các khoản thu một lần, còn nhà đầu tư nước ngoài có thể duy trì quyền sử dụng đất có thời hạn lên đến 50 năm bằng cách trả tiền thuê đất hàng năm hoặc trả một lần (nhà nước cũng có thể cho thuê đất). Thu từ tiền sử dụng đất là một trong những nguồn thu ngoài thuế quan trọng nhất của chính quyền địa phương. Đặc biệt, thu từ chuyển nhượng quyền sử dụng đất tăng nhanh, nhất là từ giữa những năm 2010 ("chuyển nhượng quyền sử dụng đất" đã tăng từ 1.3% GDP năm 2015 lên tới 2.0% vào năm 2019, trong khi thu từ "cho thuê đất" chỉ tăng vỏn vẹn 0.3% lên 0.4% trong cùng kỳ). Tuy nhiên, các khoản thu một lần không phải là nguồn thu bền vững do nguồn cung đất hạn chế. Mặt khác, so với các nước, thu từ thuế tài sản của Việt Nam là khiêm tốn (0.03% GDP năm 2019). Việt Nam thu thuế thường xuyên đối với cả đất sử dụng cho sản xuất nông nghiệp và phi nông nghiệp (công trình trên đất không phải chịu thuế). Trong khi thuế đất tăng và giá bất động sản cao (xem ở phần trên) phản ánh thị trường bất động sản sôi động, nguồn thu từ thuế đất gần đây vẫn thấp và ổn định. Trên thực tế, vẫn có thể tăng thêm nguồn thu bằng việc xem xét lại cách tiếp cận đánh thuế tài sản.

Cơ sở thuế của thuế tài sản có thể được mở rộng để bao gồm cả công trình trên đất. Nhìn chung, thuế thường xuyên đánh vào giá trị bất động sản được coi là hiệu quả hơn các loại thuế khác, vì chúng có tác động hạn chế hơn tới quyết định của các hộ gia đình và doanh nghiệp về nguồn cung lao động, sản xuất và đầu tư (Brys et al., 2013[61]). Thuế thường xuyên đối với bất động sản cũng khó trốn tránh, vì các tòa nhà và đất đai là rất dễ nhận thấy. Bên cạnh đó, các loại thuế này có thể tạo ra nguồn thu ổn định so với các sắc thuế khác, ví dụ như thuế thu nhập doanh nghiệp. Do đó, nhiều quốc gia OECD đánh thuế thường xuyên đối với bất động sản, áp dụng cho cả các công trình và đất đai (Blöchliger and Kim, 2016[62]). Ở Việt Nam, thuế sử dụng đất phi nông nghiệp được đánh theo giá trị đất đai (ví dụ, đất ở chịu mức thuế lũy tiến, bằng 0.03%, 0.07% và 0.15% giá trị của đất). Việc định giá được dựa trên giá đất do chính quyền địa phương xác định 5 năm một lần theo khung giá do chính phủ ấn định. Việc định giá này không nhất thiết phản ánh giá thị trường, khiến cho cơ sở thuế thấp hơn từ 30-70% so với giá trị thực tế (Asian Development Bank, 2020[63]). Dự thảo Luật đất đai sửa đổi hiện đang được Quốc hội thảo luận đặt mục tiêu bỏ khung giá đất nhằm giảm khoảng cách giữa việc định giá và giá thị trường. Do các giao dịch về tài sản trên đất, như nhà ở, là nhiều và thường xuyên hơn so với giao dịch đất đai, chúng cung cấp thông tin chính xác và cập nhật hơn để cập nhật cơ sở thuế. Thông tin về giá thuê cũng hữu ích để ước tính giá trị thị trường của tài sản. Tần suất cập nhật giá hiện tại của Việt Nam là ngắn hơn so với ở một số quốc gia OECD, nhưng dài hơn so với các quốc gia Đông Nam Á khác. Việc tăng tần suất cập nhật thông tin sẽ dễ dàng hơn nếu thông tin về giá tài sản trên thị trường được phổ biến rộng rãi một cách thường xuyên (xem phần trên). Việc định giá lại thường xuyên hơn sẽ giúp giảm thiểu khả năng gia tăng đột ngột gánh nặng thuế do việc tăng giá bất động sản nhanh chóng. Một số biện pháp dành cho người thu nhập thấp có thể hữu ích trong việc cải cách thuế tài sản để bù đắp cho các hệ quả tái phân phối (Slack and Bird, 2014[64]). Có thể cân nhắc hoãn thuế cho người cao tuổi, những người hầu như không có thu nhập nhưng sở hữu bất động sản có giá trị. Thuế thường xuyên đối với bất động sản cũng có thể áp cho tài sản cao hơn một ngưỡng giá trị nhất định. Điều này có thể giúp cải thiện tính lũy tiến của các sắc thuế này thông qua giảm nghĩa vụ thuế của các hộ gia đình thu nhập thấp. Một số nơi tại Hoa Kỳ và Ca-na-đa có các hình thức miễn giảm thuế nhà đất (Homestead) giúp giảm thuế đối với nơi cư trú chính mà người sở hữu đang cư ngụ.

Toàn bộ hệ thống thuế tài sản cũng cần được đơn giản hóa. Đặc biệt, có thể giảm hoặc xóa bỏ lệ phí trước bạ, do việc mở rộng các loại thuế thường xuyên đối với bất động sản sẽ tạo ra nguồn thu bổ sung. Ở Việt Nam, lệ phí trước bạ, một loại thuế đóng dấu bằng 0,5% giá trị bất động sản (giá trị của cả công trình và đất), được áp dụng khi đăng ký quyền sử dụng đất mới, chẳng hạn như thay đổi quyền sở hữu. Khoản thuế đánh vào giao dịch này có thể ngăn cản các giao dịch và do vậy ảnh hưởng tới việc phân bổ nguồn lực hiệu quả (Boulhol, 2011[65]). Gánh nặng của lệ phí trước bạ cũng có thể không khuyến khích các giao dịch được công bố, khiến cho nó kém hiệu quả hơn. Ngoài ra, có thể giảm tình trạng tích trữ bất động sản cho mục đích đầu cơ bằng cách áp đặt một loại thuế đối với ngôi nhà thứ hai hoặc bất động sản chưa sử dụng (Asian Development Bank, 2020[63]). Những biện pháp này đã được áp dụng ở các quốc gia Đông Nam Á khác và cũng có thể được xem xét áp dụng ở Việt Nam (Hộp 1.4). Tuy nhiên, có một số thách thức trong việc thực hiện cần phải được xem xét. Ví dụ, việc thu thập thông tin chính xác về sở hữu nhà ở thứ hai là không dễ dàng ở Việt Nam, do hầu hết các giao dịch không được lưu trữ số hóa. Trong khi loại thuế này có thể là tiến bộ, nó cũng có thể tác động tới nguồn cung trên thị trường nhà ở cho thuê, vốn được chính phủ coi là quan trọng trong chính sách nhà ở của mình.

Hộp 1.4. Các quốc gia Đông Nam Á đã tăng cường thuế tài sản

Khi nhu cầu chi tiêu tăng lên, các quốc gia Đông Nam Á đã nỗ lực mở rộng cơ sở thuế. Gần đây, ngày càng nhiều quốc gia coi thuế tài sản – chẳng hạn như thuế thường xuyên đối với bất động sản, thuế giao dịch và thuế thừa kế – là một công cụ hữu ích để tăng thu ngân sách. Ví dụ, một loại thuế thường xuyên mới đối với bất động sản đã được áp dụng ở Thái Lan từ năm 2020 (OECD, 2020[26]). Kinh nghiệm gần đây về sự bùng nổ và vỡ bong bóng thị trường bất động sản ở một số quốc gia là một lý do khác khiến các nhà hoạch định chính sách bắt đầu quan tâm nhiều hơn đến thuế tài sản.

Việc áp dụng thực tế thuế tài sản, như thuế suất và cơ sở tính thuế, có sự khác biệt đáng kể giữa các nước OECD, phản ánh sự khác biệt trong các hệ thống thuế tổng thể và thị trường bất động sản (Blöchliger and Kim, 2016[62]). Tương tự, các loại thuế tài sản là khác nhau giữa các nước Đông Nam Á (Bảng 1.5).

Phi-líp-pin

Bên cạnh thuế thường xuyên chính đối với bất động sản (thuế bất động sản với thuế suất tối đa từ 1% tới 2% tùy theo khu vực), thuế đất nhàn rỗi được áp dụng đối với đất bỏ hoang, dựa trên giá trị đất đai được định giá. Thuế suất tối đa của thuế đất nhàn rỗi được ấn định ở mức 5%. Cơ sở tính thuế của thuế bất động sản bao gồm tất cả các quyền, lãi suất và lợi ích gắn với quyền sở hữu bất động sản.

Xinh-ga-po

Thuế trước bạ được đánh dựa trên thời gian nắm giữ tài sản. Các giao dịch ngắn hạn sẽ bị áp thuế suất cao. Ví dụ, đối với bất động sản nhà ở, mức thuế suất cao nhất là 12% giá trị sẽ được áp dụng nếu bán nhà trong vòng một năm sau khi mua, và 0% nếu thời gian nắm giữ lâu hơn ba năm.

Thái Lan

Thuế đất và công trình được miễn đối với nơi cư ngụ chính của chủ sở hữu cá nhân và các tòa nhà dân cư, nhưng ngôi nhà thứ hai sẽ bị đánh thuế đầy đủ. Quyền sử dụng đất và nhà ở do chính phủ sở hữu cũng được bao gồm trong cơ sở tính thuế.

Bảng 1.5. Các quốc gia Đông Nam Á áp đặt nhiều loại thuế khác nhau đối với tài sản

	Thuế thường xuyên				Thuế giao dịch	Khác
	Cơ sở tính thuế	Sở hữu nhiều tài sản	Tài sản không sử dụng	Tần suất cập nhật giá trị		
Ma-lai-xia	Đất Đất và công trình	-	-	Không nêu cụ thể	√	-
Phi-líp-pin	Đất Đất, công trình, tài sản vô hình và động sản	-	√ (Chỉ áp dụng cho đất)	Ba năm một lần	√	Thuế thừa kế
Xinh-ga-po	Đất và công trình	-	-	Hàng năm	√ (Thuế suất cao hơn đối với việc sở hữu nhiều tài sản)	Thuế trước bạ nếu bán trong thời gian ngắn
Thái Lan	Đất, công trình và tài sản vô hình	√	-	Bốn năm một lần	√	Thuế thừa kế
Việt Nam	Đất	-	-	Năm năm một lần	√	-

Ghi chú: Không bao gồm thuế đối với lợi tức vốn, ví dụ như Thuế lợi tức bất động sản ở Ma-lai-xia, và thuế đối với thu nhập cho thuê.
Nguồn: (Asian Development Bank, 2020[63]); các nguồn trong nước.

Nỗ lực chống tham nhũng của Việt Nam gần đây đã có xung lực mạnh mẽ

Tăng cường tính liêm chính của khu vực công là hết sức quan trọng để cải thiện các yếu tố kinh tế cơ bản của Việt Nam, ví dụ như pháp quyền, môi trường kinh doanh và giảm khu vực kinh tế phi chính thức. Giống như các quốc gia Đông Nam Á khác, Việt Nam đã có những nỗ lực chống tham nhũng lâu dài. Đặc biệt, quá trình trở thành thành viên của Công ước Liên hợp quốc về chống tham nhũng năm 2009 đã mang lại động lực mạnh mẽ (UNODC, 2012[66]). Các khung pháp lý và thể chế toàn diện hơn đã được xây dựng kể từ đó. Luật Phòng, chống tham nhũng được ban hành lần đầu tiên vào năm 2005 nhằm kiểm soát tham nhũng của cán bộ, công chức nhà nước thông qua phòng ngừa, đấu tranh, phát hiện, xử lý và thu hồi tài sản tham nhũng (trước đó là Pháp lệnh chống tham nhũng do Ủy ban Thường vụ Quốc hội ban hành năm 1998). Ban Chỉ đạo Trung ương về phòng, chống tham nhũng do Thủ tướng Chính phủ làm Trưởng ban đã được thành lập năm 2006, với mục tiêu tăng cường sự phối hợp giữa các cơ quan phòng, chống tham nhũng của chính phủ (Tran, 2012[67]). Một số cải cách tiếp theo đã được thực hiện. Ví dụ, năm 2007, cơ chế kê khai tài sản và quy định luân chuyển thường xuyên đối với cán bộ, công chức đã được đưa ra. Chiến lược quốc gia về phòng, chống tham nhũng đến năm 2020 đã được ban hành vào năm 2009 để thiết lập định hướng chính sách cụ thể, và hiện đang được rà soát. Để đẩy nhanh việc áp dụng các thông lệ quốc tế tốt nhất, chính phủ đã thông qua Kế hoạch thực hiện Công ước Liên hợp quốc về chống tham nhũng vào năm 2010.

Nhờ đó, nhận thức của người dân về tham nhũng đã được cải thiện trong những năm qua, mặc dù mức độ nguy cơ tham nhũng vẫn còn cao. Một loạt kết quả khảo sát cho thấy rằng nhận thức về tham nhũng của người dân Việt Nam gần đây đã được cải thiện (Hình 1.22, Biểu đồ A). Điều này là nhất quán với các khảo sát khác cho thấy sự cải thiện trong tính liêm chính của khu vực công nói chung, trái ngược với một số quốc gia Đông Nam Á khác với điểm số thụt lùi. Những nỗ lực chống rửa tiền, vốn tụt hậu (UNCAC, 2012[68]), giờ đây cũng đang tiến triển (Hình 1.22, Biểu đồ B). Tuy nhiên, người dân và cộng đồng doanh nghiệp, bao gồm cả các bên liên quan quốc tế, cho rằng tham nhũng vẫn là một trong những mối quan tâm trọng yếu nhất đối với Việt Nam (Hình 1.22, Biểu đồ C và D). Trong các lĩnh vực nguy cơ cụ thể, ví dụ như kiểm soát tham nhũng trong tư pháp, Việt Nam vẫn kém hơn so với các nước ASEAN. Do đó, vẫn còn nhiều dư địa để cải thiện khuôn khổ chống tham nhũng. Thực hiện hiệu quả việc này sẽ mang lại những lợi ích rõ rệt để cải thiện sự thịnh vượng kinh tế ở Việt Nam.

Có thể tăng cường hơn nữa vai trò của các cơ quan phòng chống tham nhũng chính, đáng chú ý là Thanh tra Chính phủ. Khung thể chế chống tham nhũng của Việt Nam được xem là tương đối phân cấp (Nguyen, 2020[69]). Thanh tra Chính phủ là một cơ quan ngang bộ, và các bộ khác có thanh tra bộ. Trừ một số vụ việc cụ thể và có quy mô lớn, thanh tra của mỗi bộ xử lý các vụ việc được báo cáo theo chỉ đạo của bộ trưởng. Mặc dù từng bộ cũng báo cáo Thanh tra Chính phủ, nhưng vai trò của Thanh tra Chính phủ là giám sát hoạt động thanh tra của từng bộ và có ý kiến chỉ đạo (các vụ việc sau đó sẽ do cơ quan công an điều tra và Viện Kiểm sát nhân dân tối cao Việt Nam truy tố, nếu có dấu hiệu phạm tội). Quy trình tương tự cũng được áp dụng ở cấp chính quyền địa phương. Ủy ban nhân dân cấp tỉnh có Thanh tra cấp tỉnh của riêng mình và việc thanh tra do thanh tra cấp sở của từng tỉnh thực hiện. Thanh tra cấp tỉnh giám sát thanh tra cấp sở, nhưng các Bộ cũng có thể hướng dẫn thanh tra cấp sở. Cả Thanh tra Chính phủ và các Bộ đều có thể can thiệp vào hoạt động thanh tra ở cấp tỉnh (ví dụ: yêu cầu thanh tra lại). Một hệ thống tự thanh tra phân cấp không phải lúc nào cũng kém hiệu quả nếu hệ thống có bao gồm chức năng điều phối trung ương mạnh mẽ (OECD, 2020[70]). Tuy nhiên, một hệ thống phân cấp quá mức có nguy cơ ảnh hưởng đến việc thực hiện thanh tra và dẫn tới việc phân bổ nguồn lực không đủ. Thật vậy, nghiên cứu trước đây về các quốc gia châu Á cho thấy rằng một quốc gia trao quyền lực hợp nhất hơn cho cơ quan chủ trì chống tham nhũng có khả năng đạt được nhận thức mạnh mẽ hơn về việc thực hiện chống tham nhũng, do loại hình hệ thống này có thể tránh được sự chồng chéo chức năng, giảm các kẽ hở và tình trạng giơ cao đánh khẽ trong nội bộ (Quah, 2021[71]), (Quah, 2018[72]). Hơn nữa, so với các cơ quan chống tham nhũng chủ chốt ở các nước Đông Nam Á khác, Thanh tra Chính phủ Việt Nam có ít nguồn lực hơn (Hình 1.23). Mặc dù việc mở rộng nhiệm vụ của cơ quan này, ví dụ như truy tố, là không bắt buộc, nhưng cần cân nhắc nâng cao hơn nữa thẩm quyền thanh tra và phân bổ nguồn lực của Thanh tra Chính phủ. Đặc biệt, Thanh tra Chính phủ có thể hoạt động như một nguồn cung cấp hỗ trợ kỹ thuật và giám sát cho các chính quyền địa phương.

Hình 1.22. Nhận thức về tham nhũng gần đây đã được cải thiện, nhưng chống tham nhũng vẫn là ưu tiên

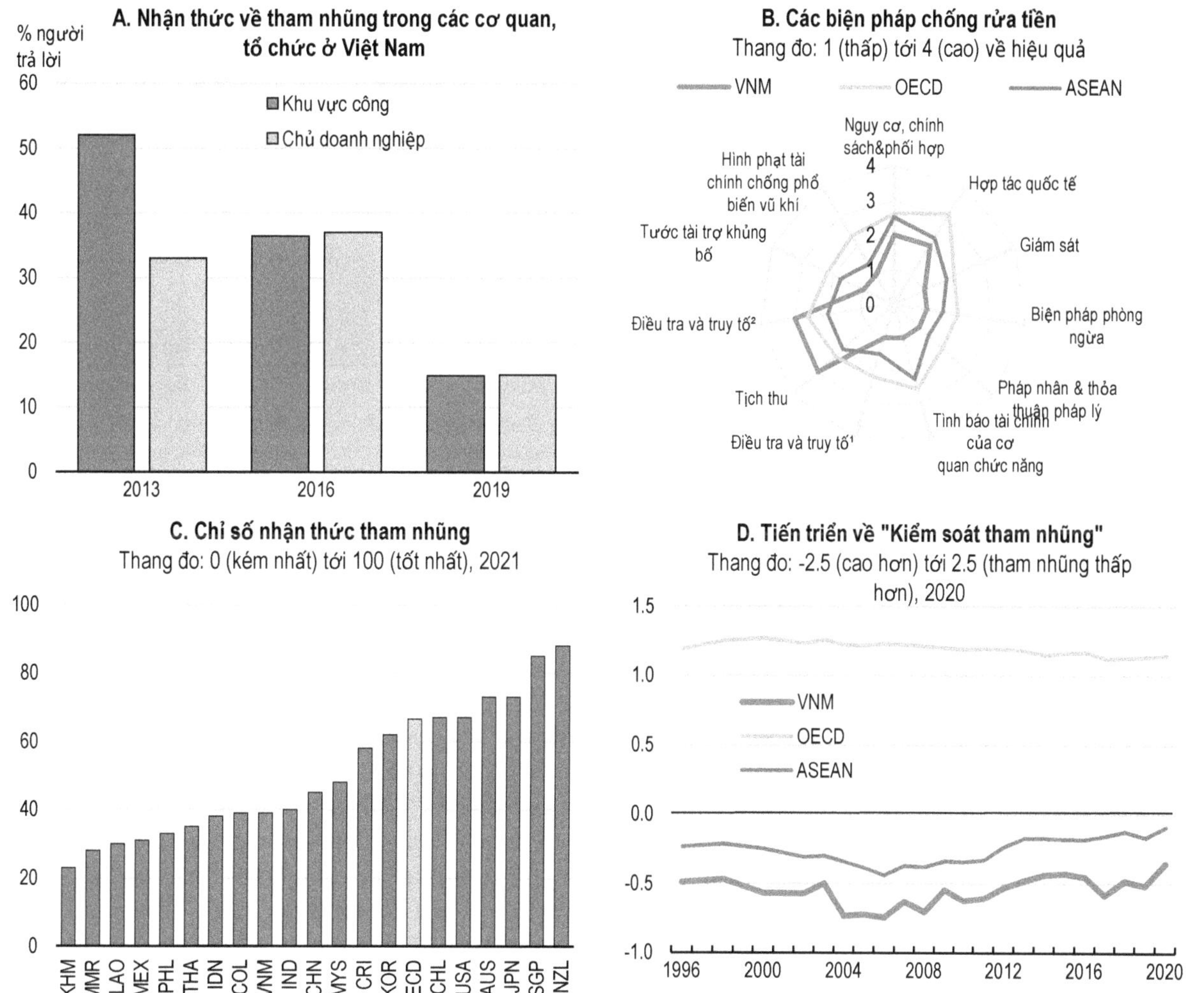

Ghi chú: KHM = Cam-pu-chia, MMR = Mi-an-ma, LAO = CHDCND Lào, MEX = Mê-hi-cô, PHL = Phi-líp-pin, THA = Thái Lan, IDN = In-đô-nê-xia, COL = Cô-lôm-bia, VNM = Việt Nam, IND = Ấn Độ, CHN = Trung Quốc, MYS = Ma-lai-xia, CRI = Cô-xta Ri-ca, KOR = Hàn Quốc, CHL = Chi-lê, USA = Hoa Kỳ, AUS = Ôx-trây-lia, JPN = Nhật Bản, SGP = Xinh-ga-po, NZL = Niu Di-lân. Biểu đồ A: Khu vực công bao gồm chính sách giao thông, cảnh sát, cán bộ thuế, quan chức chính phủ, chủ tịch nước/thủ tướng/văn phòng chủ tịch nước/văn phòng thủ tướng, chính quyền địa phương, thẩm phán và chánh án, thành viên quốc hội. Biểu đồ B hiển thị xếp hạng từ các đánh giá ngang cấp của FATF đối với từng thành viên để đánh giá mức độ thực hiện các Khuyến nghị của FATF. Xếp hạng này phản ánh mức độ hiệu quả của các biện pháp của một quốc gia đối với 11 kết quả tức thời. "Điều tra và truy tố¹" đề cập đến rửa tiền. "Điều tra và truy tố²" đề cập đến hoạt động tài trợ khủng bố.

Nguồn: Biểu đồ A: Towards Transparency, Vietnam Corruption Barometer 2019 - Vietnamese Citizens' Views and Experiences of Corruption; Biểu đồ B: OECD, Financial Action Task Force (FATF); Biểu đồ C: Transparency International; Biểu đồ D: World Bank, Worldwide Governance Indicators.

StatLink https://stat.link/bw38mf

Hình 1.23. Việt Nam phân bổ ít nguồn lực cho các cơ quan chống tham nhũng hơn so với các quốc gia khác

Nguồn lực của các cơ quan chống tham nhũng, năm 2022 hoặc năm gần nhất có dữ liệu

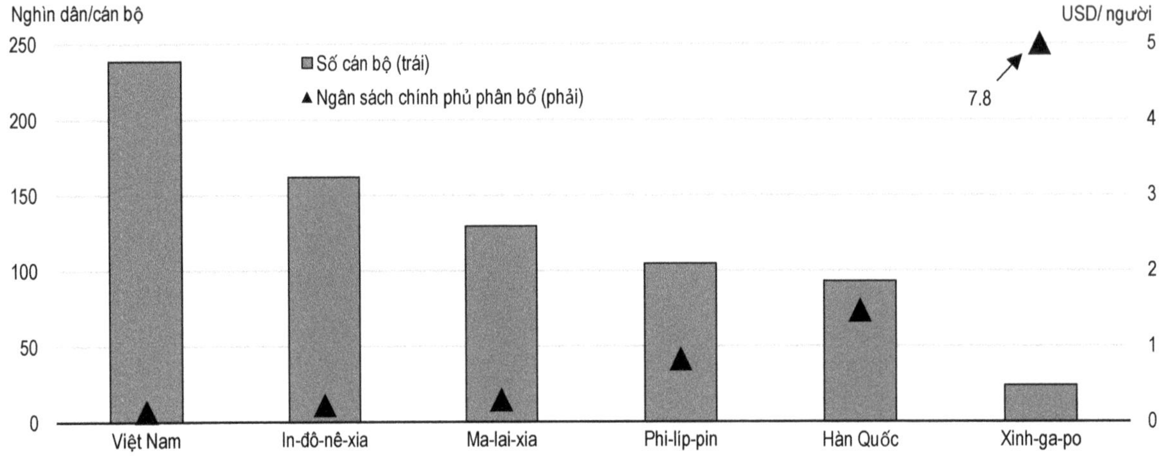

Ghi chú: Các cơ quan chống tham nhũng gồm Ủy ban Xóa bỏ tham nhũng (In-đô-nê-xia), Ủy ban Chống tham nhũng và dân quyền (Hàn Quốc), Trung tâm Quản trị, Liêm chính và Chống tham nhũng quốc gia (Ma-lai-xia), Ombudsman (Phi-líp-pin), Cục Điều tra hoạt động tham nhũng (Xinh-ga-po) và Thanh tra Chính phủ (Việt Nam).
Nguồn: World Bank, World Development Indicators database; Các nguồn trong nước.

StatLink https://stat.link/di9mks

Việc củng cố, tăng cường vai trò của Thanh tra Chính phủ cần được thực hiện song song với việc tăng cường các cơ chế kiểm tra và giám sát toàn bộ hệ thống phòng, chống tham nhũng. Điều này cũng giúp ích cho việc phòng ngừa tham nhũng trong chính các cơ quan chống tham nhũng, gồm cả Thanh tra Chính phủ và công an. Về vấn đề này, Việt Nam đã có sự thay đổi đáng kể trong khung thể chế của mình. Tính độc lập của Ban Chỉ đạo Trung ương về phòng, chống tham nhũng được củng cố từ năm 2013. Ban được chuyển đổi từ cơ quan của Quốc hội thành cơ quan thuộc Đảng Cộng sản, do Tổng Bí thư Ban Chấp hành Trung ương Đảng làm Trưởng ban. Trong khi các thành viên của Ban Chỉ đạo bao gồm người đứng đầu các cơ quan chống tham nhũng như trước đây, Ban cũng bao gồm các đại diện của Quốc hội và các tổ chức chính trị - xã hội (Mặt trận Tổ quốc Việt Nam). Bên cạnh sự thay đổi về khung thể chế, cam kết chính trị mạnh mẽ đã tạo thêm ảnh hưởng cho định hướng của Ban. Theo đó, số lượng các vụ việc được các cơ quan chống tham nhũng xử lý đã gia tăng kể từ giữa thập niên 2010 (Nguyen, 2020[69]). Vào tháng 6 năm 2022, Đảng Cộng sản Việt Nam đã quyết định thành lập Ban Chỉ đạo phòng, chống tham nhũng ở từng tỉnh, với cấu trúc tương tự như Ban Chỉ đạo Trung ương.

Tăng cường các nỗ lực chống tham nhũng bên ngoài khu vực công cũng rất quan trọng, vì các vụ việc tham nhũng thường liên quan đến khu vực tư nhân (UNCAC, 2021[73]), (OECD, 2016[74]). Trong vấn đề này, việc thiết lập một khuôn khổ bảo vệ người tố cáo rõ ràng và toàn diện sẽ cung cấp một cơ chế phòng ngừa mạnh mẽ (OECD, 2020[70]). Trong khi việc bảo vệ người tố cáo đối với công chức, viên chức nhà nước đã được các cơ quan chức năng của Việt Nam chú trọng mạnh mẽ, thì sự tham gia của người lao động trong khu vực tư nhân còn hạn chế. Luật Phòng, chống tham nhũng năm 2005 lần đầu tiên áp dụng biện pháp bảo vệ người tố cáo cho công chức, viên chức nhà nước, sớm hơn so với các nước Đông Nam Á khác. Hơn nữa, việc báo cáo các hành vi vi phạm pháp luật đã trở thành nghĩa vụ của cán bộ, công chức theo Luật Cán bộ, công chức năm 2008. Cơ chế bảo vệ đã được cải thiện kể từ đó. Mặc dù người tố cáo vẫn được yêu cầu thông báo danh tính, nhưng Luật Tố cáo năm 2018 bảo đảm sự bảo vệ pháp lý đối với việc bảo mật danh tính của người tố cáo. Theo sau Luật Phòng, chống tham nhũng mới năm 2018, quy định hình sự hóa các hành vi tham nhũng của người lao động trong khu vực ngoài nhà nước, Thông tư 08 đã được ban hành năm 2020 để mở rộng việc bảo vệ người tố cáo cho cả người lao động ở khu vực ngoài nhà nước; đây là một bước đi đáng hoan nghênh. Tuy nhiên, có thể ban hành một luật mới để dành sự bảo vệ mạnh mẽ hơn cho người tố cáo ở khu vực ngoài nhà nước.

Nâng cao trách nhiệm giải trình tổng thể và tính minh bạch của các hoạt động trong khu vực công cũng rất quan trọng để thúc đẩy sự tham gia nhiều hơn của toàn xã hội trong công cuộc phòng, chống chống tham nhũng. Việt Nam đã nỗ lực đạt được những tiến bộ trong cải cách chính phủ mở. Luật Tiếp cận thông tin năm 2016 bảo đảm rằng công dân có quyền tiếp cận thông tin của chính phủ và khuyến khích khu vực nhà nước cung cấp thông tin. Tất cả các tài liệu và dữ liệu do các cơ quan chính phủ tạo ra khi thực hiện các nhiệm vụ chính sách của mình sẽ có thể truy cập được, ngoại trừ thông tin liên quan đến bí mật nhà nước (ví dụ: quốc phòng), có khả năng ảnh hưởng tới lợi ích nhà nước (ví dụ: trật tự xã hội) và tài liệu nội bộ (ví dụ: biên bản họp nội bộ). Tuy nhiên, việc triển khai mạnh mẽ có vai trò then chốt. Cụ thể, khi xem xét hệ thống quản lý hành chính phân cấp của Việt Nam, sẽ hiệu quả hơn nếu tất cả các cấp của cơ quan nhà nước tuân theo một khung tiêu chuẩn về cung cấp thông tin dựa trên Luật, thay vì mỗi cơ quan tự xây dựng các hướng dẫn riêng. Một số quốc gia OECD có khung pháp lý mạnh mẽ hơn cho các tổ chức chuyên môn để bảo đảm quyền tiếp cận thông tin của công dân. Ví dụ, Tây Ban Nha có Hội đồng Minh bạch và Quản trị tốt, một cơ quan chính phủ độc lập chịu trách nhiệm bảo đảm quyền tiếp cận thông tin và phản hồi các khiếu nại hành chính (OECD, 2019[75]).

Bất chấp những tiến bộ gần đây, vẫn còn dư địa cải thiện đáng kể liên quan tới chính sách chống rửa tiền. Nhìn chung, khung thể chế và pháp lý đã được tăng cường trong thập niên vừa qua. Năm 2009, Ban Chỉ đạo quốc gia phòng, chống rửa tiền do Phó Thủ tướng Chính phủ làm Trưởng ban đã được thành lập nhằm tăng cường sự phối hợp trong chính phủ. Luật Phòng, chống rửa tiền được thông qua năm 2013 như là khung pháp lý toàn diện đầu tiên của Việt Nam trong lĩnh vực này. Luật quy định các tổ chức tài chính được cấp phép phải nộp báo cáo thường xuyên về hoạt động phòng chống rửa tiền cho Ngân hàng Nhà nước Việt Nam, mở rộng đáng kể phạm vi bao quát của các nghĩa vụ chống rửa tiền, vốn trước đây chỉ hạn chế trong lĩnh vực ngân hàng. Tuy nhiên, một ưu tiên cấp thiết là chuyển từ cách tiếp cận dựa trên quy định sang cách tiếp cận dựa trên rủi ro (Asia/Pacific Group on Money Laundering, 2022[76]). Cách tiếp cận dựa trên rủi ro đòi hỏi sự tham gia mạnh mẽ của hàng loạt đơn vị kinh doanh – chẳng hạn như các doanh nghiệp tham gia xử lý giao dịch chuyển tiền xuyên biên giới và bất động sản – vào các biện pháp phòng ngừa, như báo cáo với các cơ quan có thẩm quyền, để tránh việc dính líu tới các hoạt động bất hợp pháp do vô tình hoặc không biết. Hiện tại, việc áp dụng các biện pháp phòng ngừa bên ngoài những tổ chức tài chính thường xuyên thực hiện giao dịch quốc tế, ví dụ như ngân hàng, vẫn còn yếu. Do không phải tất cả các lĩnh vực đều chịu sự quản lý của Ngân hàng Nhà nước Việt Nam, việc thực hiện các chính sách này cũng đòi hỏi sự phối hợp hiệu quả giữa các cơ quan chính phủ và sự giám sát chặt chẽ của các cơ quan này đối với những tổ chức trong các lĩnh vực liên quan. Năm 2019, Việt Nam thực hiện Đánh giá Rủi ro quốc gia đầu tiên dựa trên các hướng dẫn quốc tế; đây là bước quan trọng để đáp ứng các yêu cầu này. Tuy nhiên, các cơ quan giám sát – gồm cả Ngân hàng Nhà nước Việt Nam – còn thiếu nguồn lực (ví dụ như các công cụ kỹ thuật số chưa được sử dụng rộng rãi) và việc chia sẻ thông tin bên trong chính phủ vẫn hạn chế. Việc cải thiện năng lực của các cơ quan này là một nhu cầu cấp thiết. Trong bối cảnh đó, chính phủ đã thông qua Kế hoạch Hành động quốc gia về phòng, chống rửa tiền và tài trợ khủng bố vào tháng 8 năm 2022. Bên cạnh đó, Luật Phòng, chống rửa tiền sửa đổi được Quốc hội thông qua trong tháng 11 năm 2022 với nhiều nội dung và quy định mới nhằm nâng cao hiệu quả chính sách tổng thể. Việc thực thi Luật mới mạnh mẽ là quan trọng để nâng cao năng lực của các cơ quan chịu trách nhiệm và cải thiện sự phối hợp giữa các cơ quan chức năng.

Chính sách kinh tế cần chú trọng hơn tới việc khắc phục tính phi chính thức

Thị trường lao động năng động tạo ra nhiều việc làm mới, nhưng một số công việc không ổn định

Thị trường lao động đã chứng kiến quá trình chuyển đổi năng động cùng với sự phát triển kinh tế nhanh chóng của Việt Nam. Lĩnh vực nông nghiệp vẫn chiếm phần quan trọng trong việc làm ở Việt Nam so với các quốc gia Đông Nam Á khác (Hình 1.24, Biểu đồ A). Tuy nhiên, công nghiệp hóa nhanh chóng đã làm tăng tỷ trọng việc làm phi nông nghiệp một cách ngoạn mục, nhanh hơn nhiều so với các quốc gia Đông

Nam Á khác. Điều này trùng khớp với việc tỷ trọng lao động tự doanh trong tổng lực lượng lao động trở nên nhỏ hơn nhiều so với một thập kỷ trước đây. Trong khi hầu hết người lao động trong ngành nông nghiệp thường là lao động tự doanh, được gọi là lao động tự làm và lao động gia đình, việc làm mới tạo ra trong cả lĩnh vực công nghiệp và dịch vụ phần lớn là lao động làm công ăn lương. Mặc dù số lượng lao động tự doanh trong lĩnh vực dịch vụ tăng nhẹ, song tổng số lao động tự doanh đã giảm 1.4 triệu lao động ròng trong giai đoạn từ năm 2009 tới 2018 (Hình 1.24, Biểu đồ B). Tỷ trọng gia tăng của lao động phi nông nghiệp và tỷ trọng lao động tự doanh giảm diễn ra tương tự đối với cả lao động nam và nữ.

Hình 1.24. Cơ cấu việc làm của Việt Nam đã thay đổi nhanh chóng

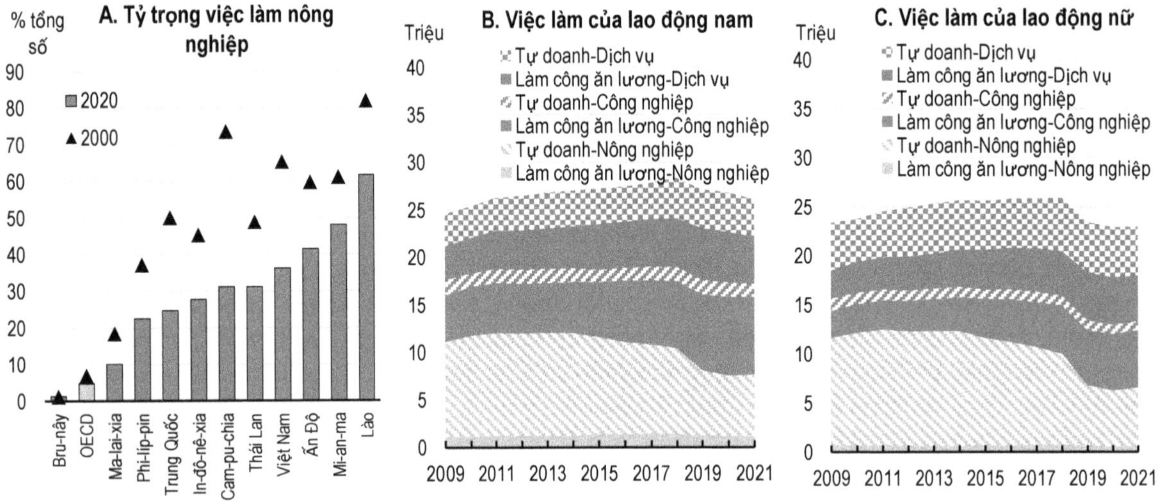

Ghi chú: Đối với các Biểu đồ B và C, có sự gián đoạn dữ liệu giữa năm 2018 và 2019.
Nguồn: World Bank, World Development Indicators database; International Labour Organisation, Employment by sex, status in employment and economic activity.

StatLink https://stat.link/2zycel

Việt Nam đã duy trì tỷ lệ tham gia lực lượng lao động cao đối với cả nam và nữ trong quá trình chuyển đổi nền kinh tế. Việt Nam nổi bật với tỷ lệ tham gia lực lượng lao động của dân số trong độ tuổi lao động tương đối cao cho cả nam và nữ trong những thập niên gần đây (Hình 1.25). Bên cạnh truyền thống về xã hội mẫu quyền và các di sản của chiến tranh (The Economist, 2019[77]), những nỗ lực chính sách từ đầu thập niên 1990 nhằm cung cấp giáo dục bình đẳng giới đã giúp mang lại lực lượng lao động chất lượng cao gồm cả nam và nữ (Banerji et al., 2018[78]). Cùng với cải cách kinh tế – công cuộc *Đổi mới* – điều này đã tạo thuận lợi cho việc phân bố lại lao động từ nông nghiệp, nơi có nhiều phụ nữ làm việc, sang công nghiệp. Tuy nhiên, so với các quốc gia khác, tỷ trọng lao động gia đình không được trả lương là cao (12% trong tổng số lao động có việc làm và một phần tư số lao động tự doanh), và điều này làm tăng tỷ lệ tham gia lực lượng lao động, đặc biệt đối với phụ nữ (Barcucci, Cole and Gammarano, 2021[79]). Trong khi phần lớn số lao động gia đình có thể được tìm thấy trong lĩnh vực nông nghiệp (khoảng 70% số lao động gia đình nữ làm việc trong ngành này), thì trong lĩnh vực dịch vụ, cứ mười lao động nữ lại có một người là lao động gia đình không được trả lương vào cuối năm 2021. Điều này là do các doanh nghiệp nhỏ do gia đình vận hành là phổ biến ở Việt Nam, mang lại cơ hội việc làm cho rất nhiều người, đặc biệt là phụ nữ.

Rất nhiều lao động đang đảm nhiệm những công việc bấp bênh mà không có hợp đồng chính thức, làm việc trong các doanh nghiệp nhỏ hoặc tự doanh. Số lượng người làm công ăn lương đang gia tăng, và tỷ trọng người lao động làm việc cho các doanh nghiệp (tổ chức theo hình thức công ty) đang tăng lên (từ 21% tổng lực lượng lao động trong năm 2012 lên tới 28% vào năm 2019, gồm cả nông nghiệp). Tuy nhiên, sự gia tăng của lao động làm công ăn lương không phải trong các doanh nghiệp (hầu hết là lao động không thường xuyên với các hợp đồng ngắn hạn hoặc không có hợp đồng, nhưng cũng bao gồm người làm công ăn lương trong các hộ kinh doanh cá thể) cũng rất đáng kể (Hình 1.26) (Hộp 1.5). Từ năm 2012 tới năm 2019, tỷ trọng của danh mục việc làm này đã tăng từ 13% lên tới 20% tổng số lao động có việc làm, diễn ra chủ yếu trong ngành sản xuất và xây dựng. Mặc dù tỷ trọng trong tổng số việc làm là nhỏ, lao động làm công ăn lương trong các doanh nghiệp siêu nhỏ (có ít hơn 10 lao động) cũng gia tăng (từ 2% tổng số việc làm vào năm 2012 lên 3% vào năm 2019). Trong ngành dịch vụ, số lao động làm công ăn lương trong các doanh nghiệp đã tăng nhiều nhất trong giai đoạn từ 2012 tới 2017 (1.1 triệu người), nhưng lao động trong các doanh nghiệp siêu nhỏ cho thấy sự đóng góp lớn, dù có số lượng nhỏ (0.3 triệu). Ở một mức độ nhất định, sự gia tăng số lao động làm việc trong các doanh nghiệp siêu nhỏ trong ngành dịch vụ có thể bị thổi phồng do việc đăng ký pháp nhân của các hộ kinh doanh (tức là các hộ kinh doanh hiện thời đăng ký thành lập công ty). Hơn nữa, trong khi hầu hết lao động tự doanh làm việc trong ngành nông nghiệp, số lượng lao động tự doanh cũng chiếm tỷ trọng lớn nhất trong ngành dịch vụ (51% tổng số việc làm trong ngành dịch vụ vào năm 2019, không bao gồm khu vực nhà nước).

Hộp 1.5. Phân tích vị thế việc làm ở Việt Nam

Bất chấp tầm quan trọng của mình trong các nền kinh tế thị trường mới nổi, việc nắm bắt bức tranh tổng thể về lực lượng lao động không chính thức (lao động tự doanh và người làm công ăn lương không được đóng bảo hiểm xã hội hoặc làm việc không có hợp đồng chính thức) và khu vực kinh tế phi chính thức (các doanh nghiệp không tuân thủ quy định của nhà nước, thường là doanh nghiệp nhỏ, nhất là các hộ kinh doanh) thường rất khó khăn do thiếu dữ liệu.

Ở Việt Nam, dữ liệu về việc làm chi tiết thường có sẵn từ khảo sát hộ gia đình (Điều tra lao động việc làm) và khảo sát cơ sở lao động (Điều tra doanh nghiệp hàng năm/Tổng điều tra kinh tế), và so sánh giữa hai nguồn dữ liệu có thể cung cấp thông tin hữu ích. Khảo sát cơ sở lao động phân biệt việc làm theo vị thế pháp lý của chủ cơ sở, cụ thể là "doanh nghiệp" (công ty hợp danh) và "hộ kinh doanh" (doanh nghiệp chưa đăng ký kinh doanh, gồm cả hộ kinh doanh cá thể). Hầu hết người lao động trong các doanh nghiệp có thể được coi là lao động chính thức, và số lượng tính trùng là nhỏ (tức là một người không làm việc cho hai doanh nghiệp cùng một lúc). Do Điều tra lao động việc làm bao gồm thông tin về vị thế việc làm của người lao động, số chênh lệch giữa lao động làm công ăn lương trong Điều tra lao động việc làm và số người được tuyển dụng bởi các doanh nghiệp có thể được coi là lao động làm việc không thường xuyên. Một số trong đó làm việc cho các doanh nghiệp với các hợp đồng ngắn hạn hoặc không có hợp đồng, với tư cách lao động thuê lại, còn số khác làm việc cho các hộ kinh doanh. Kết quả này là phù hợp với các nghiên cứu trước đây, cho thấy rằng một phần ba số lao động là lao động không thường xuyên (Bảng 1.6) (General Statistics Office, 2018[80]) . Số lượng lao động không thường xuyên gần như tương đương với số lao động tự làm, những người chiếm đa số trong các hộ kinh doanh.

Bảng 1.6. Lao động ngoài doanh nghiệp chiếm tỷ trọng lớn trong số việc làm

Lao động thuộc khu vực tư nhân phi nông nghiệp, triệu người, 2019

Loại hình kinh doanh	Lao động làm công ăn lương	Lao động tự doanh		
		Chủ cơ sở	Lao động tự làm	Lao động gia đình
Doanh nghiệp	14.9	x	x	x
Hộ kinh doanh	7.6	1.4	8.3	2.1
Chưa xác định		x	x	x
Tổng	22.5	1.4	8.3	2.1

Nguồn: Tổng cục Thống kê, Điều tra lao động việc làm và Điều tra doanh nghiệp hàng năm; Tổ chức Lao động quốc tế, Việc làm theo vị thế việc làm và hoạt động kinh tế.

Hình 1.25. Tỷ lệ tham gia lực lượng lao động của Việt Nam là cao

Theo tỷ lệ % của dân số trong độ tuổi lao động, từ 15-64 tuổi

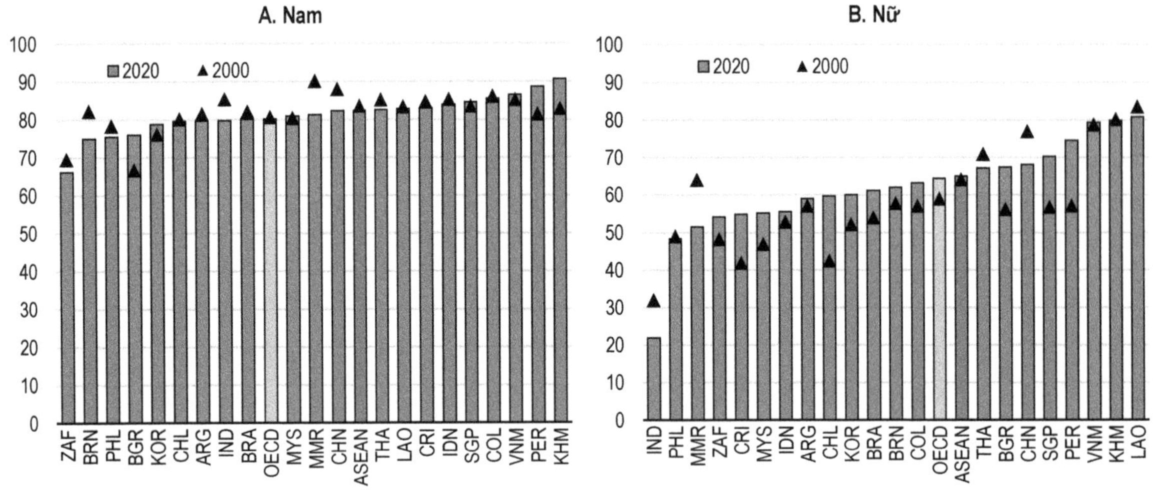

Ghi chú: ARG = Ác-hen-ti-na, BGR = Bun-ga-ri, BRA = Bra-xin, BRN = Bru-nây, CHL = Chi-lê, CHN = Trung Quốc, COL = Cô-lôm-bia, CRI = Cô-xta Ri-ca, IDN = In-đô-nê-xia, IND = Ấn Độ, KHM = Cam-pu-chia, KOR = Hàn Quốc, LAO = CHDCND Lào, MMR = Mi-an-ma, MYS = Ma-lai-xia, PER = Pê-ru, PHL = Phi-líp-pin, SGP = Xinh-ga-po, THA = Thái Lan, VNM = Việt Nam, ZAF = Nam Phi.
Nguồn: World Bank, World Development Indicators database.

StatLink https://stat.link/917fqr

Hình 1.26. Lao động chính thức vẫn chiếm phần nhỏ trong tổng số việc làm

Việc làm theo vị thế, 2019

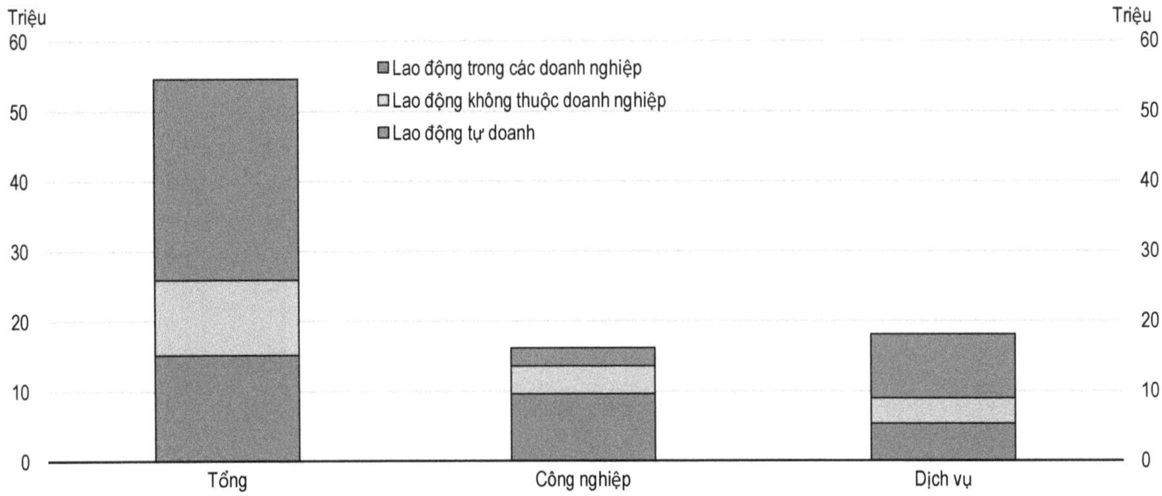

Ghi chú: Tổng số gồm cả nông nghiệp, và ngành dịch vụ không gồm khu vực nhà nước. Lao động tự doanh gồm cả các chủ cơ sở.
Nguồn: ILO, ILOStat database; GSO, Điều tra doanh nghiệp 2019 and Điều tra lao động việc làm 2019; và tính toán của OECD.

StatLink https://stat.link/fg2tas

Tác động của suy thoái do đại dịch đối với người lao động là khác nhau tùy theo vị thế kinh tế và ngành nghề nơi họ làm việc, và những người ở vị trí bấp bênh bị ảnh hưởng nặng nề hơn (Hình 1.27). Số lượng lao động làm công ăn lương trong ngành công nghiệp biến động do tính thời vụ và việc áp dụng các biện pháp vệ sinh tại một số thời điểm, nhưng đã vượt mức trước đại dịch vào quý 4 năm 2021 trong bối cảnh các hạn chế được nới lỏng (lao động làm công ăn lương chiếm 84% tổng số việc làm trong ngành công nghiệp vào năm 2019). Sự phục hồi nhanh chóng phản ánh khả năng tạo việc làm mạnh mẽ trong lĩnh vực này. Lao động tự doanh trong công nghiệp bị ảnh hưởng trong quý 2 năm 2021 và vẫn chưa cho thấy dấu hiệu phục hồi (lao động tự doanh chiếm 12% số việc làm trong ngành công nghiệp vào năm 2019, không tính số chủ cơ sở). Tương tự như ở các quốc gia khác, lao động làm công ăn lương trong lĩnh vực dịch vụ bị ảnh hưởng nặng nề nhất từ giai đoạn đầu của đại dịch, và sự phục hồi việc làm trong ngành này là yếu (lao động làm công ăn lương chiếm 53% tổng số việc làm trong ngành dịch vụ vào năm 2019). Một số lao động làm công ăn lương trong các doanh nghiệp nhỏ hoặc không có hợp đồng thường xuyên đã bị mất việc làm, do tỷ trọng của họ là lớn trong ngành dịch vụ (25% vào năm 2017). Mặc dù mức độ phục hồi nhanh hơn so với lao động làm công ăn lương, lao động tự doanh trong ngành dịch vụ cũng bị ảnh hưởng nặng nề, nhất là trong quý 3 năm 2021 (lao động tự doanh, không tính chủ cơ sở, chiếm 43% số việc làm trong ngành dịch vụ vào năm 2019). Bên cạnh đó, số chủ cơ sở là chủ hộ kinh doanh đã giảm đều đặn trong cả lĩnh vực công nghiệp và dịch vụ trong đại dịch. Điều này cho thấy rằng lao động làm công ăn lương và lao động gia đình làm việc cho các doanh nghiệp nhỏ này đã bị mất việc làm. Điều kiện làm việc của nhiều lao động còn giữ được việc làm cũng bị ảnh hưởng, với thời gian làm việc giảm đáng kể trong các giai đoạn phong tỏa. Những nghiên cứu trước đây cho thấy rằng, trong quý 2 năm 2020, số giờ làm việc hàng tuần đã giảm gần 5% so với mức trước đại dịch, đối với cả lao động làm công ăn lương và lao động tự doanh (World Bank, 2021[81]).

Hình 1.27. Đại dịch ảnh hưởng nặng nề hơn tới người lao động trong ngành dịch vụ

Thay đổi từ Q4/2019, nghìn người

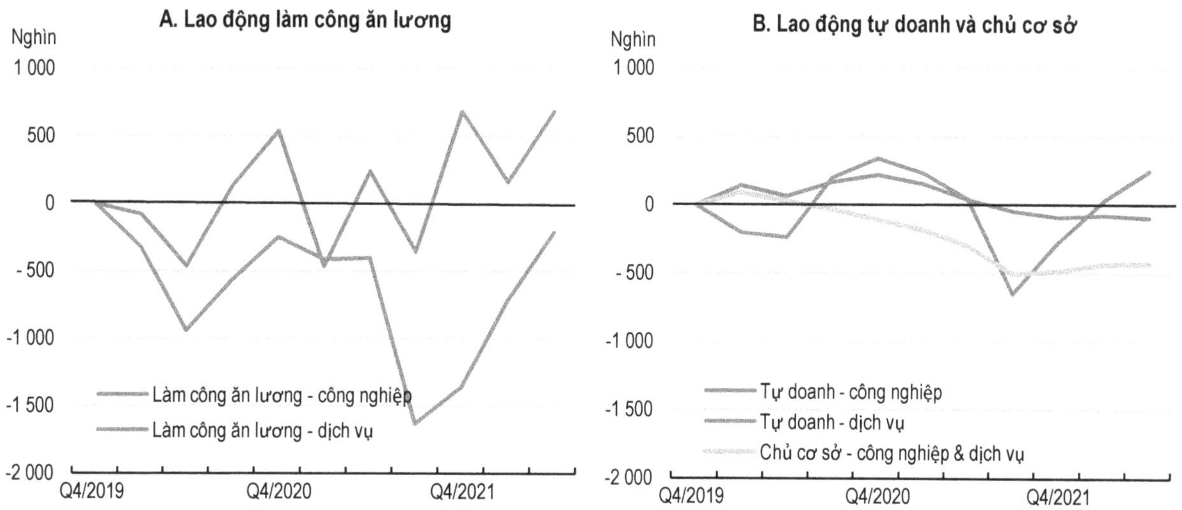

Ghi chú: Lao động tự doanh không bao gồm các lao động tự do không được phân loại.
Nguồn: International Labour Organisation, Employment by status in employment and economic activity.

Stat https://stat.link/fo6m7y

Cần tăng cường vai trò của các hộ kinh doanh trong nền kinh tế

Khắc phục tình trạng phi chính thức có thể mang lại nhiều lợi ích, không chỉ mở rộng phạm vi bao phủ an sinh xã hội và cải thiện việc tuân thủ thuế, mà còn khuyến khích tinh thần khởi nghiệp và giúp các doanh nghiệp phát triển, cuối cùng là tạo ra nhiều việc làm hơn. Giống như ở nhiều nền kinh tế thị trường mới nổi khác, nhiều doanh nghiệp nhỏ (doanh nghiệp có quy mô nhỏ hơn và các hộ kinh doanh, bao gồm cả lao động tự doanh) không tuân thủ các quy định của chính phủ, chẳng hạn như đăng ký kinh doanh, nộp thuế và đóng góp an sinh xã hội (Pasquier-Doumer, Oudin and Nguyen, 2017[82]). Giảm gánh nặng cho các doanh nghiệp nhỏ hơn sẽ góp phần khuyến khích họ tuân thủ các quy định này (OECD, 2015[83]), đồng thời dẫn tới kích thích tạo việc làm, do các gánh nặng hành chính và quy định ít hơn có thể giúp dỡ bỏ những cản trở đối với việc mở rộng doanh nghiệp. Chi phí thấp hơn cho các doanh nghiệp nhỏ cũng có nghĩa rằng việc khởi sự kinh doanh trở nên dễ dàng hơn đối với các doanh nhân. Dù có thể chưa được báo cáo đầy đủ, các doanh nghiệp siêu nhỏ (ít hơn 10 lao động) có lợi nhuận trung bình âm trong năm 2017 theo Tổng điều tra kinh tế, trong khi các doanh nghiệp thuộc quy mô khác báo cáo lợi nhuận dương. Mức lợi nhuận thấp khiến các doanh nghiệp nhỏ hơn khó nộp thuế, bao gồm cả các khoản đóng góp an sinh xã hội. Tuy nhiên, việc tham gia hệ thống an sinh xã hội có thể khuyến khích người lao động làm việc lâu hơn trong một doanh nghiệp, đầu tư vào vốn con người liên quan cụ thể tới công việc và nhờ đó thúc đẩy lợi nhuận trong trung hạn. Thật vậy, các nghiên cứu trước đây cho thấy rằng việc tham gia bảo hiểm xã hội có quan hệ với việc cải thiện hiệu quả tổng thể của doanh nghiệp, mặc dù các doanh nghiệp siêu nhỏ có xu hướng cho thấy lợi nhuận âm ở giai đoạn đầu sau khi đăng ký tham gia bảo hiểm xã hội (Lee and Torm, 2017[84]).

Về vấn đề này, chính sách nên tập trung nhiều hơn vào các đơn vị kinh doanh hộ gia đình ("hộ kinh doanh") thông qua việc xem xét tổng thể gánh nặng hành chính và thuế cũng như các quy định phân biệt họ với các doanh nghiệp tư nhân ("doanh nghiệp"). Vì các đơn vị kinh doanh chưa đăng ký là một nguồn khởi nghiệp quan trọng, một số quốc gia khuyến khích các cá nhân khởi sự kinh doanh, gồm cả từ nguồn này. Tại Việt Nam, chính sách cho đến nay vẫn ưu tiên khuyến khích các hộ kinh doanh đăng ký thành lập doanh nghiệp (doanh nghiệp siêu nhỏ hoặc nhỏ) và việc này thường được gọi là "chính thức hóa". Tuy nhiên, một số hộ kinh doanh e ngại chuyển đổi thành doanh nghiệp do các gánh nặng gia tăng như thuế suất cao hơn và đòi hỏi hệ thống kế toán theo tiêu chuẩn. Luật phí và lệ phí năm 2015 xác định các đối tượng thuộc diện miễn, giảm phí, lệ phí, trong đó bao gồm hộ nghèo, người cao tuổi và đồng bào dân tộc thiểu số có điều kiện kinh tế - xã hội đặc biệt khó khăn, bên cạnh những đối tượng khác. Trong bối cảnh đó, chính phủ hỗ trợ các hộ doanh nghiệp chuyển đổi sang các doanh nghiệp siêu nhỏ hoặc nhỏ, với một loạt những chính sách hỗ trợ, gồm cả miễn lệ phí môn bài trong ba năm và một hệ thống kế toán đơn giản hơn. Ngoài ra, các hộ kinh doanh chuyển đổi thành công sang các doanh nghiệp nhỏ và vừa (DNNVV) còn được hưởng nhiều chính sách hỗ trợ của chính phủ, như hỗ trợ tài chính và kỹ thuật.

Việc chuyển đổi suôn sẻ từ hộ kinh doanh sang doanh nghiệp chắc chắn cần được khuyến khích hơn nữa. Tuy nhiên, việc chính thức hóa hoạt động kinh doanh hộ gia đình thành "doanh nghiệp tư nhân" ít được chú ý hơn, trong khi việc này cũng có thể hỗ trợ mở rộng kinh doanh và tham gia hệ thống an sinh xã hội. Tầm quan trọng của việc "chính thức hóa" này cũng cần được nhấn mạnh hơn nữa. Khi nền kinh tế Việt Nam phát triển hơn nữa, các hộ kinh doanh cần phải được xem là một đầu tàu tăng trưởng tiềm tàng, thay vì chỉ là một bộ phận của nền kinh tế vốn dễ bị tổn thương và cần sự hỗ trợ của chính phủ. Chính phủ cần khuyến khích các đơn vị kinh doanh hộ gia đình đóng vai trò then chốt trong nền kinh tế như là hộ kinh doanh chính thức bằng cách tạo dựng một môi trường thuận lợi để mở rộng doanh nghiệp, tạo việc làm và nộp thuế.

Các quy định áp dụng đối với hộ kinh doanh và doanh nghiệp có sự khác biệt đáng kể (Central Institute of Economic Management, 2017[85]). Một số quy định được áp dụng nhất quán cho cả hai loại hình đơn vị kinh doanh. Ví dụ, các khoản đóng góp an sinh xã hội là bắt buộc nếu một doanh nghiệp thuê người lao động được trả lương bất kể số lượng nhân viên. Tuy nhiên, các quy định khác biệt giữa hai loại hình kinh doanh là khá phổ biến, ảnh hưởng tới động lực thúc đẩy tăng trưởng kinh doanh và loại hình đăng ký kinh doanh. Theo Luật Doanh nghiệp 2014 trước đây, các hộ kinh doanh có thể tuyển dụng ít hơn mười lao động được trả lương, nhưng họ phải chuyển đổi sang doanh nghiệp nếu tuyển dụng từ 10 lao động trở lên. Mặt khác, không có ngưỡng áp dụng cho doanh nghiệp liên quan tới số lượng lao động. Trong khi mức trần về lao động này đã được xóa bỏ theo Luật Doanh nghiệp 2020 mới, một số sắc thuế đối với các hộ kinh doanh là thấp hơn so với doanh nghiệp.

Các hộ kinh doanh bị đánh thuế đối với thu nhập từ hoạt động kinh doanh theo thuế suất thuế thu nhập cá nhân (từ 0.5% tới 5%), trong khi doanh nghiệp phải chịu thuế suất thuế thu nhập doanh nghiệp là 20%. Doanh nghiệp nộp thuế giá trị gia tăng theo phương pháp trực tiếp (thuế VAT được tính trực tiếp trên doanh thu) có hoạt động kinh doanh hàng hóa, dịch vụ có thu nhập chịu thuế thu nhập doanh nghiệp mà các đơn vị này xác định được doanh thu nhưng không xác định được chi phí, thu nhập của hoạt động kinh doanh thì nộp thuế thu nhập doanh nghiệp tính theo tỷ lệ % trên doanh thu bán hàng hóa, dịch vụ (từ 1% tới 5%). Chế độ phá sản theo luật định chỉ áp dụng đối với doanh nghiệp trách nhiệm hữu hạn, còn chủ hộ kinh doanh phải chịu trách nhiệm vô hạn. Ngoài ra, một cá nhân chỉ có thể đăng ký một hộ kinh doanh tại một địa điểm, nhưng có thể tiến hành hoạt động kinh doanh tại nhiều nơi. Chủ doanh nghiệp tư nhân không được đồng thời là chủ hộ kinh doanh hay giữ chức vụ thành viên hợp danh của công ty hợp danh. Trong bối cảnh đó, một số quốc gia đã cân nhắc giảm quy định phân biệt đối với các doanh nghiệp nhỏ như một công cụ chính sách quan trọng để khuyến khích họ mở rộng kinh doanh. Ví dụ, trong năm 2019, I-ta-li-a đã mở rộng mức thuế suất cố định đối với lao động tự doanh (15%) sang cả các doanh nghiệp nhỏ, trước đây phải chịu thuế thu nhập doanh nghiệp (24%), đồng thời tăng ngưỡng thu nhập chịu thuế để khuyến khích lao động tự doanh và doanh nghiệp nhỏ phát triển (OECD, 2019[86]).

Các hộ kinh doanh được hưởng một số hình thức ưu đãi. Trong khi doanh nghiệp cần phải thực hiện chế độ kế toán, hóa đơn, chứng từ đầy đủ thì hộ kinh doanh có thể thực hiện chế độ kế toán đơn giản hơn đối với hộ kinh doanh quy mô lớn hoặc hộ kinh doanh nộp thuế theo phương pháp kê khai hoặc không thực hiện chế độ kế toán. Ví dụ, năm 2019, chính phủ đã đưa ra quy định về chế độ kế toán đơn giản đối với các doanh nghiệp siêu nhỏ, đơn giản hơn so với các doanh nghiệp vừa và nhỏ và khá tương đồng với chế độ kế toán áp dụng cho các hộ kinh doanh trong năm 2021. Tuy nhiên, môt số điểm khác biệt trong các quy định cũng có thể gây bất lợi cho các hộ kinh doanh. Việc chuẩn bị đầy đủ hồ sơ sổ sách kế toán có thể là gánh nặng đối với các doanh nghiệp có lợi nhuận thấp, khiến họ có động cơ tiêu cực để giữ cho quy mô nhỏ hoặc vờ có quy mô nhỏ.

Giảm bớt gánh nặng hành chính về đăng ký kinh doanh cũng rất cần thiết để khuyến khích sự ra đời của nhiều hộ kinh doanh hơn. Thật vậy, các cuộc khảo sát trước đây cho thấy rằng nhiều hộ kinh doanh không đăng ký mặc dù họ cần phải làm vậy. Các thủ tục đăng ký được đơn giản hóa cho doanh nghiệp. Ví dụ, khi thành lập một doanh nghiệp, việc đăng ký ban đầu, thuế và an sinh xã hội có thể được thực hiện cùng nhau. Nhưng việc bắt đầu hộ kinh doanh đòi hỏi phải liên hệ với các cơ quan thuế và an sinh xã hội tách biệt khỏi quá trình đăng ký kinh doanh, mặc dù tất cả các quy trình này có thể thực hiện trực tuyến. Cần thiết lập các thủ tục đăng ký đơn giản hóa cho hộ kinh doanh, giống như đối với doanh nghiệp. Điều này cũng có thể giúp cải thiện sự phối hợp giữa đăng ký kinh doanh, thuế và an sinh xã hội, gồm cả thanh kiểm tra, và giảm tình tránh trốn tránh. Thật vậy, so với mức độ tuân thủ đăng ký kinh doanh, chỉ một tỷ lệ nhỏ hộ kinh doanh chi trả đóng góp an sinh xã hội (Pasquier-Doumer, Oudin and Nguyen, 2017[82]). Về vấn đề này, chính phủ có kế hoạch đơn giản hóa cả việc đăng ký kinh doanh và đăng ký thuế từ năm 2023, đưa về quy trình tương tự như đối với các doanh nghiệp và có thể thực hiện trực tuyến.

Ngoài ra, các hộ kinh doanh vẫn phải nộp lệ phí môn bài, nhưng với mức thấp hơn so với doanh nghiệp. Tại Việt Nam, các hộ kinh doanh có doanh thu hàng năm dưới 100 triệu đồng (tương đương 4000 USD) được miễn lệ phí môn bài, còn các hộ kinh doanh đăng ký mới được miễn lệ phí môn bài trong năm đầu tiên. Doanh nghiệp nhỏ và vừa chuyển đổi từ hộ kinh doanh được miễn lệ phí môn bài trong thời hạn ba năm kể từ ngày được cấp Giấy chứng nhận đăng ký doanh nghiệp lần đầu. Để thúc đẩy tinh thần khởi nghiệp, nhiều quốc gia không yêu cầu lệ phí đăng ký khi thành lập doanh nghiệp chưa có tư cách pháp nhân và tuyển dụng ít hơn mười nhân viên, hoặc lệ phí thấp hơn nhiều so với việc thành lập một công ty (Hình 1.28).

Đầu tư phát triển vốn nhân lực của các lao động phi chính thức, gồm cả người lao động làm việc trong các hộ kinh doanh, cũng có thể giúp họ chuyển sang việc làm chính thức. Lao động phi chính thức có ít cơ hội nâng cao kỹ năng và đào tạo lại hơn so với lao động chính thức (ILO, 2020[87]). Do vậy, chính phủ cần triển khai các biện pháp cụ thể để nâng cao tay nghề của những lao động này. Ngoài việc tăng cường các chương trình giáo dục và đào tạo kỹ thuật và dạy nghề (GDNN) chính quy được thiết kế phù hợp với lao động phi chính thức, có thể cân nhắc các sáng kiến GDNN phi chính quy (ví dụ: đào tạo tại chỗ và học nghề) và GDNN phi chính thức mới (tức là các dịch vụ được cung cấp bên ngoài hệ thống giáo dục chính thức) (Palmer, 2020[88]). Ở Việt Nam, việc tiếp cận các chương trình GDNN chính quy và phi chính quy ở nông thôn còn hạn chế so với ở các đô thị (OECD, 2018[89]), hàm ý rằng việc tăng cường đào tạo phi chính quy có thể đặc biệt có lợi cho người lao động yếu thế ở bên ngoài các thành phố. Dù hoạt động GDNN phi chính quy có chất lượng rất khác nhau và do vậy không thể được công nhận là trình độ được chấp nhận rộng rãi, việc nâng cấp đào tạo phi chính quy lên bán chính quy thông qua hợp tác với các trung tâm đào tạo nhà nước hoặc tư nhân có thể giúp cải thiện chất lượng và sự công nhận đối với GDNN phi chính quy (OECD/ILO, 2019[90]). Ví dụ, Gioóc-đan đã tiến hành một dự án thí điểm kết hợp các khóa học kỹ năng cơ bản, như CNTT và tiếng Anh, với việc học nghề phi chính thức, với 92% số học viên tham gia có việc làm sau khi hoàn thành khóa học (ILO; International Youth Foundation, 2014[91]).

Hình 1.28. Phí thành lập cơ sở kinh doanh chưa đăng ký pháp nhân ở nhiều nước là thấp

Chi phí đăng ký doanh nghiệp so với GDP bình quân đầu người, năm gần nhất có dữ liệu

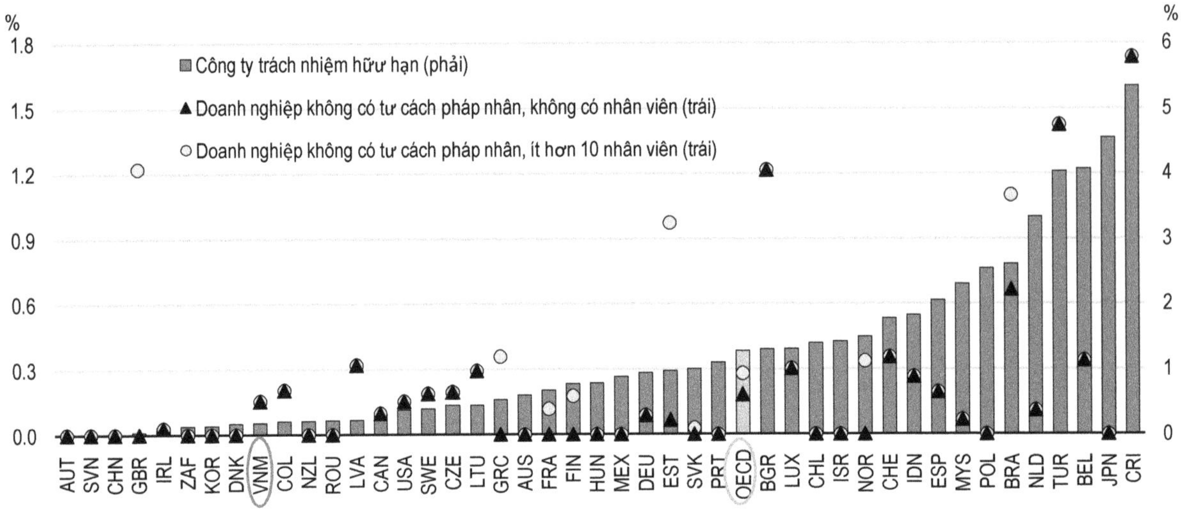

Ghi chú: AUS = Ôx-trây-lia, AUT = Áo, BEL= Bỉ, BGR = Bun-ga-ri, BRA = Bra-xin, CAN = Ca-na-đa, CHE = Thụy Sĩ, CHL = Chi-lê, CHN = Trung Quốc, COL = Cô-lôm-bia, CRI = Cô-xta Ri-ca, CZE = Cộng hòa Séc, DEU = Đức, DNK = Đan Mạch, ESP = Tây Ban Nha, EST = Ex-tô-nia, FIN = Phần Lan, FRA = Pháp, GBR = Anh, GRC = Hy Lạp, HUN = Hung-ga-ri, IDN = In-đô-nê-xia, IRL = Ai-len, ISR = Ix-ra-en, JPN = Nhật Bản, KOR = Hàn Quốc, LTU = Lít-va, LUX = Lúc-xem-bua, LVA = Lát-via, MEX = Mê-hi-cô, MYS = Ma-lai-xia, NLD = Hà Lan, NOR = Na Uy, NZL = Niu Di-lân, POL = Ba Lan, PRT = Bồ Đào Nha, ROU = Ru-ma-ni, SVK = Xlô-va-kia, SVN = Xlô-ve-nia, SWE = Thụy Điển, TUR = Thổ Nhĩ Kỳ, USA = Hoa Kỳ, VNM = Việt Nam, ZAF = Nam Phi.

Thông tin được sử dụng để tính toán các chỉ số PMR 2018 dựa trên luật và quy định có hiệu lực tại thời điểm ngày 1/1/2018 hoặc một năm sau đó tùy thuộc vào thời điểm thông tin được quốc gia liên quan cung cấp (đối với Việt Nam là ngày 1/1/2020). Đối với Hoa Kỳ, dữ liệu là của New York.

Nguồn: OECD, Product Market Regulation database; OECD-WBG, Product Market Regulation database; World Bank, World Development Indicators database.

StatLink https://stat.link/84u3t5

Mạng lưới an sinh xã hội của Việt Nam cần toàn diện hơn

Để tăng cường mạng lưới an sinh xã hội, ưu tiên hàng đầu là mở rộng phạm vi bao phủ của hệ thống an sinh xã hội. Việt Nam đã và đang từng bước phát triển hệ thống an sinh xã hội như là trụ cột của bảo trợ xã hội, nhưng mức độ bao phủ của hệ thống này vẫn còn thấp (Hộp 1.6). Đặc biệt, mức độ phi chính thức cao trong nền kinh tế đồng nghĩa với việc một số doanh nghiệp và người lao động không tuân thủ quy định về các khoản đóng góp bắt buộc cho bảo hiểm xã hội, bao gồm cả chương trình hưu trí nhà nước bắt buộc. Giảm tỷ lệ phi chính thức hoặc tăng cường chính thức hóa có thể trực tiếp mở rộng phạm vi an sinh xã hội, nhưng việc giúp các doanh nghiệp tăng trưởng trong khu vực chính thức cũng sẽ thúc đẩy tạo thêm nhiều việc làm chính thức hơn. Theo định nghĩa, an sinh xã hội nhằm mục đích chia sẻ rủi ro bằng cách bao phủ một bộ phận lớn dân số. Hệ thống an sinh xã hội ở các nền kinh tế có việc làm phi chính thức thường tương đối kém hiệu quả, do chênh lệch trong mức độ bao phủ và tỷ lệ đóng góp cao so với lợi ích (OECD, 2003[92]). Tỷ lệ bao phủ an sinh xã hội thấp làm gia tăng khoảng cách giữa những người được bảo hiểm và không được bảo hiểm, làm giảm tác dụng phân phối lại của nó, do những người thuộc nhóm thu nhập cao hơn và có tuổi thọ cao có xu hướng tham gia nhiều hơn vào an sinh xã hội (và được nhận lợi ích) trong khi người từ các nhóm thu nhập thấp hơn thì không.

Trợ giúp xã hội cũng cần được mở rộng hơn nữa cho những đối tượng không được bao phủ bởi hệ thống an sinh xã hội. Ở nhiều nước, lao động tự doanh không được bảo hiểm bởi các chương trình an sinh xã hội bắt buộc. Dù tăng trưởng kinh tế nhanh đã làm tăng số lượng lao động ở Việt Nam, tương tự như một số nước Đông Nam Á khác, song một số lượng lớn người dân vẫn làm việc tự do. Lao động tự doanh chiếm hơn một nửa tổng số việc làm trong năm 2019 (mức trung bình của OECD là 16%), và không nằm trong chương trình hưu trí nhà nước bắt buộc cũng như bảo hiểm thất nghiệp. Trợ giúp xã hội cũng cần đóng vai trò là điểm tựa cho lao động phi chính thức, những người là đối tượng của hệ thống an sinh xã hội bắt buộc nhưng không tham gia vào hệ thống.

Hộp 1.6. Hệ thống an sinh xã hội của Việt Nam đang mở rộng

Hệ thống an sinh xã hội của Việt Nam có khuôn khổ toàn diện, bao gồm bảo hiểm y tế, bảo hiểm xã hội và bảo hiểm thất nghiệp. Một cơ quan thuộc chính phủ – Bảo hiểm xã hội Việt Nam (VSS) – quản lý các quỹ này. Bộ Lao động, Thương binh và Xã hội đóng vai trò là tổ chức quản lý thống nhất trong vấn đề bảo hiểm xã hội.

Bảo hiểm y tế

Việt Nam có hệ thống chăm sóc sức khỏe toàn dân, được hỗ trợ bởi bảo hiểm y tế. Bảo hiểm y tế được thành lập vào năm 1992 và mở rộng phạm vi bảo hiểm theo luật định cho toàn bộ người dân. Hệ thống này hiện bao phủ gần 90% dân số. Các khoản đóng góp bắt buộc có thể được giảm hoặc miễn tùy thuộc vào tình trạng của từng cá nhân. Ví dụ, chính phủ trợ cấp cho người nghèo, người dân tộc thiểu số, trẻ em dưới 6 tuổi và người già trên 80. Đối với lao động chính thức, tỷ lệ đóng góp là 3% tiền lương đối với người sử dụng lao động và 1.5% đối với người lao động.

Bảo hiểm xã hội

Bảo hiểm xã hội được thành lập vào năm 1995, thay thế chương trình hưu trí công cho cán bộ, công chức nhà nước. Hệ thống bảo hiểm xã hội bắt buộc của Việt Nam bao gồm tất cả những người lao động có hợp đồng dài hơn một tháng. Bên cạnh lương hưu nhà nước, quỹ này cũng cung cấp một số lợi ích khác, chẳng hạn như bảo hiểm thương tật liên quan đến công việc. Tỷ lệ đóng góp là 17.5% tiền lương đối với người sử dụng lao động và 8% đối với người lao động. Lao động tự doanh có thể tham gia chương trình tự nguyện. Năm 2020, bảo hiểm xã hội đã bao phủ 29% lực lượng lao động.

Bảo hiểm thất nghiệp

Bảo hiểm thất nghiệp được đưa ra vào năm 2009. Bảo hiểm này là bắt buộc đối với tất cả các chủ cơ sở có ít nhất một nhân viên được trả lương. Cả người sử dụng lao động và người lao động đều đóng góp 1% tiền lương. Thời gian làm việc tối thiểu là 12 tháng và thời hạn tham chiếu là 24 tháng trước đó đối với người lao động thông thường (36 tháng đối với lao động thời vụ). Bảo hiểm thất nghiệp chỉ bao phủ 51% số lao động trong năm 2020, với sự gia tăng đều đặn từ mức 43% vào năm 2010.

Cần có cách tiếp cận bao trùm hơn để bảo vệ người lao động dễ bị tổn thương

Trong thời kỳ đại dịch, chính phủ đã cung cấp hỗ trợ cho người lao động bị ảnh hưởng bằng cách huy động toàn bộ các mạng lưới an sinh thị trường lao động hiện có. Đặc biệt, bảo hiểm thất nghiệp đã hoạt động như một cơ chế ổn định tự động, cho dù mức độ bao phủ thấp. Số người nộp hồ sơ hưởng bảo hiểm thất nghiệp tăng mạnh từ quý 1 năm 2020 (170 nghìn người) đến quý 2 (400 nghìn người). Năm 2020, trợ cấp tiền lương được thực hiện đối với người lao động bị tạm ngừng hợp đồng hoặc nghỉ việc không lương trên một tháng trong giai đoạn từ tháng 4 đến tháng 6, nếu họ đủ điều kiện tham gia bảo hiểm thất nghiệp. Trong năm 2021, các điều kiện hưởng trợ cấp đã được nới lỏng. Thời gian đóng tối thiểu để được nhận trợ cấp thất nghiệp gần như bị bãi bỏ: người lao động bị mất việc làm từ tháng 1 năm 2020 đến tháng 9 năm 2021 có thể nhận trợ cấp một lần, ngay cả khi họ chưa đáp ứng điều kiện thông thường là đã đóng bảo hiểm thất nghiệp đủ 12 tháng trở lên trong vòng 24 tháng trước đó.

Đối với những lao động không được hưởng bảo hiểm thất nghiệp, chính phủ đã cung cấp thêm khoản bảo trợ xã hội. Năm 2020, một khoản trợ cấp đặc biệt (1 triệu đồng/tháng trong tối đa 3 tháng) được dành cho người lao động có hợp đồng chính thức nhưng không đủ điều kiện hưởng trợ cấp thất nghiệp do thời gian làm việc ngắn hơn, nếu hợp đồng của họ bị chấm dứt trong giai đoạn từ tháng 4 đến tháng 6. Khoản trợ cấp tương tự cũng được dành cho người lao động có hợp đồng chính thức nhưng không có thu nhập hoặc thu nhập dưới ngưỡng cận nghèo, và người lao động không có hợp đồng chính thức bị mất việc làm trong một số ngành, như du lịch và bán hàng rong. Tuy nhiên, việc giải ngân trên thực tế là chậm và phạm vi bị thu hẹp hơn so với kế hoạch.

Cải thiện mức bao phủ của bảo hiểm thất nghiệp là rất quan trọng để tăng cường mạng lưới an sinh thị trường lao động cho những người lao động dễ bị tổn thương. Cuộc cải cách vào năm 2015, mở rộng phạm vi đóng bảo hiểm theo luật định từ người sử dụng lao động có ít nhất mười nhân viên sang tất cả người sử dụng lao động, là một tiến bộ quan trọng. Tuy nhiên, vẫn còn những khoảng trống đáng kể, với chỉ khoảng một nửa số người lao động được bao phủ bởi hệ thống này vào năm 2019 (Hộp 1.5). Ở Việt Nam, tỷ lệ doanh nghiệp nhỏ và tỷ lệ việc làm không ổn định cao là một trong những trở ngại chính đối với việc cải thiện hơn nữa mức bao phủ an sinh xã hội, gồm cả bảo hiểm thất nghiệp (xem bên dưới). Tuy nhiên, những diễn biến chính sách gần đây tại các nước OECD về hệ thống trợ cấp thất nghiệp có thể sẽ có ích cho hệ thống bảo hiểm thất nghiệp ở Việt Nam, do có một số vấn đề chính sách cơ bản chung.

Nhiều quốc gia đã nỗ lực tăng cường hiệu quả của hệ thống trợ cấp thất nghiệp, trong bối cảnh có sự gia tăng gần đây của lực lượng lao động phi tiêu chuẩn, ví dụ như lao động bán thời gian hoặc không cố định, với các điều kiện hưởng trợ cấp thất nghiệp được hạ thấp hơn do thời gian làm việc ngắn hoặc quá trình việc làm bị gián đoạn. Việc điều chỉnh các điều kiện hưởng trợ cấp là một giải pháp chính sách quan trọng, nhưng nó cần được thiết kế thận trọng để giảm thiểu tác động tiêu cực. Việc tránh áp đặt các điều kiện làm việc quá khắt khe, nổi bật là thời gian làm việc tối thiểu dài hơn hoặc thời gian tham chiếu ngắn hơn (là khoảng thời gian mà trong đó thời hạn đóng góp tối thiểu được coi là có hiệu lực), là hết sức quan trọng để mang đến sự linh hoạt lớn hơn cho người lao động có quá trình làm việc không ổn định (ILO, 2017[93]). Trong khi các điều kiện việc làm quá ngắn có thể khuyến khích tạo ra việc làm không ổn định, những điều chỉnh cụ thể phù hợp với sự chênh lệch giữa thời gian làm việc tối thiểu và thời gian tham chiếu sẽ hữu ích (OECD, 2020[94]). Ở Cộng hòa Xlô-va-kia, lao động tạm thời được cộng thêm 12 tháng cho thời gian tham chiếu (36 tháng đối với lao động thông thường; thời gian làm việc tối thiểu là 24 tháng). Thời gian làm việc tối thiểu của Việt Nam (12 tháng) và thời gian tham chiếu (24 tháng) nằm ở mức trung bình của các nước khác (OECD, 2020[94]), (Asenjo and Pignatti, 2019[95]). Ngoài ra, Việt Nam cũng đã tăng thêm 1 năm trong thời gian tham chiếu cho lao động thời vụ. Việc nới rộng thời gian tham chiếu này có thể được áp dụng cho các công việc không ổn định khác, ví dụ như công nhân xây dựng. Cũng có thể cân nhắc áp dụng tỷ lệ đóng góp cao hơn đối với một số loại hình công việc hoặc công ty. Một số quốc gia châu Âu đã áp dụng tỷ lệ đóng góp khác biệt. Ví dụ, Tây Ban Nha quy định tỷ lệ đóng góp cao hơn đối với cả người sử dụng lao động và người lao động trong hợp đồng có thời hạn so với hợp đồng vô thời hạn (Unédic, 2020[96]). Đối với hợp đồng có thời hạn, tỷ lệ đóng góp của người sử dụng lao động là cao hơn so với hợp đồng vô thời hạn; phần đóng góp của người lao động trong hợp đồng có thời hạn là thấp hơn so với hợp đồng vô thời gian. Biện pháp chính sách này có thể mang lại khuyến khích về mặt tài chính cho cả người sử dụng lao động và người lao động để lựa chọn các hợp đồng lao động ổn định hơn.

Tăng cường quyền của người lao động cũng sẽ thúc đẩy người sử dụng lao động tuân thủ quy định về bảo hiểm thất nghiệp (OECD, 2004[97]). Một số quốc gia OECD đã xây dựng những cơ chế cụ thể. Tại Nhật Bản, cơ quan dịch vụ việc làm công có thể chấp nhận yêu cầu trợ cấp thất nghiệp của người tìm việc ngay cả khi chủ cơ sở cũ của họ chưa nộp phần đóng góp. Điều này nhằm mục đích ngăn người sử dụng lao động tránh né các khoản đóng góp một cách bất hợp pháp, do việc trốn đóng sẽ có thể bị lộ khi nhân viên cũ yêu cầu trợ cấp thất nghiệp. Tại Việt Nam, công đoàn không chỉ giúp người lao động hiểu mà còn thực thi các quyền của họ. Về vấn đề này, những cải cách gần đây nhằm tăng cường quyền của người lao động nói chung là rất hữu ích. Theo Bộ luật Lao động mới 2019, việc thành lập các nghiệp đoàn đã trở nên dễ dàng hơn (các nghiệp đoàn không nhất thiết phải gắn với tổ chức công đoàn duy nhất ở cấp quốc gia). Tuy nhiên, cơ chế như vậy có thể khiến một số chủ cơ sở ngần ngại trong việc tuyển lao động, nhất là khi những quyền lợi này chỉ áp dụng cụ thể đối với một số nhóm người lao động (ví dụ như lao động chính thức). Trong trường hợp đó, các chủ cơ sở này có thể thích tuyển dụng những cá nhân không đưa ra khiếu nại, ví dụ người nhập cư bất hợp pháp. Bộ luật Lao động mới quy định rằng tất cả người lao động đều có thể thành lập và tham gia công đoàn, và nghiêm cấm việc phân biệt đối xử và can thiệp của người sử dụng lao động đối với người lao động tham gia các hoạt động của công đoàn. Chính phủ cần bảo đảm rằng các quyền này được thực hiện đầy đủ.

Tăng cường mối liên kết giữa trợ cấp thất nghiệp và chính sách thị trường lao động tích cực (ALMP) cũng là một ưu tiên. Điều này sẽ nâng cao tính hấp dẫn của bảo hiểm thất nghiệp của Việt Nam, giúp đạt được tỷ lệ bao phủ cao hơn. Ở Việt Nam có 83 cơ sở dịch vụ việc làm của nhà nước – các Trung tâm Dịch vụ việc làm; các Trung tâm này thực hiện tư vấn, thực hiện các thủ tục để hỗ trợ người lao động tham gia bảo hiểm thất nghiệp được học nghề tối đa là 6 tháng. Tuy nhiên, tỷ lệ tham gia là rất thấp. Chỉ có 5% số người nhận bảo hiểm thất nghiệp sử dụng dịch vụ này trong năm 2019 và 2% vào giữa năm 2020 do đại dịch (World Bank, 2021[81]). Hiện tại, các Trung tâm Dịch vụ việc làm dành nguồn lực đáng kể cho việc quản lý bảo hiểm thất nghiệp. Đồng thời, họ không có thông tin thị trường lao động cập nhật để thiết kế những chương trình đào tạo hiệu quả (Stienon, Cunningham and Nguyen, 2020[98]). Chính phủ cần tăng cường chức năng của các Trung tâm Dịch vụ việc làm, nhất là thông qua việc thu thập thông tin thị trường lao động để các Trung tâm này có thể cung cấp hoạt động đào tạo phù hợp cho người tìm việc. Đặc biệt, việc phối hợp giữa các Trung tâm ở những vùng miền khác nhau, hợp tác với trung tâm giới thiệu việc làm tư nhân và tiếp cận người sử dụng lao động là rất quan trọng.

Ngoài ra, trong trung hạn, có thể tăng cường các mạng lưới an sinh thị trường lao động đối với lao động tự doanh. Giống như nhiều nước khác, tại Việt Nam, an sinh xã hội bắt buộc – gồm cả bảo hiểm thất nghiệp – không bao phủ các lao động tự doanh. Một số quốc gia gần đây đã mở rộng mạng lưới an sinh thị trường lao động để bao gồm cả lao động tự doanh, đặc biệt là những lao động tự doanh có ít quyền tự chủ hơn đối với điều kiện việc làm của mình (lao động tự doanh "phụ thuộc") (OECD, 2019[99]), (OECD, 2018[100]). Quá trình số hóa được đẩy nhanh trong đại dịch đã tạo thuận lợi cho sự gia tăng của loại hình lao động này, ví dụ như lao động trên nền mạng (xem Chương 2). Điều này đặt ra một thách thức đang được giải quyết theo những cách khác nhau giữa các quốc gia. Ví dụ, bảo hiểm thất nghiệp bắt buộc của Bồ Đào Nha bao gồm các lao động tự doanh phụ thuộc, những người nhận hơn một nửa thu nhập của mình từ một công ty đơn nhất (OECD, 2020[101]). Ở Ma-lai-xia, các tài xế taxi, ứng dụng gọi xe qua mạng và xe buýt tự doanh được đưa vào hệ thống bảo hiểm việc làm bắt buộc từ năm 2017, bao gồm cả tai nạn nghề nghiệp. Người lao động tự doanh đủ điều kiện sẽ chi trả phần đóng góp theo mức thu nhập hàng tháng. Từ năm 2020, có thêm 19 nghề nghiệp được đưa vào, gồm cả người bán hàng rong (OECD, 2021[102]). Xét tới tỷ lệ phi chính thức cao của nền kinh tế Việt Nam, các mức ngưỡng áp dụng đối với những lao động này (ví dụ: 50% thu nhập từ một nguồn) có thể khuyến khích việc trốn tránh (tức là hạn chế thu nhập từ một nguồn duy nhất ở mức thấp hơn các ngưỡng này). Thay vào đó, có thể áp dụng một cách tiếp cận có trọng tâm đối với những nghề nghiệp cụ thể, tương tự như ở Ma-lai-xia.

Các Trung tâm Dịch vụ việc làm cần phải tăng cường hỗ trợ cho tất cả những lao động dễ bị tổn thương. Ở Việt Nam, các Trung tâm Dịch vụ việc làm có nhiệm vụ phục vụ tất cả người lao động. Trên thực tế, dù có khoảng 1 triệu người xin hưởng bảo hiểm thất nghiệp hàng năm, nhưng khoảng 3 triệu người đã nhận được sự tư vấn và dịch vụ từ các Trung tâm Dịch vụ việc làm mỗi năm. Tuy nhiên, đối với một số Trung tâm, hầu hết khách hàng của họ là người xin hưởng bảo hiểm thất nghiệp (80-90% khách hàng (Stienon, Cunningham and Nguyen, 2020[98])). Do các hệ thống trợ cấp thất nghiệp không bao phủ tất cả người lao động, những vấn đề tương tự cũng diễn ra ở các quốc gia khác. Ở các nước OECD, chỉ chưa đầy một phần ba số người thất nghiệp được nhận trợ cấp thất nghiệp (OECD, 2018[103]), hàm ý rằng mạng lưới an sinh thị trường lao động không bao phủ một số cá nhân. Do vậy, điều quan trọng là chủ động tiếp cận những người không nộp đơn xin trợ cấp, hầu hết là người lao động không chính thức ở Việt Nam. Sự hợp tác với các tổ chức liên quan, ví dụ cơ quan bảo trợ xã hội, sẽ hữu ích cho mục đích này (OECD, 2021[104]). Ở Việt Nam, các Trung tâm Dịch vụ việc làm cần mở rộng cơ sở khách hàng một cách mạnh mẽ, phối hợp với các cơ sở đào tạo và cộng đồng địa phương (Stienon, Cunningham and Nguyen, 2020[98]). Đồng thời, cần chú trọng tới việc tăng cường chức năng giới thiệu việc làm của Trung tâm Dịch vụ việc làm, hiện vẫn còn yếu kém. Đặc biệt, các Trung tâm Dịch vụ việc làm cần tập trung vào việc thu thập và cung cấp thông tin thị trường lao động cho tất cả người lao động, trong khi thuê ngoài một số dịch vụ kỹ thuật, ví dụ như hỗ trợ tìm việc, cho các cơ sở giới thiệu việc làm tư nhân. Năm 2020, Ma-lai-xia đã ra mắt cổng thông tin MYFutureJobs như trung tâm một cửa cung cấp dịch vụ giới thiệu việc làm cho tất cả lao động tìm việc; đây có thể là một ví dụ tốt ở cấp độ quốc gia. Do chỉ một phần tư số lao động có việc làm được bao phủ bởi hệ thống bảo hiểm thất nghiệp ở Việt Nam, hầu hết người tìm việc sẽ không nhất thiết là người được bảo hiểm nếu các Trung tâm Dịch vụ việc làm có thể mở rộng thành công cơ sở khách hàng của mình. Do vậy, điều quan trọng là hoạt động này của các Trung tâm Dịch vụ việc làm được ngân sách nhà nước chi trả như một phần của trợ cấp xã hội, chứ không phải từ nguồn thu bảo hiểm thất nghiệp.

Cần tăng cường mạng lưới an sinh cho người cao tuổi trong bối cảnh già hóa dân số nhanh

Do Việt Nam sẽ trở thành một trong những xã hội già hóa nhanh nhất ở Đông Nam Á trong các thập niên sắp tới, Việt Nam cần tăng tốc xây dựng mạng lưới bảo trợ xã hội cho người cao tuổi (Hình 1.29). Giống như một số quốc gia khác ở Đông Á và Đông Nam Á, các thành viên gia đình có truyền thống hỗ trợ người cao tuổi. Tuy nhiên, quy mô hộ gia đình đang dần thu hẹp và mô hình truyền thống sẽ khó khả thi với nhân khẩu học đang thay đổi. Trong bối cảnh này, chính phủ sẽ cần đóng vai trò tích cực hơn trong việc bảo đảm những người dễ bị tổn thương được hỗ trợ thỏa đáng. Hơn nữa, già hóa dân số có xu hướng làm tăng bất bình đẳng thu nhập (Wang et al., 1990[105]) (Phụ lục 1.A.). Ở Việt Nam, các hộ gia đình do người cao tuổi làm chủ có tỷ lệ nghèo cao hơn và sự hiện diện của một người cao tuổi nhiều khả năng liên quan tới nguy cơ nghèo khổ cao hơn (Evans et al., 2005[106]). Trong bối cảnh đó, tăng cường mạng lưới an sinh xã hội cho người cao tuổi, nhất là hệ thống hưu trí nhà nước tổng thể, là rất quan trọng để ngăn ngừa tình trạng nghèo khổ ở tuổi già.

Hình 1.29. Các nước Đông Nam Á sẽ già đi nhanh chóng trong những thập niên tới

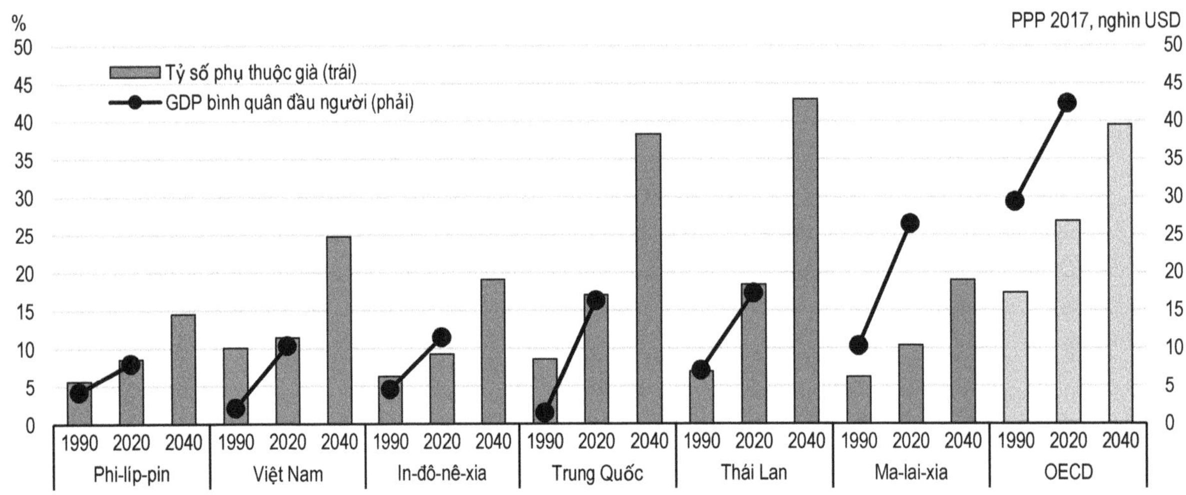

Ghi chú: Tỷ số phụ thuộc già được định nghĩa là tỷ lệ người từ 65 tuổi trở lên so với dân số trong độ tuổi từ 15 tới 64.
Nguồn: United Nations, Department of Economic and Social Affairs, Population Division (2019). World Population Prospects 2019, Online Edition. Rev. 1. ; World Bank, World Development Indicators database.

StatLink https://stat.link/x7fizp

Hệ thống hưu trí nhà nước của Việt Nam đang chuyển mình, nhưng vẫn kém phát triển

Ở Việt Nam, hệ thống hưu trí nhà nước chưa bao phủ phần lớn dân số (Hình 1.30, Biểu đồ A). Tương tự như nhiều nền kinh tế thị trường mới nổi khác, mức độ bao phủ thấp này có liên quan chặt chẽ với vị thế việc làm. Luật Bảo hiểm Xã hội quy định rằng, ngay cả khi chỉ có một nhân viên được trả lương, người lao động cũng phải được đóng bảo hiểm bắt buộc nếu hợp đồng lâu hơn một tháng. Tuy nhiên, nhiều doanh nghiệp nhỏ, chủ yếu là doanh nghiệp siêu nhỏ và hộ kinh doanh, không tham gia bảo hiểm xã hội cho người lao động (trong đó thành phần chính là quỹ lương hưu). Ngoài ra, có khả năng cao là hầu hết người lao động không thường xuyên, với số lượng gần đây đã tăng lên, cũng không được tham gia bảo hiểm xã hội (Hình 1.30, Biểu đồ B). Một số chủ cơ sở và người lao động cố tình chọn hợp đồng ngắn hạn hoặc báo cáo thu nhập thấp hơn để tránh đóng góp. Người lao động không có bảo hiểm dễ bị ảnh hưởng bởi sự gián đoạn thị trường lao động hơn những người khác, như đã thấy trong đại dịch, và khả năng dễ bị tổn thương trước các cú sốc kinh tế có thể làm tăng nguy cơ nghèo khổ ở tuổi già trong tương lai.

Hình 1.30. Phạm vi bao phủ của hệ thống hưu trí nhà nước ở các nước Đông Nam Á còn thấp

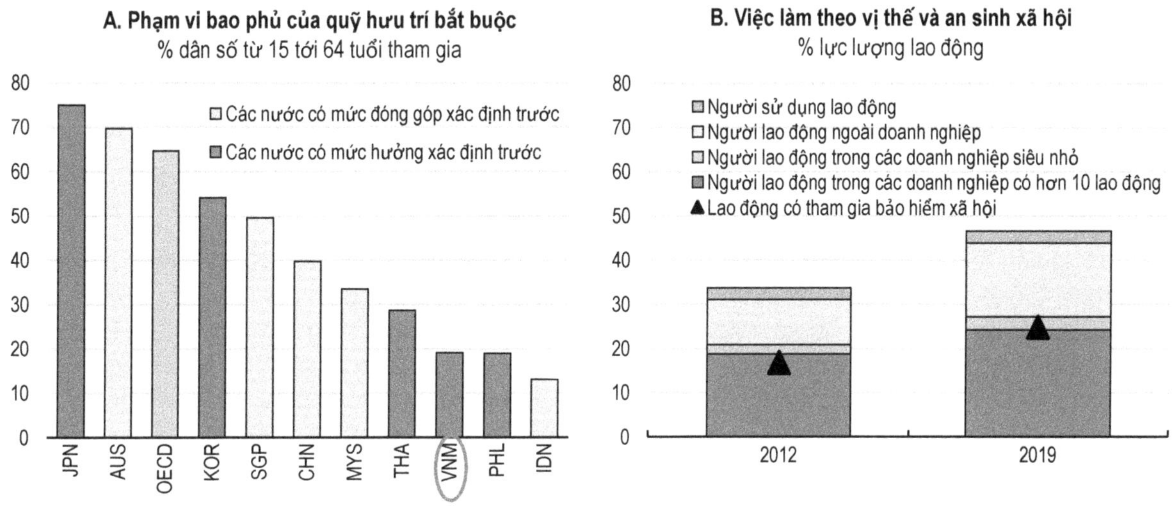

Ghi chú: AUS = Ôx-trây-lia, IDN = In-đô-nê-xia, JPN = Nhật Bản, KOR = Hàn Quốc, MYS = Ma-lai-xia, PHL = Phi-líp-pin, SGP = Xinh-ga=po, THA = Thái Lan, VNM = Việt Nam. Trong Biểu đồ B, người lao động không bao gồm những người làm việc trong các cơ quan nhà nước. Bao phủ an sinh xã hội chỉ việc đóng góp bắt buộc và không bao gồm khu vực nhà nước.
Nguồn: OECD (2018), Pensions At a Glance Asia/Pacific 2018, Figure 2.6; Tổng cục Thống kê, Tổng Điều tra kinh tế, Điều tra doanh nghiệp, Điều tra lao động việc làm và Niên giám thống kê nhiều năm; và ILO, ILOStat database.

StatLink https://stat.link/2xv0hn

Việc cải thiện phạm vi bao phủ của hệ thống hưu trí nhà nước cho người lao động không thường xuyên ngày càng trở nên quan trọng. Chính phủ đang đẩy mạnh nỗ lực theo hướng này. Nếu được thực hiện hiệu quả, Bộ luật Lao động sửa đổi năm 2019 (có hiệu lực từ tháng 1/2021) là một bước tiến lớn trong việc lấp đầy một trong những kẽ hở. Ở Việt Nam, hợp đồng lao động ngắn hạn rất phổ biến. Năm 2020, khoảng 40% người lao động làm việc với hợp đồng ngắn hạn dưới 3 tháng hoặc không có hợp đồng. Theo luật định, bảo hiểm xã hội là bắt buộc đối với người sử dụng lao động và người lao động có hợp đồng từ một tháng trở lên. Tuy nhiên, trong Bộ luật Lao động 2012 trước đây, hợp đồng bằng lời nói thể được áp dụng cho các hợp đồng có thời hạn dưới 3 tháng, dẫn đến việc người lao động có hợp đồng từ 1 đến 3 tháng không có văn bản để chứng minh hồ sơ việc làm vì mục đích an sinh xã hội. Sự không nhất quán này – có thể dẫn đến việc cố ý hoặc vô tình trốn tránh các khoản đóng góp hưu trí – hiện đã được giải quyết.

Việc quy định trách nhiệm của nhà thầu chính sẽ hữu ích để giúp mở rộng phạm vi bao phủ của hệ thống hưu trí nhà nước ở một số lĩnh vực, như sản xuất và xây dựng, nơi thầu phụ rất phổ biến. Thầu phụ mang lại nguồn cung lao động linh hoạt cho các doanh nghiệp. Tuy nhiên, thầu phụ có thể dẫn tới việc trốn tránh trách nhiệm đóng góp an sinh xã hội bắt buộc, đặc biệt bởi các nhà thầu phụ nhỏ, nhằm giảm chi phí lao động, nếu công tác thanh kiểm tra là yếu kém. Một số quốc gia châu Âu có quy định yêu cầu các nhà thầu chính phải chịu trách nhiệm đối với việc tuân thủ các quy định nhà nước của nhà thầu phụ, nhất là đóng góp an sinh xã hội (OECD, 2004[97]). Ở Việt Nam, xét đến tầm quan trọng của đầu tư công trong lĩnh vực xây dựng, khu vực công (nhất là các doanh nghiệp nhà nước) cần phải được đưa vào trong khuôn khổ này cùng với khu vực tư nhân.

Việc rà soát một số điều kiện về tiêu chuẩn tham gia cũng sẽ hữu ích. Đặc biệt, có thể bỏ ngưỡng quy định thời hạn hợp đồng từ một tháng, để mở rộng phạm vi bao phủ của quỹ lương hưu cho tất cả người lao động, gồm cả lao động thời vụ không ổn định (OECD, 2019[107]). Ngoài ra, thời gian đóng góp tối thiểu vào quỹ lương hưu của Việt Nam (20 năm) là dài hơn so với các quốc gia Đông Nam Á khác (10 đến 15 năm). Thời hạn đóng dài như hiện nay được xem là một trở ngại đối với người lao động có việc làm không ổn định, đặc biệt là phụ nữ. Chính phủ đang có kế hoạch rút ngắn thời hạn xuống còn 15 năm kể từ năm 2024 và 10 năm kể từ năm 2028 (ILO, 2021[108]). Tuy nhiên, nếu mọi người có thể được nhận mức hưởng bằng hoặc tương đương với thời hạn đóng góp ngắn hơn, điều này sẽ làm suy yếu mối liên hệ giữa mức đóng góp và mức hưởng. Ở Hy Lạp, chế độ lương hưu tối thiểu không cần đóng góp hào phóng đã khuyến khích người lao động không đóng góp vượt quá thời hạn đóng góp tối thiểu (Kangur, Kalavrezou and Kim, 2021[109]). Hơn nữa, nếu việc rút bảo hiểm một lần hiện tại vẫn được duy trì cho những người không đáp ứng thời hạn đóng góp tối thiểu, tác động của việc rút ngắn thời hạn đóng sẽ chỉ hạn chế (ILO, 2021[108]). Một số quốc gia đã tăng thời hạn này khi độ tuổi nghỉ hưu tăng lên.

Tăng cường tính bền vững của quỹ lương hưu cũng hết sức quan trọng để cải thiện tính hấp dẫn của nó. Đặc biệt, độ tuổi nghỉ hưu theo luật định (60 tuổi đối với nam và 55 tuổi đối với nữ) thấp hơn so với các nước OECD (trung bình là 64 đối với nam và 63 đối với nữ), cần được nâng lên (Hình 1.31, Biểu đồ A). Các nghiên cứu trước đây cho thấy rằng thu nhập ròng của quỹ an sinh xã hội dự kiến sẽ âm vào giữa thế kỷ XXI nếu không có cải cách này (World Bank, 2019[110]). Số năm sống trung bình sau độ tuổi 60 là cao ngang mức trung bình OECD (Việt Nam: 19.4 năm đối với nam và 23.9 đối với nữ, OECD: 21.9 năm đối với nam và 25.6 năm đối với nữ), và dự kiến sẽ còn tăng hơn nữa. Tới năm 2040-2045, nam giới ở độ tuổi 60 sẽ sống trung bình thêm 21.7 năm và phụ nữ là 25.6 năm, bằng với mức trung bình hiện nay của OECD. Bên cạnh đó, độ tuổi nghỉ hưu theo luật định hiện thời cũng có sự sai lệch so với thực tế trên thị trường lao động, nơi phụ nữ cao tuổi của Việt Nam ở lại trong lực lượng lao động nhiều hơn so với các quốc gia khác ở Đông Nam Á (Hình 1.31, Biểu đồ B và C). Một số người lao động không nghỉ hưu sớm vì họ không có đủ tiền tiết kiệm hưu trí. Trên thực tế, khoảng cách giữa tuổi nghỉ hưu thực sự (67 tuổi đối với nam và 64 tuổi đối với nữ) và độ tuổi nghỉ hưu theo chế độ đối với nữ là rất lớn (9 năm) (Phụ lục 1.B.). Chính phủ gần đây đã quyết định tăng dần độ tuổi nghỉ hưu theo chế độ hưu trí bắt buộc lên 62 tuổi (đối với nam) và 60 tuổi (đối với nữ) vào năm 2035. Tuy nhiên, cải cách này cần phải tham vọng hơn và cũng cần đẩy nhanh hơn. Sự khác biệt giữa nam và nữ có thể được xóa bỏ (cũng phải nói thêm rằng hiện nay, tỷ lệ thất nghiệp chính thức được tính toán khác nhau giữa nam và nữ dựa trên độ tuổi nghỉ hưu khác nhau theo luật định). Hầu hết các quốc gia đều có tuổi nghỉ hưu như nhau cho nam và nữ. Trong số các nước ASEAN-6, chỉ Việt Nam có độ tuổi nghỉ hưu khác nhau.

Để cải thiện tính bền vững của quỹ lương hưu, cần cấm việc rút bảo hiểm một lần. Ở Việt Nam, những cá nhân đóng bảo hiểm xã hội nhưng không đủ thời gian đóng tối thiểu (20 năm) có thể rút tiền một lần thay vì nhận lương hưu thường xuyên. Mục đích ban đầu là chi trả trợ cấp cho những người nghỉ hưu bắt đầu đóng góp ở giai đoạn sau của tuổi lao động. Tuy nhiên, số lượt rút tiền (500-700 nghìn người mỗi năm) thường lớn hơn nhiều so với số người mới nghỉ hưu (khoảng 100 nghìn người mỗi năm). Thật vậy, với việc các cá nhân dưới độ tuổi nghỉ hưu cũng có thể rút bảo hiểm một lần, tỷ trọng của nhóm đối tượng này rất đáng kể (chiếm 77% số người rút bảo hiểm một lần vào năm 2015 (Castel and Pick, 2018[111])). Nhiều người trong số họ tạm thời hoặc vĩnh viễn từ bỏ hệ thống hưu trí nhà nước. Ở một mức độ nhất định, việc rút bảo hiểm sớm đóng vai trò như một mạng lưới an sinh cho lao động trẻ tuổi, vì một số trong đó rút bảo hiểm một lần khi thất nghiệp hoặc mất việc làm. Tại Chi-lê, việc rút tiền sớm trong một thời gian ngắn khi đại dịch diễn ra đã đóng vai trò như một biện pháp hỗ trợ tài chính cho nhiều người trẻ tuổi (Chi-lê có cơ chế quỹ lương hưu với mức đóng góp xác định trước), từ đó kích thích tiêu dùng và lạm phát (OECD, 2021[112]). Người dân Chi-lê được phép rút tới 10% tổng số tiền lương hưu tích lũy, ba lần kể từ tháng 7 năm 2020. Tuy nhiên, số tiền rút một lần lớn đã làm giảm đáng kể tiết kiệm hưu trí, làm tăng nguy cơ nghèo khổ tuổi già trong tương lai. Quốc hội Chi-lê đã bác bỏ một đạo luật cho phép rút lần thứ tư trong tháng 12 năm 2021. Ở Việt Nam, trong bối cảnh sự phản đối mạnh mẽ của người dân, chính phủ đã bỏ đề xuất cấm rút bảo hiểm sớm trong dự thảo Luật Bảo hiểm xã hội năm 2014. Tuy vậy, cơ chế này vi phạm nguyên tắc của chế độ hưu trí với mức hưởng xác định trước, và cần phải được bãi bỏ. Do việc rút bảo hiểm sớm sẽ làm giảm mức lương hưu được hưởng trong tương lai của người rút, nó cũng sẽ làm gia tăng đáng kể nguy cơ nghèo khổ tuổi già của những người này. Ưu tiên chính sách phải là tăng cường lưới an sinh xã hội, ví dụ như bảo hiểm thất nghiệp, để người lao động trẻ không cần phải dựa vào việc rút bảo hiểm sớm.

Hình 1.31. Tuổi nghỉ hưu được hưởng lương của phụ nữ thấp hơn so với nam giới ở Việt Nam

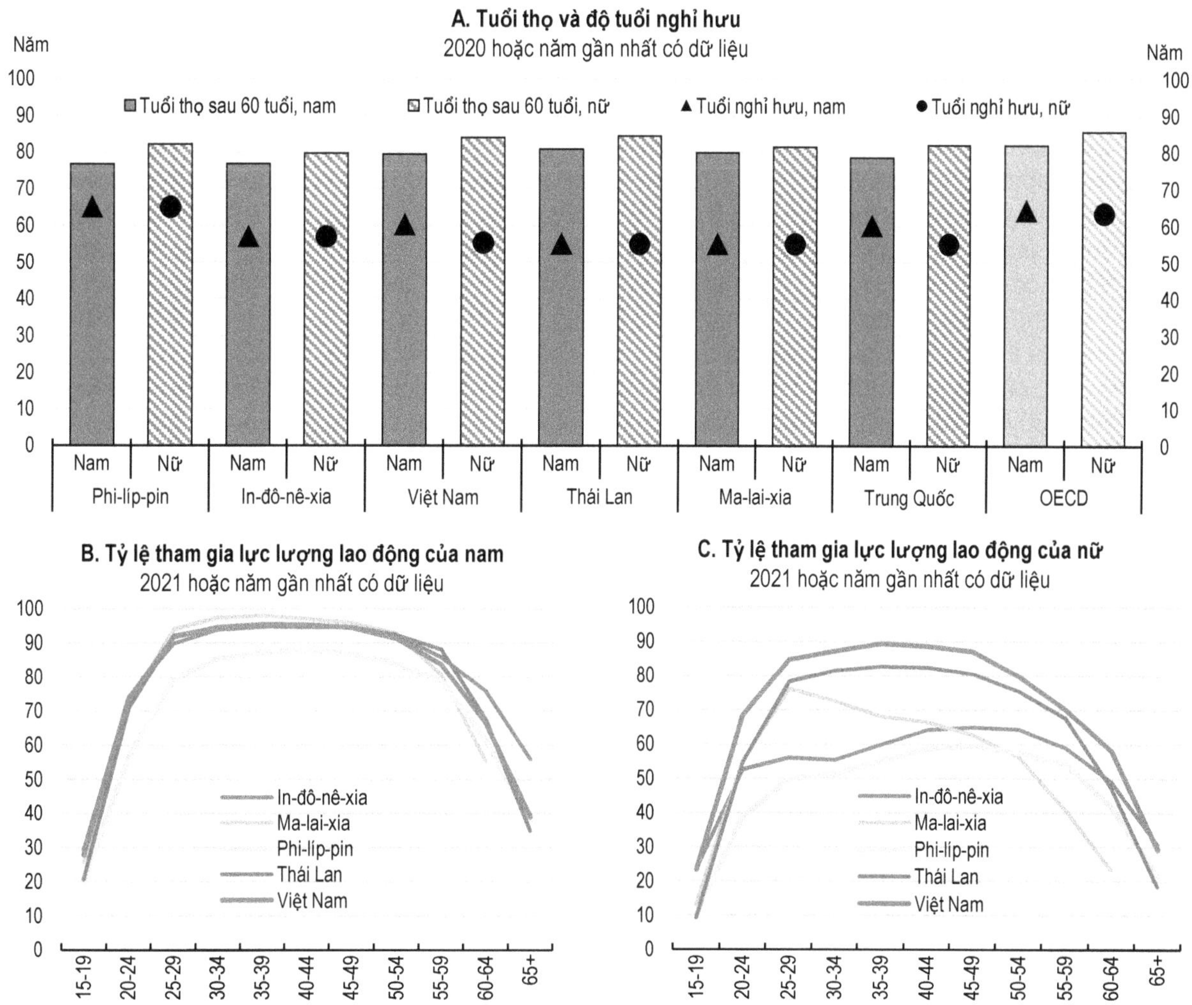

Ghi chú: Đối với Trung Quốc, tuổi nghỉ hưu danh nghĩa là 50 tuổi đối với nữ làm công việc nặng nhọc và 55 tuổi đối với nữ làm công việc văn phòng.
Nguồn: ILOStat, Labour Force Participation Rate by Sex and Age - ILO Modelled Estimates; UN Department of Economic and Social Affairs, Population Division (2019), World Population Prospects 2019, Online Edition Rev. 1; OECD (2018), Pensions at a Glance Asia/Pacific; OECD (2021), Pensions at a Glance 2021 - OECD and G20 Indicators; và các nguồn trong nước.

StatLink https://stat.link/rd90h5

Cung cấp lương hưu chính sách cho tất cả mọi người là cấp thiết

Mở rộng phạm vi bao phủ của hệ thống hưu trí cho lao động tự doanh là một thách thức, do họ không thuộc diện đóng bảo hiểm xã hội bắt buộc. Các nước có chương trình tự nguyện thường có tỷ lệ tham gia thấp (OECD, 2019[107]). Ở Việt Nam, bên cạnh mức thu nhập thấp của lao động tự do, số lượng đáng kể lao động gia đình không được trả lương khiến thách thức này trở nên phức tạp hơn. Thật vậy, bất chấp sự gia tăng gần đây, tỷ lệ tham gia vẫn rất thấp (3.7% tổng số lao động tự doanh năm 2020). Trên nguyên tắc, việc không đưa tỷ trọng lớn lao động tự doanh (ở Việt Nam, lao động tự doanh chiếm hơn 50% tổng số việc làm nếu tính cả lĩnh vực nông nghiệp và 30% không kể nông nghiệp vào năm 2020) vào trong hệ thống an sinh xã hội sẽ làm suy giảm chức năng chia sẻ rủi ro của hệ thống. Mức độ đóng góp quỹ lương hưu của lao động tự doanh là khác nhau giữa các quốc gia. Không phải tất cả các nước đều có hệ thống hưu trí nhà nước bắt buộc đối với lao động tự doanh. Tuy nhiên, những thay đổi gần đây trong các thị trường lao động, nhất là sự gia tăng của số lao động tự doanh, đã làm tăng sự cần thiết phải nâng cao tính bao trùm của hệ thống hưu trí. Trên thực tế, đã có thêm nhiều nước đưa lao động tự doanh vào trong hệ thống bắt buộc của mình (OECD, 2019[107]). Đức đã quy định bảo hiểm xã hội bắt buộc cho các nghệ sĩ, trong đó người lao động, “người sử dụng lao động” ký hợp đồng và chính phủ lần lượt đóng góp 50%, 30% và 20% (OECD, 2018[100]).

Ở Việt Nam, việc tăng cường hệ thống hưu trí xã hội cấp một hiện thời với mức hưởng cố định như nhau có thể đóng vai trò là hệ thống hưu trí công thỏa đáng hơn cho lao động tự doanh. Việc mở rộng phạm vi bắt buộc tham gia bảo hiểm xã hội cho lao động tự doanh với trợ cấp cho các cá nhân thu nhập thấp là một lựa chọn cho Việt Nam. Tuy nhiên, một số lượng lớn lao động gia đình không được trả công (chiếm hơn 25% số lao động tự doanh vào năm 2020) sẽ bị bỏ lại phía sau do họ không có thu nhập. Về vấn đề này, trợ cấp xã hội từ nguồn thu thuế có thể lấp vào khoảng trống này (OECD, 2019[107]). Ở Việt Nam hiện nay, người từ 80 tuổi trở lên không có lương hưu hay trợ cấp bảo hiểm xã hội hàng tháng sẽ được nhận trợ cấp xã hội cho người cao tuổi từ ngân sách (360.000 đồng mỗi tháng). Những người từ 60 tuổi trở lên và thuộc diện hộ nghèo có thể được trợ cấp thêm (hệ số điều chỉnh là 1.5 đối với người từ 60-80 tuổi và 2 đối với người trên 80 tuổi). Cần cân nhắc mở rộng trợ cấp xã hội cho người trên 80 tuổi sang cho tất cả người về hưu, những người đã đến tuổi nghỉ hưu nhưng được nhận lương hưu nhà nước (Tsuruga, Da Cunha and Nguyen, 2019[113]). Cải cách này có thể cung cấp trợ cấp xã hội cho các lao động tự doanh, đồng thời sẽ có thể bổ sung cho mạng lưới an sinh người cao tuổi tổng thể trong giai đoạn chuyển tiếp, khi hệ thống hưu trí bắt buộc mở rộng phạm vi bao phủ tới đa số người lao động cần thiết, do trợ cấp xã hội có thể mang lại sự hỗ trợ cho người lao động đã nghỉ hưu nhưng không được nhận lương hưu nhà nước vì rất nhiều lý do. Những tính toán ban đầu cho thấy rằng chi phí của cải cách này là khiêm tốn, trong khi nó có thể cải thiện thu nhập của một số người cao tuổi (Bảng 1.7).

Bảng 1.7. Chi phí tài khóa bổ sung của cải cách lưới an sinh cho người cao tuổi là nhỏ

Chi phí bổ sung hàng năm, % GDP, 2020

Cải cách	Chi tiết	Chi phí tài khóa
Mở rộng phạm vi bao phủ của trợ cấp xã hội người cao tuổi cho những người trên 60 tuổi	Người từ 60-79 tuổi và không được nhận lương hưu bảo hiểm xã hội hoặc trợ cấp xã hội cho người cao tuổi thuộc hộ nghèo sẽ được nhận trợ cấp 360 000 đồng/tháng.	0.4
Mở rộng phạm vi bao phủ của trợ cấp xã hội người cao tuổi cho những người trên 65 tuổi	Người từ 65-79 tuổi và không được nhận lương hưu bảo hiểm xã hội hoặc trợ cấp xã hội cho người cao tuổi thuộc hộ nghèo sẽ được nhận trợ cấp 360 000 đồng/tháng.	0.2
Mở rộng phạm vi bao phủ của trợ cấp xã hội người cao tuổi cho những người trên 70 tuổi	Người từ 70-79 tuổi và không được nhận lương hưu bảo hiểm xã hội hoặc trợ cấp xã hội cho người cao tuổi thuộc hộ nghèo sẽ được nhận trợ cấp 360 000 đồng/tháng.	0.1

Nguồn: Tính toán của OECD.

Bảng 1.8. Bảng khuyến nghị

PHÁT HIỆN CHÍNH	KHUYẾN NGHỊ (khuyến nghị chính được bôi đậm)
Cải thiện chính sách kinh tế vĩ mô và tính bền vững tài khóa	
Dù đã nhanh chóng mở cửa lại nền kinh tế, những bất ổn bên ngoài đang đè nặng lên triển vọng tăng trưởng. Hơn nữa, vẫn còn nguy cơ về các đợt bùng phát COVID-19, có thể bắt nguồn từ sự xuất hiện của một biến thể mới.	Tăng cường năng lực chăm sóc y tế công cộng để chuẩn bị cho khả năng xuất hiện các biến thể dễ lây lan hoặc dễ gây tử vong hơn. **Cân nhắc hỗ trợ tài chính có đối tượng mục tiêu cho các hộ gia đình bị ảnh hưởng nặng nề bởi giá năng lượng và lương thực cao.** **Đẩy nhanh tiến độ giải ngân vốn đầu tư công, bao gồm cả việc đơn giản hóa các thủ tục và quy định về đầu tư công.**
Lạm phát đã tăng lên và dự kiến vẫn ở mức cao do giá năng lượng và hàng hóa tăng, cũng như sự gián đoạn chuỗi cung ứng. Đồng thời, việc tăng lãi suất điều hành ở các nền kinh tế phát triển đang gây áp lực giảm tỷ giá hối đoái, điều này có thể đẩy lạm phát trong nước lên cao.	**Tăng lãi suất điều hành sớm hơn nếu có dấu hiệu cho thấy lạm phát đang tăng nhanh hơn và kéo dài hơn dự kiến.**
Tính độc lập của ngân hàng nhà nước chưa được thiết lập vững chắc, do ngân hàng nhà nước là một cơ quan thuộc chính phủ và quyền tự chủ trong hoạt động của ngân hàng chưa được bảo đảm theo luật định.	Xem xét tăng cường tính độc lập của ngân hàng nhà nước, với mục tiêu thành lập một ủy ban chính sách tiền tệ trong trung tới dài hạn. Cuối cùng là áp dụng các chỉ tiêu lạm phát chặt chẽ hơn với cơ chế tỷ giá hối đoái linh hoạt hơn.
Trong khi khả năng chống chịu của lĩnh vực ngân hàng đã được cải thiện với việc áp dụng các quy định tương thích với Basel II, các quy định áp dụng cho từng ngân hàng vẫn được sử dụng, mang lại ít quyền tự chủ cho các ngân hàng và do vậy không giúp tạo thuận lợi cho việc phân bổ tín dụng hiệu quả.	Thay thế quy định về hoạt động ngân hàng bằng các biện pháp an toàn vĩ mô.
Mặc dù đã trải qua các đợt bùng nổ và vỡ bong bóng ảnh hưởng nặng nề tới lĩnh vực tài chính, các số liệu thống kê chính thức liên quan tới điều kiện thị trường bất động sản vẫn chưa được tổng hợp.	Công bố kịp thời các chỉ số giá bất động sản nhà ở hàng quý cho các khu vực chủ chốt.
Chi tiêu tài khóa thực tế thường chênh lệch đáng kể so với ngân sách dự toán và điều này khiến việc giám sát chính sách tài khóa trở nên khó khăn, đôi khi dẫn tới định hướng chính sách theo chu kỳ.	Đưa ra quy định cấm chi ngân sách chuyển nguồn sau một khoảng thời gian nhất định kể từ khi kết thúc năm tài khóa trước đó.
Mặc dù chi tiêu từ các quỹ an sinh xã hội ngày càng tăng, chiếm tỷ trọng đáng kể trong chi trợ cấp xã hội, song không có số liệu tài khóa tổng hợp cho khu vực nhà nước, bao gồm cả chính phủ và các quỹ an sinh xã hội.	Công bố dữ liệu tài chính toàn diện của chính phủ, bao gồm khu vực nhà nước nói chung và nêu rõ các khoản chuyển giao tài chính giữa ngân sách nhà nước và các địa phương.
Chi tiêu chính phủ dự kiến tăng, nhất là cho các hoạt động đầu tư để tạo thuận lợi cho việc chuyển đổi số và chuyển đổi xanh. Dân số già hóa nhanh chóng cũng sẽ đòi hỏi chi tiêu công lớn hơn cho phúc lợi xã hội, gồm cả chăm sóc y tế.	**Chuẩn bị một kế hoạch củng cố tài khóa trung hạn cụ thể để tăng hơn nữa nguồn thu, cải thiện hiệu quả chi tiêu và tăng tính minh bạch trong quản lý nợ dựa trên các dự báo kinh tế đáng tin cậy.**
Hệ thống thuế có tính phức tạp lớn do một số trường hợp miễn thuế, giảm thuế, giảm thuế suất và các ưu đãi đặc biệt khác, làm suy yếu cơ sở thuế, dẫn tới tính tuân thủ thấp và tăng chi phí thu thuế.	**Mở rộng cơ sở thuế bằng cách giảm bớt các khoản miễn, giảm thuế thu nhập cá nhân và doanh nghiệp và thu hẹp phạm vi áp dụng thuế suất thuế GTGT giảm.**
Nguồn thu ngân sách từ thuế bất động sản là nhỏ so với các quốc gia Đông Nam Á khác, trong khi doanh thu từ việc bán quyền sử dụng đất tăng lên từ thị trường bất động sản sôi động gần đây.	**Thay thuế sử dụng đất phi nông nghiệp bằng thuế thường xuyên đối với bất động sản, áp dụng cho cả công trình và đất đai.** **Định giá bất động sản thường xuyên hơn dựa trên giá thị trường của bất động sản.** Giảm hoặc xóa bỏ lệ phí trước bạ đối với các giao dịch bất động sản đồng thời với việc mở rộng cơ sở thuế của thuế đất hiện hành.
Giúp quá trình phục hồi mạnh mẽ hơn	
Hiệu quả tạo thuận lợi thương mại đã được cải thiện, nhưng sự phối hợp giữa các cơ quan chính phủ vẫn còn yếu và một số thủ tục thông quan tại biên giới, nhất là thủ tục kiểm tra chuyên ngành, tốn rất nhiều thời gian.	Củng cố chức năng, nhiệm vụ của Ủy ban Tạo thuận lợi thương mại quốc gia trong việc giám sát và điều phối chính sách bằng cách tăng cường sự tham gia của các bên hữu quan, đặc biệt là các doanh nghiệp nhỏ và vừa.
So với các giải pháp chính sách khác về tạo thuận lợi thương mại, tiến triển trong hợp tác xuyên biên giới còn chậm, như được thể hiện qua các Chỉ số tạo thuận lợi thương mại của OECD.	Thúc đẩy và triển khai tích cực hơn nữa Hiệp định Tạo thuận lợi vận chuyển người và hàng hóa qua lại biên giới Tiểu vùng Mê-kông mở rộng.
Các chương trình tái cơ cấu nợ tạm thời được áp dụng trong đại dịch có thể không phản ánh đầy đủ sự suy giảm chất lượng của các khoản vay ngân hàng.	Tăng cường thanh, kiểm tra từng ngân hàng để tránh việc suy giảm chất lượng bảng cân đối kế toán.

Trong khi Công ty Quản lý tài sản của các tổ chức tín dụng Việt Nam đã và đang từng bước mở rộng các giao dịch nợ xấu, khung chính sách hỗ trợ các giải pháp xử lý nợ xấu dựa trên thị trường vẫn chưa phát triển và thị trường giao dịch nợ xấu còn hạn chế .	Đưa ra những quy định cho phép chủ nợ tịch thu tài sản thế chấp mà không cần thông qua phân xử kéo dài ở tòa án. Nới lỏng hạn chế đối với việc sở hữu bất động sản của nhà đầu tư nước ngoài (mức trần đối với đầu tư vào tài sản bất động sản) để mở rộng đối tượng tham gia thị trường. Tăng cường nền tảng giao dịch nợ xấu bằng cách đưa vào việc thu thập và lưu trữ dữ liệu liên quan tới các khoản nợ xấu trên thị trường.
Tăng cường tính liêm chính của khu vực công	
Đã có những tiến triển đáng kể trong cuộc chiến chống tham nhũng ở khu vực công, thiết lập các khung pháp lý toàn diện và tăng cường cam kết quốc tế. Tuy nhiên, dù có sự sụt giảm trong các chỉ số đo lường tham nhũng được nhận thấy, nhiều bên hữu quan, gồm cả cộng đồng kinh doanh quốc tế, cho rằng việc chống tham nhũng vẫn là một ưu tiên.	**Tiếp tục đưa ra cam kết mạnh mẽ về việc tăng cường nỗ lực phòng chống tham nhũng, phân bổ thêm nguồn lực của chính phủ và nâng cao nhận thức của người dân và doanh nghiệp, gồm cả công chức, viên chức của các chính quyền địa phương.**
Vai trò của cơ quan phòng chống tham nhũng chính – Thanh tra Chính phủ – còn hạn chế và nguồn lực còn thấp.	Củng cố thêm thẩm quyền của Thanh tra Chính phủ và phân bổ thêm nguồn lực để cơ quan này thực hiện giám sát trực tiếp và hướng dẫn các bộ ngành và chính quyền địa phương, gồm cả hỗ trợ kỹ thuật .
Việc bảo vệ người tố cáo là công chức, viên chức đã được tăng cường, nhưng chưa có luật riêng về bảo vệ người tố cáo là người lao động thuộc khu vực tư nhân.	Thông qua một luật mới bảo đảm việc bảo vệ người tố cáo cho người lao động thuộc khu vực tư nhân.
Bất chấp những tiến triển gần đây trong khung pháp lý và thể chế phòng chống rửa tiền, các biện pháp phòng ngừa trên cơ sở cách tiếp cận dựa trên rủi ro vẫn còn yếu do hạn chế về nguồn lực của các cơ quan chính phủ chuyên trách và sự phối hợp lỏng lẻo giữa các cơ quan này.	Phân bổ thêm nguồn lực cho việc giám sát phòng chống rửa tiền của các cơ quan chính phủ chuyên trách và tăng cường sự phối hợp giữa các cơ quan, đặc biệt là thông qua việc chia sẻ thông tin.
Giảm tính phi chính thức và phát triển hệ thống bảo trợ xã hội cho tất cả mọi người	
Độ tuổi nghỉ hưu theo luật định là thấp hơn so với các nước OECD và sự chênh lệch so với tuổi thọ trung bình là đặc biệt lớn đối với phụ nữ. Tỷ lệ tham gia lực lượng lao động của người cao tuổi ở mức cao.	Tăng độ tuổi nghỉ hưu theo luật định nhanh hơn và với mức cao hơn (65 tuổi) so với kế hoạch hiện nay, trong khi xóa bỏ sự khác biệt giữa nam và nữ.
Có thể rút bảo hiểm xã hội một lần ngay cả trước khi đến tuổi về hưu. Một số lượng đáng kể các cá nhân trẻ tuổi xin rút bảo hiểm sớm, điều này đe dọa tính bền vững của hệ thống hưu trí nhà nước.	**Hạn chế việc cho phép rút bảo hiểm một lần đối với những người chưa đến tuổi về hưu, tiến tới xóa bỏ cơ chế này.**
Mặc dù việc tham gia là bắt buộc, chỉ một nửa số lao động được bảo hiểm thất nghiệp.	Nới lỏng các điều kiện về tiêu chuẩn tham gia bảo hiểm thất nghiệp cho lao động không thường xuyên, bằng cách áp dụng thời gian tham chiếu dài hơn của lao động thời vụ (36 tháng) cho cả các công việc không ổn định khác, như công nhân xây dựng.
Các cơ quan dịch vụ giới thiệu việc làm của Việt Nam, Trung tâm Dịch vụ việc làm, chủ yếu tập trung vào việc quản lý các yêu cầu bảo hiểm thất nghiệp. Sự tham gia của các đơn vị này trong dịch vụ giới thiệu việc làm cho người tìm việc còn yếu, nhất là những người không được hưởng bảo hiểm thất nghiệp.	Mở rộng cơ sở khách hàng của các Trung tâm Dịch vụ việc làm để tiếp cận những người tìm việc không được hưởng bảo hiểm, thông qua tăng cường phối hợp với các tổ chức bên ngoài.
Nhiều doanh nghiệp hộ gia đình vẫn giữ quy mô nhỏ do chi phí hành chính và tài chính của việc tăng quy mô là cao, dẫn tới tỷ lệ phi chính thức cao.	**Đơn giản hóa và giảm bớt các gánh nặng hành chính và tài chính cho các hộ kinh doanh để khuyến khích họ chính thức hóa và phát triển.**
Gánh nặng hành chính, cụ thể là đăng ký kinh doanh, quản lý thuế và an sinh xã hội, là cao hơn khi khởi sự đơn vị kinh doanh chưa đăng ký pháp nhân (hộ kinh doanh) so với thành lập công ty có đăng ký (doanh nghiệp). Một số hộ kinh doanh cá thể được miễn các quy định hành chính và lệ phí môn bài.	Giảm bớt số lượng thủ tục liên quan tới đăng ký kinh doanh, quản lý thuế và an sinh xã hội cần thiết để thành lập hộ kinh doanh ở mức tương tự như với các doanh nghiệp. Giảm lệ phí môn bài cho tất cả các hộ kinh doanh.
Lao động tự doanh chiếm một nửa tổng số việc làm, nhưng cho dù có sự gia tăng gần đây, chỉ một tỷ lệ nhỏ các lao động tự doanh tham gia hệ thống hưu trí nhà nước tự nguyện (3,7% tổng số lao động tự doanh).	Mở rộng trợ cấp xã hội người cao tuổi dành cho người từ 80 tuổi trở lên để áp dụng cho cả những người đã đến tuổi nghỉ hưu nhưng không được hưởng chế độ lương hưu bắt buộc.

Tài liệu tham khảo

Adrian, T. et al. (2020), "A Quantitative Model for the Integrated Policy Framework", *IMF Working Paper*, No. 122, IMF, Washington D.C., https://www.imf.org/en/Publications/WP/Issues/2020/07/07/A-Quantitative-Model-for-the-Integrated-Policy-Framework-49555. [28]

Asenjo, A. and C. Pignatti (2019), "Unemployment Insurance Schemes around the World: Evidence and Policy Options", *Research Department Working Paper*, No. 49, ILO, https://www.ilo.org/wcmsp5/groups/public/---dgreports/---inst/documents/publication/wcms_723778.pdf. [95]

Asia/Pacific Group on Money Laundering (2022), *Anti-Money Laundering and Counter-Terrorist Financing Measures: Viet Nam - Third Round Mutual Evaluation Report*, Asia/Pacific Group on Money Laundering, http://www.apgml.org/includes/handlers/get-document.ashx?d=c28e7a40-87d5-4535-a196-847ef08383c0. [76]

Asian Development Bank (2022), *Asian Economic Integration Report 2022: Advancing Digital Services Trade in Asia and the Pacific*, Asian Development Bank, Manila, Philippines, https://doi.org/10.22617/TCS220041-2. [27]

Asian Development Bank (2021), *Asian Economic Integration Report 2021: Making Digital Platforms Work for Asia and the Pacific*, Asian Development Bank, Manila, Philippines, https://doi.org/10.22617/TCS210048-2. [21]

Asian Development Bank (2021), *Asia-Pacific Trade Facilitation Report 2021: Supply Chains of Critical Goods Amid the COVID-19 Pandemic - Disruptions, Recovery, and Resilience*, https://doi.org/10.22617/SPR210365-2. [20]

Asian Development Bank (2020), *Mapping Property Tax Reform in Southeast Asia*, Asian Development Bank, https://doi.org/10.22617/TCS200425. [63]

Banerji, A. et al. (2018), "Asian Women at Work: As Women Advance in Asia's Labor Force, Vietnam is a Standout", *IMF Finance & Development*, https://www.imf.org/external/pubs/ft/fandd/2018/09/pdf/female-labor-force-participation-in-vietnam-banerji.pdf. [78]

Bank Indonesia (2019), *2018 Economic Report on Indonesia*, Bank Indonesia, https://www.bi.go.id/en/publikasi/laporan/Pages/LPI_2018.aspx. [52]

Barcucci, V., W. Cole and R. Gammarano (2021), "Gender and the Labour Market in Viet Nam - An Analysis based on the Labour Force Survey", *ILO Brief*, https://www.ilo.org/wcmsp5/groups/public/---asia/---ro-bangkok/---ilo-hanoi/documents/publication/wcms_774434.pdf. [79]

Blöchliger, H. and J. Kim (eds.) (2016), *Fiscal Federalism 2016: Making Decentralisation Work*, OECD Publishing, Paris, https://doi.org/10.1787/9789264254053-en. [62]

Boulhol, H. (2011), "Making the French Housing Market Work Better", *OECD Economics Department Working Papers*, No. 861, OECD Publishing, Paris, https://doi.org/10.1787/5kgcd9w73qvf-en. [65]

Broda, C. and C. Tille (2003), "Coping with Terms-of-Trade Shocks in Developing Countries", *Current Issues in Economics and Finance*, Federal Reserve Bank of New York, https://www.newyorkfed.org/medialibrary/media/research/current_issues/ci9-11.html. [30]

Brys, B. et al. (2013), "Tax Policy and Tax Reform in the People's Republic of China", *OECD Taxation Working Papers*, No. 18, OECD Publishing, Paris, https://doi.org/10.1787/5k40l4dlmnzw-en. [61]

Castel, P. and A. Pick (2018), "Increasing Social Insurance Coverage in Viet Nam's SMEs", *OECD Development Policy Papers*, No. 13, OECD, https://www.oecd.org/dev/inclusivesocietiesanddevelopment/Increasing_social_insurance_coverage_in_Vietnam_SMES.pdf. [111]

Central Institute of Economic Management (2017), *Executive Summary - A Study on "Formalization" of Household Business in Viet Nam*, Central Institute of Economic Management, Viet Nam, http://www.mekongbiz.org/wp-content/uploads/2017/07/Executive-Summary-Formalization-of-household-business-in-Vietnam.pdf. [85]

Deryol, E. et al. (2019), "Mind the Data Gap: Commercial Property Prices for Policy", *IFC Report*, No. 8, BIS, https://www.bis.org/ifc/publ/ifc_report_cppis.pdf. [43]

Égert, B. and P. Gal (2016), "The Quantification of Structural Reforms in OECD Countries: A New Framework", *OECD Economics Department Working Paper*, No. 1354, OECD Publishing, Paris, https://www.oecd.org/competition/reform/The-quantification-of-structural-reforms-in-OECD-countries-a-new-framework.pdf. [9]

Epstein, N. et al. (2022), "Quarterly Projection Model for Vietnam: A Hybrid Approach for Monetary Policy Implementation", *IMF Working Paper*, No. 125, IMF, Washington D.C., https://www.imf.org/en/Publications/WP/Issues/2022/06/24/Quarterly-Projection-Model-for-Vietnam-A-Hybrid-Approach-for-Monetary-Policy-Implementation-519929. [29]

Evans, M. et al. (2005), *The Relationship Between Old Age and Poverty in Viet Nam*, UNDP, https://www.researchgate.net/publication/265106891_The_Relationship_Between_Old_Age_and_Poverty_in_Viet_Nam. [106]

Felipe, J. (2012), "Tracking the Middle-Income Trap: What is It, Who is in It, and Why? (Part 1)", *Economics Working Papers*, No. 306, Asian Development Bank, Manila, https://www.adb.org/publications/tracking-middle-income-trap-what-it-who-it-and-why-part-1. [3]

Fell, J. et al. (eds.) (2021), *Nonperforming Loans in Asia and Europe - Causes, Impacts, and Resolution Strategies*, Asian Development Bank, https://www.adb.org/sites/default/files/publication/754716/nonperforming-loans-asia-europe-causes-impacts.pdf. [39]

General Statistics Office (2018), *2016 Report on Informal Employment in Viet Nam*, Government of Viet Nam, https://www.gso.gov.vn/wp-content/uploads/2019/05/Bao-cao-phi-chinh-thuc-2016_Eng_in.pdf. [80]

Ha, D. and L. Lan (2021), "Trade Facilitation in Viet Nam and Result of the ASTFI Baseline Study", in *Towards Seamless Trade Facilitation in ASEAN Baseline Study*, ERIA, https://www.eria.org/publications/towards-seamless-trade-facilitation-in-asean-baseline-study/. [19]

Harvard Kennedy School, Ash Center for Democratic Governance and Innovation (2022), *In visit to Harvard Kennedy School, Vietnamese Prime Minister Underscores Multilateral Ambitions*, https://ash.harvard.edu/visit-harvard-kennedy-school-vietnamese-prime-minister-underscores-multilateral-ambitionsin?. [2]

Ha, V. (2019), "Do Long Term Savings Motives Foster Household Participation and Contribution to Savings Mechanisms in Rural Vietnam?", *The Journal of Asian Finance, Economics and Business*, Vol. 6/2, pp. 75-82, https://doi.org/10.13106/JAFEB.2019.VOL6.NO2.75. [47]

Hoang, T., T. Nguyen and T. Le (2020), "Handling Bad Debt of Credit Institutions - Experience from Vietnam Asset Management Company (VAMC)", *Journal of Economics and Business*, Vol. 3/2, https://ssrn.com/abstract=3581795. [40]

ILO (2021), *Adapting Social Insurance to Women's Life Courses: A Gender Impact Assessment of Viet Nam*, https://www.ilo.org/wcmsp5/groups/public/---asia/---ro-bangkok/---ilo-hanoi/documents/publication/wcms_819801.pdf. [108]

ILO (2020), "Lifelong Learning in the Informal Economy", *Research Brief*, ILO, Geneva, https://www.oitcinterfor.org/sites/default/files/file_publicacion/Research_brief_LLL%20in%20the%20IE.pdf. [87]

ILO (2017), *Strengthening Social Protection for the Future of Work*, ILO, https://www.ilo.org/wcmsp5/groups/public/---dgreports/---inst/documents/publication/wcms_559136.pdf. [93]

ILO; International Youth Foundation (2014), *Upgrading Informal Apprenticeships in Jordan: Key Findings from a Pilot Studies*, https://iyfglobal.org/sites/default/files/library/ILO-IYF_EquipYouth_Pilot_Study_Report.pdf. [91]

IMF (2022), *Vietnam: 2022 Article IV Consultation-Press Release; Staff Report, and Statement by the Executive Director for Vietnam*, IMF, Washington D.C., https://www.imf.org/en/Publications/CR/Issues/2022/07/05/Vietnam-2022-Article-IV-Consultation-Press-Release-Staff-Report-and-Statement-by-the-520395. [14]

IMF (2021), *Vietnam : 2020 Article IV Consultation-Press Release; Staff Report; and Statement by the Executive Director for Vietnam*, https://www.imf.org/en/Publications/CR/Issues/2021/02/24/Vietnam-2020-Article-IV-Consultation-Press-Release-Staff-Report-and-Statement-by-the-50121. [36]

IMF (2019), *Vietnam: 2019 Article IV Consultation; Press Release; Staff Report; and Statement by the Executive Director for Vietnam*, IMF, https://www.imf.org/en/Publications/CR/Issues/2019/07/16/Vietnam-2019-Article-IV-Consultation-Press-Release-Staff-Report-and-Statement-by-the-47124. [33]

IMF Fiscal Affairs Department (2021), *Fiscal Monitor Database of Country Fiscal Measures in Response to the COVID-19 Pandemic*, https://www.imf.org/en/Topics/imf-and-covid19/Fiscal-Policies-Database-in-Response-to-COVID-19. [7]

IMF Statistics Department (2019), "Vietnam: Technical Assistance Report - Report on Residential Property Price Statistics Capacity Development Mission", *IMF Staff Country Reports*, Vol. 2019/005, https://doi.org/10.5089/9781484393222.002. [42]

Kangur, A., N. Kalavrezou and D. Kim (2021), "Reforming the Greek Pension System", *IMF Working Paper*, No. 188, IMF, https://www.imf.org/-/media/Files/Publications/WP/2021/English/wpiea2021188-print-pdf.ashx. [109]

Khatat, M., M. Buessing-Loercks and V. Fleuriet (2020), "Monetary Policy Under an Exchange Rate Anchor", *IMF Working Paper*, No. 180, IMF, https://www.imf.org/en/Publications/WP/Issues/2020/09/04/Monetary-Policy-Under-an-Exchange-Rate-Anchor-49722. [32]

Kidd, S. et al. (2016), *Social Assistance in Viet Nam: A Review and Proposals for Reform*, UNDP, Ministry of Labour, Invalids and Social Affairs, https://www.developmentpathways.co.uk/wp-content/uploads/2018/06/3.Social-Assistance-in-VN-A-review-and-proposal-for-reform-EN-1.pdf. [10]

Lee, S. and N. Torm (2017), "Social Security and Firm Performance: The case of Vietnamese SMEs", *International Labour Review*, Vol. 156/2, pp. 185-212, https://doi.org/10.1111/J.1564-913X.2015.00054.X. [84]

Luong, H. (2018), "The Changing Configuration of Rural-Urban Migration and Remittance Flow in Vietnam", *Journal of Social Issues in Southeast Asia*, Vol. 33/3, https://doi.org/10.1355/sj33-3d. [13]

Madani, D., V. Nguyen and H. Nguyen (2021), *Vietnam Fiscal Update: Aggregate Fiscal Impact of COVID-19*, World Bank Group, Washington, D.C., https://documents.worldbank.org/en/publication/documents-reports/documentdetail/398321636737256503/vietnam-fiscal-update-aggregate-fiscal-impact-of-covid-19. [11]

Matthew, S. (2020), *Digital FDI: Policies, Regulations and Measures to Attract FDI in the Digital Economy - White Paper*, World Economic Forum, https://www3.weforum.org/docs/WEF_Digital_FDI_2020.pdf. [25]

McGuire, P. et al. (2021), "Outward Portfolio Investment and Dollar Funding in Emerging Asia", *BIS Quarterly Review*, https://www.bis.org/publ/qtrpdf/r_qt2112d.pdf. [53]

Ministry of Foreign Affairs (2019), *Political System, About Viet Nam*, Home page, Ministry of Foreign Affairs, https://www.mofa.gov.vn/en/tt_vietnam/nr040810155159/. [5]

Morgan, P. and L. Trinh (2020), "Fintech and Financial Literacy in Viet Nam", *ADBI Working Paper Series*, No. 1154, Asian Development Bank Institute, https://www.adb.org/sites/default/files/publication/616781/adbi-wp1154.pdf. [48]

National Assembly Economic Committee (2012), *Inflation Targeting and the Implications for Monetary Policy Framework in Vietnam*, UNDP, https://www.undp.org/content/dam/vietnam/docs/Publications/Inflation%20targeting%20and%20the%20implications%20for%20monetary%20policy%20framework%20in%20Vietnam-Eng.pdf. [34]

Nguyen, Q. (2021), *NPL Resolution in Vietnam - the Current Market Practices*, https://www.ifc.org/wps/wcm/connect/b8204b47-d4d9-4524-a10c-7601d770e3b4/4.+Speech+by+VBA+Secretary+General_+ENG.pdf?MOD=AJPERES&CVID=nPA7dtO. [38]

Nguyen, T. (2020), "The System of Anti-Corruption Agencies in Vietnam: Concept, Function, and Challenges", *Journal of Global Studies, Doshisha University, Graduate School of Global Studies*, Vol. 11, https://global-studies.doshisha.ac.jp/attach/page/GLOBAL_STUDIES-PAGE-EN-147/149717/file/123-144.pdf. [69]

Nguyen, V. and M. Floro (2019), "Understanding Asset Holdings of Vietnamese Households", *Journal of the Asia Pacific Economy*, https://doi.org/10.1080/13547860.2019.1699986. [46]

Niehues, J. (2010), "Social Spending Generosity and Income Inequality: A Dynamic Panel Approach", *IZA Discussion Paper Series*, No. 5178, Institute for the Study of Labour, Bonn, Germany, https://docs.iza.org/dp5178.pdf. [114]

Obstfeld, M., J. Ostry and M. Qureshi (2017), "A Tie That Binds : Revisiting the Trilemma in Emerging Market Economies", *IMF Working Paper*, No. 130, IMF, https://www.imf.org/en/Publications/WP/Issues/2017/06/08/A-Tie-That-Binds-Revisiting-the-Trilemma-in-Emerging-Market-Economies-44942. [31]

OECD (2022), *FDI Qualities Policy Toolkit*, OECD Publishing, Paris, https://doi.org/10.1787/7ba74100-en. [16]

OECD (2021), "Building Inclusive Labour Markets: Active Labour Market Policies for the Most Vulnerable Groups", *OECD Policy Responses to Coronavirus (COVID-19)*, OECD, Paris, https://doi.org/10.1787/607662d9-en. [104]

OECD (2021), *Fostering Economic Resilience in a World of Open and Integrated Markets - Risks, Vulnerabilities and Areas for Policy Action*, OECD Publishing, Paris, https://www.oecd.org/newsroom/OECD-G7-Report-Fostering-Economic-Resilience-in-a-World-of-Open-and-Integrated-Markets.pdf. [24]

OECD (2021), *OECD Economic Surveys: Chile 2021*, OECD Publishing, Paris, https://doi.org/10.1787/79b39420-en. [112]

OECD (2021), *OECD Economic Surveys: Malaysia 2021*, OECD Publishing, Paris, https://doi.org/10.1787/cc9499dd-en. [102]

OECD (2021), *Resolution Strategies for Non-Performing Loans in the Post-COVID-19 Landscape*, OECD, https://www.oecd.org/daf/fin/financial-markets/Resolution-strategies-for-non-performing-bank-loans-in-the-post-COVID-19-landscape.pdf. [37]

OECD (2020), "Independent fiscal institutions: promoting fiscal transparency and accountability during the Coronavirus (COVID-19) pandemic", *OECD Policy Responses to Coronavirus (COVID-19)*, OECD Publishing, Paris, https://doi.org/10.1787/d853f8be-en. [58]

OECD (2020), *Multi-dimensional Review of Viet Nam: Towards an Integrated, Transparent and Sustainable Economy, OECD Development Pathways*, OECD Publishing, Paris, https://doi.org/10.1787/23087358. [1]

OECD (2020), *OECD Economic Surveys: Thailand 2020: Economic Assessment*, OECD Publishing, Paris, https://doi.org/10.1787/ad2e50fa-en. [26]

OECD (2020), *OECD Employment Outlook 2020: Worker Security and the COVID-19 Crisis*, OECD Publishing, Paris, https://doi.org/10.1787/1686c758-en. [94]

OECD (2020), *OECD Policy Responses to Coronavirus (COVID-19)*, OECD Publishing, Paris, https://doi.org/10.1787/5b0fd8cd-en. [23]

OECD (2020), *OECD Public Integrity Handbook*, OECD Publishing, Paris, https://doi.org/10.1787/ac8ed8e8-en. [70]

OECD (2020), *OECD Tax-Benefit Model for Portugal: Description of Policy Rules for 2020*, OECD, https://www.oecd.org/els/soc/TaxBEN-Portugal-2020.pdf. [101]

OECD (2019), *Institutions Guaranteeing Access to Information: OECD and MENA Region*, OECD Publishing, Paris, https://doi.org/10.1787/e6d58b52-en. [75]

OECD (2019), *OECD Economic Surveys: Italy 2019*, OECD Publishing, Paris, https://doi.org/10.1787/369ec0f2-en. [86]

OECD (2019), *OECD Employment Outlook 2019: The Future of Work*, OECD Publishing, Paris, https://doi.org/10.1787/9ee00155-en. [99]

OECD (2019), *Pensions at a Glance 2019: OECD and G20 Indicators*, OECD Publishing, Paris, https://doi.org/10.1787/b6d3dcfc-en. [107]

OECD (2018), *Good Jobs for All in a Changing World of Work: The OECD Jobs Strategy*, OECD Publishing, Paris, https://doi.org/10.1787/9789264308817-en. [100]

OECD (2018), *OECD Employment Outlook 2018*, OECD Publishing, Paris, https://doi.org/10.1787/empl_outlook-2018-en. [103]

OECD (2018), *OECD Investment Policy Reviews: Viet Nam 2018*, OECD Investment Policy Reviews, OECD Publishing, Paris, https://doi.org/10.1787/9789264282957-en. [60]

OECD (2018), "The Role of Technical and Vocational Education and Training (TVET) in Fostering Inclusive Growth at the Local Level in Southeast Asia", *OECD Local Economic and Employment Development (LEED) Papers*, No. 1, OECD Publishing, Paris, https://www.oecd-ilibrary.org/employment/the-role-of-technical-and-vocational-education-and-training-tvet-in-fostering-inclusive-growth-at-the-local-level-in-southeast-asia_5afe6416-en. [89]

OECD (2016), *Committing to Effective Whistleblower Protection*, OECD Publishing, Paris, https://doi.org/10.1787/9789264252639-en. [74]

OECD (2015), *OECD Employment Outlook 2015*, OECD Publishing, Paris, https://doi.org/10.1787/19991266. [83]

OECD (2004), *OECD Employment Outlook 2004*, OECD, Paris. [97]

OECD (2003), *Labour Market and Social Policies in the Baltic Countries*, OECD Publishing, Paris, https://doi.org/10.1787/9789264100077-en. [92]

OECD/ADB (2019), *Government at a Glance Southeast Asia 2019*, OECD Publishing, Paris, https://doi.org/10.1787/9789264305915-en. [54]

OECD/ILO (2019), *Tackling Vulnerability in the Informal Economy*, Development Centre Studies, OECD Publishing, Paris, https://doi.org/10.1787/939b7bcd-en. [90]

Palmer, R. (2020), *Lifelong Learning in the Informal Economy : A Literature Review*, ILO, https://www.ilo.org/wcmsp5/groups/public/---ed_emp/---emp_ent/documents/publication/wcms_741169.pdf. [88]

Park, C., P. Petri and M. Plummer (2021), "Economic Implications of the Regional Comprehensive Economic Partnership for Asia and the Pacific", *ADB Economics Working Papers*, No. 639, Asian Development Bank, Manila, Philippines, https://doi.org/10.22617/WPS210371-2. [22]

Pasquier-Doumer, L., X. Oudin and T. Nguyen (eds.) (2017), *The Importance of Household Businesses and the Informal Sector for Inclusive Growth in Viet Nam*, Viet Nam Academy of Social Sciences and the French National Research Institute for Sustainable Development, https://hal.archives-ouvertes.fr/hal-01827323/document. [82]

Potter, B. and J. Diamond (1999), *Guidelines for Public Expenditure Management*, IMF, https://www.imf.org/external/pubs/ft/expend/index.htm. [56]

Quah, J. (2021), "Breaking the Cycle of Failure in Combating Corruption in Asian Countries", *Public Administration and Policy*, Vol. 24/2, pp. 125-138, https://doi.org/10.1108/PAP-05-2021-0034. [71]

Quah, J. (2018), "Combating Corruption in Asian Countries: Learning from Success & Failure", *Daedalus, Anticorruption: How to Beat Back Political & Corporate Graft*, Vol. 147/3, https://www.jstor.org/stable/48563090. [72]

Scatigna, M., R. Szemere and K. Tsatsaronis (2014), "Residential Property Price Statistics across the Globe", *BIS Quarterly Review*, https://www.bis.org/publ/qtrpdf/r_qt1409h.pdf. [41]

Scherer, P. (2002), "Age of Withdrawal from the Labour Force in OECD Countries", *OECD Labour Market and Social Policy Occasional Papers*, No. 49, OECD Publishing, Paris, https://doi.org/10.1787/327074367476. [115]

Shukla, G. et al. (2011), *Tax Reform in Vietnam: Toward a More Efficient and Equitable System*, World Bank, Washington, DC., https://openknowledge.worldbank.org/handle/10986/26851. [59]

Slack, E. and R. Bird (2014), "The Political Economy of Property Tax Reform", *OECD Working Papers on Fiscal Federalism*, No. 18, OECD Publishing, Paris, https://doi.org/10.1787/5jz5pzvzv6r7-en. [64]

Stienon, A., W. Cunningham and N. Nguyen (2020), *Employment Service Centers in Vietnam: Summary Review*, World Bank, Washington, D.C., http://documents1.worldbank.org/curated/en/119211588060338962/pdf/Employment-Service-Centers-in-Vietnam-Summary-Review.pdf. [98]

The Economist (2019), *Vietnam has one of the highest shares of women in work in the world*, https://www.economist.com/asia/2019/06/08/vietnam-has-one-of-the-highest-shares-of-women-in-work-in-the-world. [77]

Tran, A. (2012), *Anti-Corruption in Vietnam*, United Nations Asia and Far East Institute for the Prevention of Crime and the Treatment of Offenders, Tokyo, https://www.unafei.or.jp/publications/pdf/GG5/GG5_Vietnam2.pdf. [67]

Tran-Thi, Q. and T. Vu-Thanh (2020), "Vietnam: The Dilemma of Bringing Global Financial Standards to a Socialist Market Economy", in *The Political Economy of Bank Regulation in Developing Countries: Risk and Reputation*, Oxford University Press, https://doi.org/10.1093/OSO/9780198841999.003.0013. [44]

Tran, V. (2019), "Vietnam's Experiences with International Investment Agreements Governance: Issues and Solutions", *Asian Yearbook of International Law*, Vol. 25, https://doi.org/10.1163/9789004501249_005. [15]

Tran, V. (2013), "The Middle-Income Trap: Issues for Members of the Association of Southeast Asian Nations", *ADBI Working Paper Series*, No. 421, Asian Development Bank Institute, Tokyo, https://www.adb.org/sites/default/files/publication/156275/adbi-wp421.pdf. [4]

Tsuruga, I., N. Da Cunha and Q. Nguyen (2019), *Summary Note on Options for the Design of a Multi-Tier Pension System in Viet Nam*, ILO, https://www.ilo.org/wcmsp5/groups/public/---asia/---ro-bangkok/---ilo-hanoi/documents/publication/wcms_729536.pdf. [113]

UNCAC (2021), *State of Implementation of the United Nations Convention against Corruption: Executive Summary*, Conference of the States Parties to the United Nations Convention against Corruption, https://www.unodc.org/documents/treaties/UNCAC/WorkingGroups/ImplementationReviewGroup/6-10September2021/CAC-COSP-IRG-II-2-1-Add.28/V2105226_E.pdf. [73]

UNCAC (2012), *Review of Implementation of the United Nations Convention against Corruption*, Conference of the States Parties to the United Nations Convention against Corruption, https://www.unodc.org/documents/treaties/UNCAC/WorkingGroups/ImplementationReviewGroup/ExecutiveSummaries/V1255476e.pdf. [68]

UNCTAD (2020), "National Trade Facilitation Committees as Coordinators of Trade Facilitation Reforms", *Transport and Trade Facilitation Series*, No. 14, UNCTAD, https://unctad.org/system/files/official-document/dtltlb2020d1_en.pdf. [17]

Unédic (2020), *INSIGHT: Spanish Unemployment Insurance System*, Unédic, https://www.unedic.org/sites/default/files/2020-12/Insight%20-%20spanish%20unemployment%20insurance%20system.pdf. [96]

United Nations et al. (2009), *System of National Accounts 2008*, https://unstats.un.org/unsd/nationalaccount/docs/SNA2008.pdf. [6]

UNODC (2012), *Country Review Report of the Socialist Republic of Vietnam*, United Nations Office on Drugs and Crime, https://www.unodc.org/documents/treaties/UNCAC/CountryVisitFinalReports/2014_11_24_Vietnam_Final_Country_Report.pdf. [66]

USAID (2021), *Midterm Evaluation: USAID/Vietnam Trade Facilitation Program*, USAID/Vietnam, https://pdf.usaid.gov/pdf_docs/PA00Z6BV.pdf. [18]

von Trapp, L., I. Lienert and J. Wehner (2016), "Principles for independent fiscal institutions and case studies", *OECD Journal on Budgeting*, https://doi.org/10.1787/budget-15-5jm2795tv625. [57]

Wang, C. et al. (1990), "Aging and Inequality: The Perspective of Labor Income Share", *ADBI Working Paper Series*, No. 764, Asian Development Bank Institute, https://www.adb.org/sites/default/files/publication/336016/adbi-wp764.pdf. [105]

Working Committee on Capital Account Liberalisation (2019), *Capital Account Safeguard Measures in the ASEAN Context*, ASEAN, https://asean.org/wp-content/uploads/2021/08/Capital-Account-Safeguard-Measures-in-the-ASEAN-Context.pdf. [51]

Working Group of Committee on the Global Financial System (2021), "Changing Patterns of Capital Flows", *CGFS Papers*, No. 66, BIS, https://www.bis.org/publ/cgfs66.pdf. [50]

World Bank (2022), *From the Last Mile to the Next Mile - 2022 Vietnam Poverty & Equity Assessment*, World Bank, Washington, D.C., https://documents1.worldbank.org/curated/en/099115004242216918/pdf/P176261055e180087097d60965ce02eb562.pdf. [8]

World Bank (2021), *Non-Performing Loans in East Asia and the Pacific : Practices and Lessons in Times of COVID-19*, World Bank, Kuala Lumpur, https://openknowledge.worldbank.org/handle/10986/36522?locale-attribute=fr. [35]

World Bank (2021), *The Labor Market and the COVID-19 Outbreak in Vietnam: Impacts and Lessons Learned for Social Protection*, World Bank, https://openknowledge.worldbank.org/bitstream/handle/10986/35990/The-Labor-Market-and-the-COVID-19-Outbreak-in-Vietnam-Impacts-and-Lessons-Learned-for-Social-Protection.pdf?sequence=1. [81]

World Bank (2019), *A Vision for the 2030 Social Protection System in Viet Nam*, World Bank, https://documents1.worldbank.org/curated/en/457311600401962011/pdf/A-Vision-for-the-2030-Social-Protection-System-in-Vietnam.pdf. [110]

World Bank (2018), *Public Investment Management in Vietnam: Assessment and Reform Priorities for Overcoming the Bottlenecks*, World Bank, Hanoi, https://doi.org/10.1596/31762. [12]

World Bank Group (2019), *Finance in Transition: Unlocking Capital Markets for Vietnam's Future Development*, World Bank Group, https://documents1.worldbank.org/curated/en/971881576078190397/pdf/Finance-in-Transition-Unlocking-Capital-Markets-for-Vietnam-s-Future-Development.pdf. [45]

World Bank and Government of Viet Nam (2017), *Vietnam Public Expenditure Review: Fiscal Policies towards Sustainability, Efficiency, and Equity*, World Bank, Washington, D.C., https://doi.org/10.1596/28610. [55]

WTO (2021), *Trade Policy Review: Viet Nam*, WTO, https://www.wto.org/english/tratop_e/tpr_e/tp510_e.htm. [49]

Phụ lục 1.A. Các yếu tố quyết định bất bình đẳng thu nhập

Các nghiên cứu trước đây cho rằng bất bình đẳng thu nhập được quyết định bởi nhiều yếu tố kinh tế khác nhau (Niehues, 2010[114]). Một công trình thực nghiệm đơn giản đã được thực hiện cho báo cáo này, bằng cách sử dụng dữ liệu bảng của 192 quốc gia và vùng lãnh thổ trên khắp thế giới trong giai đoạn từ năm 2009 tới 2019. Do bất bình đẳng thu nhập thay đổi rất chậm theo thời gian, mô hình dữ liệu bảng động đã được sử dụng tương tự như các nghiên cứu khác.

Các kết quả hồi quy cho thấy rằng GDP bình quân đầu người, già hóa, chi tiêu xã hội và tỷ lệ việc làm của phụ nữ dường như có liên quan tới các mức độ hệ số Gini của thu nhập khả dụng, và sự chênh lệch giữa hệ số Gini của thị trường và hệ số Gini của thu nhập khả dụng dường như có liên quan tới GDP bình quân đầu người và chi tiêu xã hội (Bảng Phụ lục 0.1).

Bảng Phụ lục 0.1. Chi tiêu xã hội cao dường như liên quan tới bất bình đẳng thu nhập thấp

Hồi quy hệ số Gini đối với GDP bình quân đầu người, chi tiêu xã hội, tỷ lệ việc làm của phụ nữ và già hóa

	Biến số phụ thuộc là hệ số Gini của thu nhập khả dụng	**Biến số phụ thuộc là sự chênh lệch giữa hệ số Gini của thị trường và hệ số Gini của thu nhập khả dụng**
	(1)	(2)
Hệ số Gini trễ	0.710294	0.685391
	(0.0000)	(0.0000)
Logarit của GDP bình quân đầu người, PPP theo giá cố định 2017	-1.465073	23.14986
	(0.0000)	(0.0000)
Trợ cấp xã hội, % GDP	-0.010822	0.514006
	(0.0000)	(0.0000)
Tỷ lệ việc làm, phụ nữ	-0.009245	
	(0.0000)	
Tỷ lệ người trên 65 tuổi trong tổng dân số	0.025886	
	(0.0044)	
Hiệu ứng chu kỳ	Có	Có
Quan sát	744	776
Kiểm định Sargan	0.235743	0.409114
Kiểm định tương quan chuỗi Arellano-Bond		
Tương quan bậc 1	0.0939	0.0173
Tương quan bậc 2	0.7992	0.2045

Ghi chú: Ngoặc đơn ( ) chỉ trị số P.
Nguồn: IMF, GFS; WB, WDI; SWIID; ILO, ILOstat, và tính toán của OECD.

Khắc phục tình trạng phi chính thức sẽ giúp cải thiện hiệu quả chi tiêu xã hội. Sự phổ biến của việc làm không chính thức sẽ đòi hỏi chi tiêu xã hội nhiều hơn để vươn tới những người không được tham gia mạng lưới an sinh thị trường lao động chính thức hay an sinh xã hội. Tuy nhiên, dữ liệu chéo cho thấy chi tiêu xã hội có mối tương quan tỷ lệ nghịch với tỷ lệ việc làm phi chính thức (Hình Phụ lục 0.1). Điều này có thể là do các yếu tố cụ thể của quốc gia, chẳng hạn như tính hiệu quả của các tổ chức chính phủ hoặc thế mạnh của thu ngân sách. Thu ngân sách có thể ít hiệu quả hơn nếu tỷ lệ việc làm phi chính thức cao. Chi tiêu xã hội bản thân nó có thể bị ảnh hưởng bởi các mức độ thu ngân sách. Ảnh hưởng của tỷ lệ việc làm phi chính thức cao đối với chi tiêu xã hội được ước tính bằng cách sử dụng mô hình khác biệt kép (DID). Kết quả ước tính cho thấy rằng tỷ lệ việc làm phi chính thức cao có khả năng liên quan tới chi tiêu xã hội nhiều hơn sau khi loại trừ các yếu tố cụ thể của quốc gia (Bảng Phụ lục 0.2).

Hình Phụ lục 0.1. Chi tiêu xã hội là thấp ở nơi tỷ lệ lao động phi chính thức cao

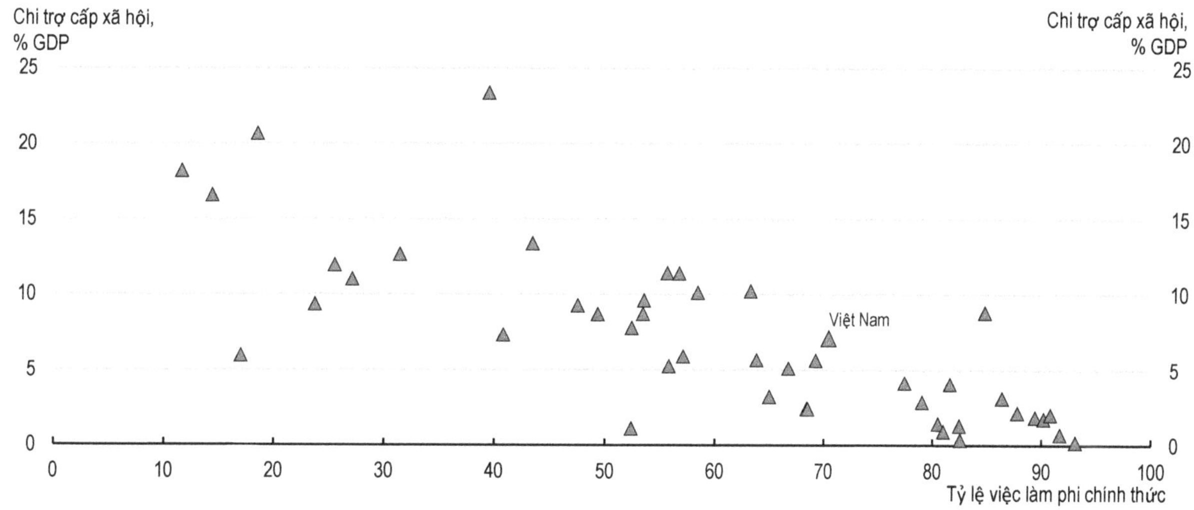

Nguồn: ILO, ILOStat database; IMF, Government Finance Statistics; Tổng cục Thống kê Việt Nam.

StatLink https://stat.link/8qbkaf

Bảng Phụ lục 0.2. Tỷ lệ việc làm phi chính thức cao sẽ đòi hỏi chi tiêu xã hội nhiều hơn

Hồi quy chi tiêu xã hội đối với việc làm không chính thức, thu ngân sách, tỷ lệ thất nghiệp và già hóa

	Biến số phụ thuộc là sai phân bậc một của logarit của trợ cấp xã hội, % GDP
	(1)
Sai phân bậc 1, logarit của tỷ lệ việc làm phi chính thức	0.310770
	(0.0367)
Sai phân bậc 1, logarit của tỷ lệ người trên 65 tuổi trong tổng dân số	0.838567
	(0.0108)
Sai phân bậc 1, logarit của thu ngân sách, % GDP	0.922044
	(0.0000)
Sai phân bậc 1, logarit của tỷ lệ thất nghiệp	0.235998
	(0.0003)
Quan sát	161
Hệ số R bình phương điều chỉnh	0.547552

Ghi chú: Ngoặc đơn ( ) chỉ trị số P.
Nguồn: IMF, GFS; WB, WDI; SWIID; ILO, ILOstat, và tính toán của OECD.

Phụ lục 1.B. Ước tính tuổi nghỉ hưu thực tế

Cùng với các thông số khác, ví dụ như tuổi thọ, độ tuổi khi một người vĩnh viễn rời khỏi thị trường lao động cung cấp thông tin quan trọng cho việc cải cách tiền lương. Dựa trên phương pháp được giới thiệu trong (Scherer, 2002[115]), tuổi nghỉ hưu thực tế trung bình của một số nước Đông Nam Á, gồm cả Việt Nam, đã được tính toán cho nghiên cứu này.

Tuổi nghỉ hưu thực tế trung bình là tuổi rút khỏi lực lượng lao động trung bình (đối với những người vẫn thuộc lực lượng lao động tới thời điểm đó) và có thể được ước tính bằng cách sử dụng tỷ lệ tham gia lực lượng lao động theo nhóm tuổi. Xác suất rời khỏi lực lượng lao động đối với từng nhóm tuổi được ước tính bằng tỷ số giữa tỷ lệ tham gia thị trường lao động của hai nhóm tuổi liền kề nhau (biên độ 5 năm). Giả định rằng không ai nghỉ hưu ở độ tuổi 40-44, và tất cả mọi người đều rút khỏi lực lượng lao động ở độ tuổi 80-84. Do hạn chế về dữ liệu sẵn có, các ước tính "tĩnh" đã được tính toán, giả định rằng cơ cấu tham gia lực lượng lao động cụ thể theo nhóm tuổi không thay đổi theo thời gian.

Kết quả sơ bộ cho thấy những người tham gia thị trường lao động nghỉ hưu ở độ tuổi cao hơn so với tuổi nghỉ hưu theo luật định. Điều này một phần là do nhiều người không được hưởng lương hưu nhà nước và họ nhiều khả năng tiếp tục làm việc cho đến tận giai đoạn sau của cuộc đời. Thật vậy, ở In-đô-nê-xia, nơi có mức bao phủ lương hưu thấp nhất trong số bốn nước, độ tuổi nghỉ hưu thực tế là cao nhất. Tuổi nghỉ hưu thực tế đối với nam giới cao hơn so với nữ giới. Tuổi nghỉ hưu thực tế không phản ánh tình trạng của những người không tham gia thị trường lao động. Tỷ lệ tham gia thị trường lao động thấp của phụ nữ trong độ tuổi lao động ở In-đô-nê-xia và Phi-líp-pin cho thấy có thể có khoảng cách lớn trong thu nhập ở tuổi già của phụ nữ.

Bảng Phụ lục 0.1. Ở Đông Nam Á, người dân rời bỏ lực lượng lao động muộn hơn so với tuổi nghỉ hưu

		In-đô-nê-xia	Phi-líp-pin	Thái Lan	Việt Nam
Tuổi nghỉ hưu thực tế, 2020	Nam	73.4	69.5	69.5	67.0
	Nữ	71.9	69.0	65.4	64.3
Tuổi nghỉ hưu theo chế độ, 2021 hoặc năm gần nhất có dữ liệu	Nam	57.0	65.0	60.0	60.3
	Nữ	57.0	65.0	60.0	55.3

Ghi chú: Đối với In-đô-nê-xia và Phi-líp-pin, giả định là tỷ lệ tham gia lực lượng lao động của phụ nữ ở độ tuổi 40-44 giống với phụ nữ ở độ tuổi 45-49.
Nguồn: OECD (2018), Tổng quan về lương hưu ở châu Á/Thái Bình Dương; ILOstat, Tỷ lệ tham gia lực lượng lao động theo giới tính và độ tuổi – Ước tính mô hình hóa của ILO; Vụ các vấn đề Kinh tế - Xã hội của Liên hợp quốc, Ban Dân số (2019), Triển vọng dân số thế giới 2019; và các tính toán của OECD.

2 Phục hồi mạnh mẽ, số hóa và xanh sau COVID

Patrick Lenain, OECD

Ben Westmore, OECD

Quốc Huy Vũ, Viện Khoa học Xã hội Việt Nam

Minh Cường Nguyễn, Ngân hàng Phát triển Châu Á

Việt Nam đã thực hiện những cải cách sâu rộng từ cuối thập niên 1980, trở thành một trong những thị trường mở nhất ở Đông Nam Á. Tuy nhiên, việc duy trì tăng trưởng kinh tế cao trong thập niên tới đây sẽ đòi hỏi nhiều nỗ lực hơn nữa để tăng năng suất lao động. Để thúc đẩy cải cách, chính phủ sẽ cần hành động mạnh mẽ nhằm giảm sự can dự của nhà nước và bảo đảm sân chơi bình đẳng cho tất cả các bên tham gia thị trường, gồm cả các doanh nghiệp nhà nước. Quá trình số hóa nhanh chóng gần đây của Việt Nam do khu vực tư nhân thúc đẩy đã chứng tỏ rằng cạnh tranh là rất quan trọng để tiếp thu và phổ biến các công nghệ mới nhất. Cam kết phát thải ròng bằng không vào năm 2050 tạo ra những thách thức và cả cơ hội để kích thích đổi mới sáng tạo và theo đuổi tăng trưởng xanh hơn. Trong bối cảnh đó, chương này sẽ thảo luận về cách Việt Nam có thể đạt được tiến bộ hơn nữa trong việc tạo ra sân chơi bình đẳng cho các doanh nghiệp, mang đến một môi trường thuận lợi cho công cuộc chuyển đổi số, và hướng tới một nền kinh tế các-bon thấp.

Sự tăng trưởng mạnh mẽ của Việt Nam trong ba thập niên vừa qua chủ yếu dựa vào tích lũy yếu tố do những cải cách cơ cấu được thực hiện kể từ công cuộc *Đổi mới* năm 1986 đã khuyến khích khối lượng đầu tư cố định lớn – của cả các nhà đầu tư trong nước và nước ngoài (Hình 2.1). Nguồn tài nguyên thiên nhiên dồi dào của quốc gia cũng được khai thác rộng rãi để thúc đẩy sự phát triển kinh tế. Mô hình tăng trưởng này là điển hình ở các nước đang phát triển trong giai đoạn phát triển ban đầu, nhưng thường đi kèm với lợi nhuận giảm dần. Tăng trưởng trong tương lai sẽ cần được định hướng ngày càng nhiều bởi việc áp dụng các công nghệ tiên tiến và cải thiện hiệu quả kinh tế, từ đó thúc đẩy tăng năng suất và giảm áp lực lên môi trường.

Ý thức được sự cần thiết phải tăng năng suất đã thúc đẩy các nỗ lực đổi mới chính sách nhằm tăng cường cải cách cơ cấu. Có những bằng chứng cho thấy năng suất đã được hưởng lợi từ những cải cách trong thập niên vừa qua. Sau giai đoạn tăng trưởng kinh tế chậm vào đầu những năm 2010 do cuộc khủng hoảng kinh tế và tài chính toàn cầu, Việt Nam đã đưa ra những cải cách thị trường mới và tăng tốc hội nhập kinh tế vào các chuỗi giá trị toàn cầu, dẫn tới năng suất tăng trở lại. Việc đẩy nhanh cải cách cơ cấu, gồm cả những cải cách giúp tạo thuận lợi cho việc tham gia và rút lui của doanh nghiệp, cũng có thể giúp giảm chi phí của quá trình chuyển đổi xanh thông qua việc cho phép tái phân bổ nguồn lực từ các lĩnh vực đang giảm sút lợi nhuận, ví dụ như khai thác than – vốn là ngành thu hút số lượng lớn lao động ở Việt Nam (ILO, 2022[1]), sang các lĩnh vực mới nổi một cách thuận lợi hơn. Chương này lập luận rằng những cải cách như vậy nên được tiếp tục và thậm chí cần tăng tốc. Các thông điệp chính là:

- Mặc dù đang có những cải thiện, môi trường kinh doanh của Việt Nam vẫn khó khăn, gây cản trở cho hoạt động kinh doanh tư nhân và đầu tư của nước ngoài. Để tăng tính năng động của doanh nghiệp, sẽ cần giảm hơn nữa các rào cản đối với việc gia nhập và rời bỏ thị trường của doanh nghiệp, cũng như áp dụng tính trung lập trong cạnh tranh lớn hơn giữa các bên tham gia hoạt động kinh doanh.
- Việt Nam đã nằm trong nhóm dẫn đầu về công nghệ kỹ thuật số ở Đông Nam Á và có tiềm năng gia tăng hơn nữa việc ứng dụng các công nghệ số hóa. Việc tăng cường phổ biến các công nghệ này sẽ đòi hỏi cải thiện các kỹ năng và nới lỏng quy định trong một số lĩnh vực để tạo thuận lợi cho việc thử nghiệm. Chính phủ cần đi đầu bằng cách nêu gương và cải thiện hơn nữa các dịch vụ số hóa, cũng như tạo thuận lợi cho việc tiếp cận dữ liệu. Khu vực tư nhân cần đóng vai trò chủ đạo trong chuyển đổi kỹ thuật số. Cũng cần giảm bớt những hạn chế đối với dòng chảy dữ liệu xuyên biên giới.
- Sự gia tăng nhanh chóng lượng phát thải khí nhà kính là không bền vững. Mặc dù Việt Nam đã tích cực thúc đẩy triển khai các nguồn năng lượng tái tạo, song điều này không ngăn được lượng phát thải tăng nhanh từ sản xuất điện than và giao thông. Cần làm nhiều hơn nữa để chuyển đổi hướng tới cơ cấu năng lượng bền vững và cải thiện tiết kiệm năng lượng. Nông nghiệp cũng là nguồn phát thải khí nhà kính, đặc biệt là khí mê-tan từ canh tác lúa. Việc giải quyết được nguồn phát thải này sẽ hỗ trợ cam kết đạt được phát thải ròng bằng không vào năm 2050 của chính phủ.

Hình 2.1. Năng suất của Việt Nam đã tăng trở lại trong thập niên vừa qua

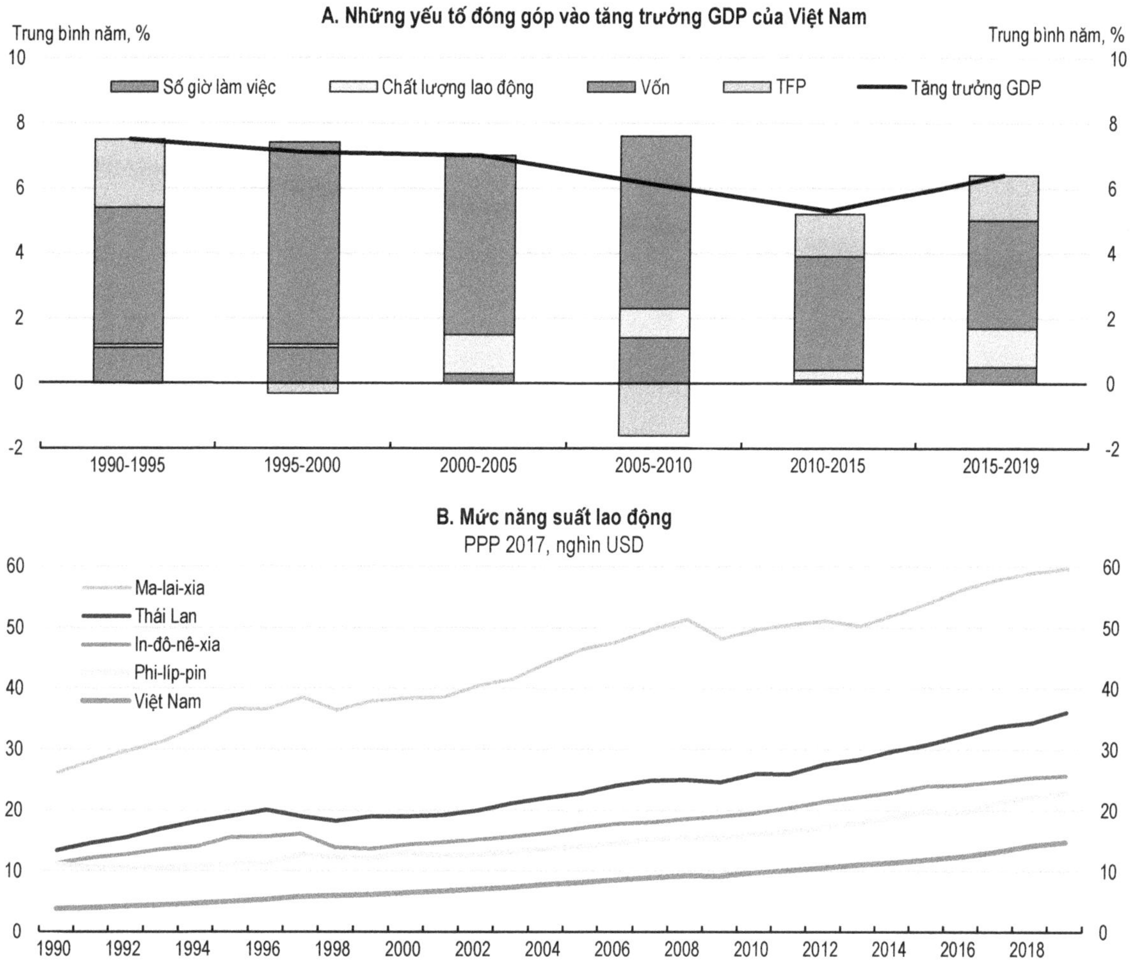

Ghi chú: Năng suất lao động được xác định bằng GDP trên một lao động.
Nguồn: Asian Productivity Organisation, APO Productivity database 2021.

StatLink https://stat.link/2j3l0m

Cải thiện hoạt động của thị trường sẽ rất quan trọng cho việc phục hồi sau đại dịch

Việt Nam đã có một loạt các công cụ chính sách thúc đẩy tăng trưởng kinh tế trong thập niên vừa qua để tăng cường tính năng động của doanh nghiệp, cải thiện môi trường kinh doanh và nâng cao trình độ ứng dụng công nghệ:

- Việc khởi sự kinh doanh mới đã dễ dàng hơn; điều này là rất cần thiết để khuyến khích quá trình phá hủy có tính sáng tạo, trong đó các nguồn lực có thể được tái phân bổ cho những công ty có tiềm năng cao mới được thành lập từ các đơn vị hiện thời kém hiệu quả hơn, qua đó thúc đẩy năng suất và tính năng động tổng thể của doanh nghiệp. Các công ty mới có thể mang đến những công nghệ đổi mới và cách tiếp cận quản lý mới, tạo ra năng suất và hiệu quả lớn hơn.
- Những hạn chế đối với đầu tư trực tiếp nước ngoài đã được nới lỏng, mặc dù không phải trong tất cả các lĩnh vực. Việc mua lại các công ty niêm yết đại chúng của nhà đầu tư nước ngoài thông qua mua bán và sáp nhập vẫn bị giới hạn vốn chủ sở hữu ở mức 49% trong rất nhiều lĩnh vực. Do vậy, các công ty nước ngoài thường không thể cạnh tranh với các nhà sản xuất trong nước trong các ngành nghề bị hạn chế, từ đó làm giảm lợi ích về tính năng động, đổi mới và năng suất tổng thể của doanh nghiệp.

- Các doanh nghiệp nhà nước hiện thời đã được cải cách một phần, mặc dù vẫn tiếp tục chi phối thị trường nhờ sự hỗ trợ từ đặc quyền tiếp cận tín dụng và đất đai, gây méo mó cạnh tranh. Hơn nữa, các cơ quan quản lý giám sát doanh nghiệp nhà nước không độc lập với chính phủ. Phần này cung cấp tổng quan về những cải cách gần đây và thảo luận cách giải quyết những thách thức còn tồn đọng.

Có thể làm nhiều hơn để nâng cao tính cạnh tranh của thị trường sản phẩm

Việt Nam đã thực hiện nhiều cải cách từ cuối những năm 1980 để cải thiện môi trường kinh doanh và tăng cường cạnh tranh. Kể từ năm 2014, chính phủ đã thiết lập các mục tiêu hàng năm về chất lượng quản trị, năng lực cạnh tranh, đổi mới và chính phủ điện tử. Chính phủ cũng đã thực hiện các bước để giảm gánh nặng hành chính trong những lĩnh vực như thuế, hải quan, an sinh xã hội, giấy phép xây dựng, đăng ký đất đai, tiếp cận điện, thành lập và đóng cửa công ty, và thủ tục đầu tư. Ngoài ra, cải cách doanh nghiệp nhà nước (DNNN) và phát triển khu vực tư nhân là trọng tâm trong các ưu tiên chính sách và nỗ lực của chính phủ nhằm bảo đảm sự cạnh tranh bình đẳng giữa các bên khác nhau tham gia thị trường sản phẩm. Cũng đã có những nỗ lực nhằm xử lý các hình thức lạm dụng sức mạnh thị trường khác nhau, ngay cả với các bên chi phối không thuộc khu vực nhà nước.

Thủ tục một cửa cũng đã được áp dụng từ năm 2015, với hướng dẫn được đưa ra cho các bộ liên quan để cải thiện việc sử dụng các cổng thông tin điện tử và các trang web chính phủ điện tử. Quá trình thực hiện đã đạt được những cải thiện đáng kể, gồm cả bộ phận một cửa liên thông xử lý nhiều thủ tục hành chính khác nhau thông qua các Trung tâm Phục vụ hành chính công để giải quyết các thủ tục đăng ký kinh doanh, xuất - nhập khẩu, sử dụng đất, an toàn sản xuất và nộp thuế. Hệ thống dịch vụ công trực tuyến có bốn cấp độ, cho phép thực hiện các giao dịch trực tuyến và vượt ra ngoài địa giới hành chính (Nghị định 61/NĐ-CP ban hành năm 2018). Hệ thống điện tử giúp giảm chi phí tuân thủ và giảm thời gian cần thiết đối với các thủ tục hành chính. Nó cũng có khả năng hạn chế việc tiếp xúc thông đồng giữa doanh nghiệp và cơ quan quản lý nhà nước, từ đó giảm nguy cơ tham nhũng.

Để cải thiện tạo thuận lợi thương mại, Việt Nam đã tham gia Hệ thống một cửa ASEAN vào năm 2015, với sự tham gia của cơ quan hải quan và Bộ Tài chính. Hệ thống này cho phép truyền trực tuyến dữ liệu và thông tin chuẩn hóa về các kiện hàng, trao đổi thông tin giữa các cơ quan chính phủ của nhiều nước và đẩy nhanh các quyết định chính thức về thông quan và giải phóng hàng hóa và phương tiện vận tải. Các cuộc khảo sát doanh nghiệp cho thấy rằng hệ thống một cửa đã giúp giảm đáng kể thời gian cần thiết để thông quan và chi phí của các thủ tục thương mại xuyên biên giới. Gần đây nhất, hai luật sửa đổi là Luật Đầu tư và Luật Doanh nghiệp, được Quốc hội phê chuẩn vào tháng 6 năm 2020 và có hiệu lực vào ngày 1 tháng 1 năm 2021, đặt mục tiêu cải thiện môi trường kinh doanh, đơn giản hóa các quy định hành chính và tạo thuận lợi hơn nữa cho đầu tư.

Kết quả của những cải cách này là Việt Nam đã cho thấy hiệu quả được cải thiện trong các tiêu chuẩn quốc tế về điều kiện thị trường. Theo báo cáo "Chỉ số cạnh tranh toàn cầu 4.0" của của Diễn đàn Kinh tế Thế giới năm 2019, đối với "Thành phần môi trường tạo thuận lợi", Việt Nam xếp thứ 66 (trong tổng số 141 nền kinh tế), với điểm số là 64.9. Xếp hạng của Việt Nam là cao hơn so với Phi-líp-pin (xếp thứ 78), Cam-pu-chia (xếp thứ 93) và Lào (xếp thứ 101), nhưng thấp hơn so với Ma-lai-xia (xếp thứ 28), Thái Lan (xếp thứ 55) và In-đô-nê-xia (xếp thứ 56). Đã có những cải thiện mạnh mẽ kể từ năm 2017, khi Việt Nam xếp thứ 79 trong số 132 quốc gia. Trong báo cáo này, Việt Nam đạt kết quả tốt trong thành phần về tầm nhìn dài hạn của chính phủ và ứng dụng CNTT, nhưng kém hơn trong việc giải quyết tranh chấp, tính cạnh tranh, khung pháp lý phá sản và tính minh bạch (Schwab and World Economic Forum, 2019[2]).

Việt Nam cũng có thành tích tốt so với các nước trong khu vực theo các chỉ số Quy định thị trường sản phẩm (PMR) của OECD. Các chỉ số PMR đánh giá mức độ theo đó các quy định hỗ trợ hay hạn chế cạnh tranh trong những lĩnh vực then chốt của nền kinh tế, gồm cả mức độ các doanh nghiệp có thể gia nhập thị trường và cạnh tranh với các công ty hiện có (Hộp 2.1). Theo các chỉ số PMR đánh giá tình hình vào đầu năm 2022, các chính sách điều tiết của Việt Nam áp đặt hạn chế thấp hơn so với các nền kinh tế thị trường mới nổi không thuộc OECD có dữ liệu (Nam Phi, Bra-xin và Ác-hen-tina) cũng như các quốc gia tương đương trong khu vực (In-đô-nê-xia và Cộng hòa Nhân dân Trung Hoa (Trung Quốc)) (Hình 2.2). Do đó, các lực lượng cạnh tranh được phép đóng một vai trò quan trọng ở Việt Nam.

Tuy vậy, việc tìm hiểu sâu hơn điểm số PRM tổng hợp mang tới bức tranh nhiều màu sắc hơn về bối cảnh chính sách. Chỉ số phụ PMR về "rào cản đối với sự gia nhập của doanh nghiệp trong nước và nước ngoài" là thấp (1.63), cho thấy Việt Nam đang mở rộng cửa đối với ngoại thương và đầu tư nước ngoài, cũng như áp dụng các quy định hành chính tương đối nhẹ cho các doanh nghiệp và đơn vị khởi nghiệp. Ngược lại, chỉ số phụ PMR về "những méo mó do sự tham gia của nhà nước" là tương đối cao (2.77). Điều này phản ánh một nền kinh tế trong đó một số lĩnh vực đang bị chi phối bởi các doanh nghiệp nhà nước và chính phủ trực tiếp can dự vào các hoạt động kinh doanh, gồm cả thông qua kiểm soát giá cả. Do đó, những nỗ lực cải cách cần tập trung vào những lĩnh vực hiện đang bị chi phối bởi sự can dự của nhà nước, với những biện pháp để giải phóng các lực lượng thị trường trong những lĩnh vực này và cải cách việc quản lý các DNNN. Trong khi chính phủ đã triển khai những bước đi để cổ phần hóa các doanh nghiệp nhà nước và thả nổi một phần vốn cổ phần trong các doanh nghiệp này trên thị trường chứng khoán, vẫn có thể làm nhiều hơn nữa để bán thêm vốn cổ phần cho các nhà đầu tư tư nhân. Cũng có thể làm nhiều hơn nữa để cải thiện việc quản lý các doanh nghiệp nhà nước và giảm sự can dự của các bộ trung ương và chính quyền cấp tỉnh trong hoạt động thường nhật của các doanh nghiệp này.

Hình 2.2. Có thể hạ thấp các rào cản quy định đối với cạnh tranh ở Việt Nam

Chỉ số Quy định thị trường sản phẩm tổng thể (PMR), phạm vi từ 0 tới 6 để chỉ mức độ hạn chế từ thấp nhất tới cao nhất, dữ liệu của năm gần nhất có sẵn

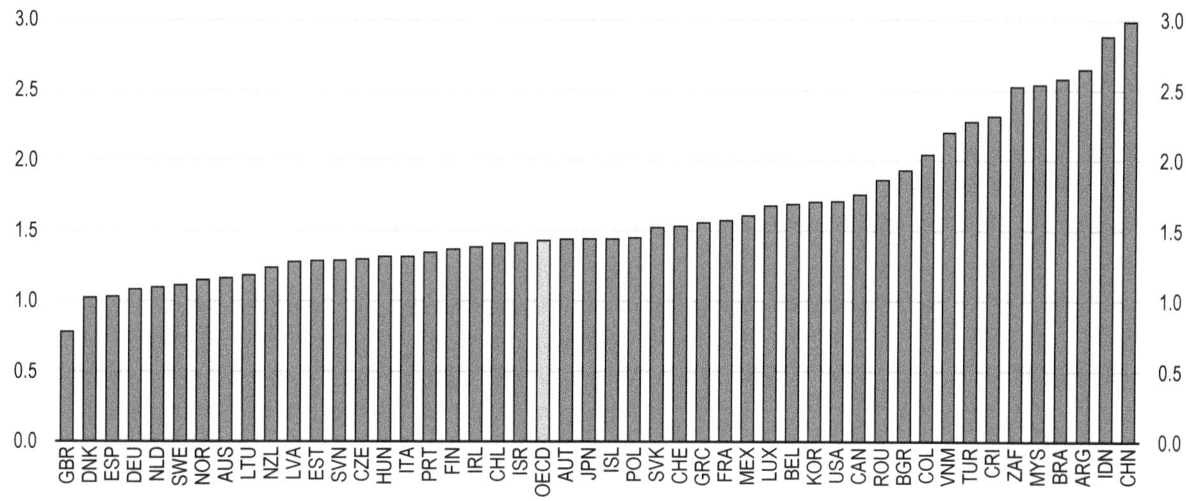

Ghi chú: ARG = Ác-hen-ti-na, AUS = Ôx-trây-lia, AUT = Áo, BEL= Bỉ, BGR = Bun-ga-ri, BRA = Bra-xin, CAN = Ca-na-đa, CHE = Thụy Sĩ, CHL = Chi-lê, CHN = Trung Quốc, COL = Cô-lôm-bia, CRI = Cô-xta Ri-ca, CZE = Cộng hòa Séc, DEU = Đức, DNK = Đan Mạch, ESP = Tây Ban Nha, EST = Ex-tô-nia, FIN = Phần Lan, FRA = Pháp, GBR = Anh, GRC = Hy Lạp, HUN = Hung-ga-ri, IDN = In-đô-nê-xia, IRL = Ai-len, ISR = Ix-ra-en, JPN = Nhật Bản, ITA = I-ta-li-a, KOR = Hàn Quốc, LTU = Lít-va, LUX = Lúc-xem-bua, LVA = Lát-via, MEX = Mê-hi-cô, MYS = Ma-lai-xia, NLD = Hà Lan, NOR = Na Uy, NZL = Niu Di-lân, POL = Ba Lan, PRT = Bồ Đào Nha, ROU = Ru-ma-ni, SVK = Xlô-va-kia, SVN = Xlô-ve-nia, SWE = Thụy Điển, TUR = Thổ Nhĩ Kỳ, USA = Hoa Kỳ, VNM = Việt Nam, ZAF = Nam Phi. Thông tin được sử dụng để tính toán các chỉ số PMR 2018 dựa trên các luật và quy định có hiệu lực tại thời điểm ngày 1 tháng 1 năm 2018 hoặc một năm muộn hơn tùy thuộc vào thời điểm thông tin được cung cấp bởi các quốc gia liên quan (đối với Việt Nam là ngày 1 tháng 1 năm 2022).
Nguồn: OECD, Product Market Regulation database và OECD-WBG, Product Market Regulation database.

StatLink https://stat.link/x2o59h

Hộp 2.1. Các chỉ số Quy định thị trường sản phẩm (PMR) của OECD

Áp lực cạnh tranh trên thị trường hàng hóa và dịch vụ có thể mang lại nhiều lợi ích kinh tế và cuối cùng dẫn đến tăng sản lượng nhanh hơn và mức sống cao hơn cho người dân. Quy định ủng hộ cạnh tranh là cần thiết để bảo đảm thị trường hoạt động với các áp lực cạnh tranh, giúp giảm thất bại của thị trường. Ngược lại, các quy định được thiết kế không phù hợp có thể ngăn cản cạnh tranh và do đó cản trở tính năng động của doanh nghiệp, việc gia nhập và rút khỏi thị trường của doanh nghiệp và sự dễ dàng trong việc phân bổ lại nguồn vốn và lao động. Cải cách quy định có thể giúp khôi phục sức ép cạnh tranh trên thị trường hàng hóa và dịch vụ, và cuối cùng thúc đẩy đổi mới, năng suất và tăng trưởng kinh tế.

Trong các thị trường mới nổi, chất lượng của các thể chế và quy định có ảnh hưởng lớn đến năng suất của doanh nghiệp, ví dụ như thông qua ưu đãi khuyến khích đầu tư vào vốn con người, đầu tư sản xuất và áp dụng các công nghệ mới. Nếu thị trường được quản lý kém, chẳng hạn như việc thực thi luật cạnh tranh yếu kém, các công ty hoạt động kém hiệu quả có thể đẩy các đối thủ cạnh tranh ra khỏi thị trường bằng cách lạm dụng sức mạnh thị trường. Các doanh nghiệp nhà nước với đặc quyền tiếp cận tín dụng, đất đai và công nghệ có lợi thế cạnh tranh không bình đẳng mà có thể được sử dụng để dựng lên các rào cản hạn chế sự gia nhập và tăng trưởng của một số công ty tư nhân có năng suất cao và sáng tạo. Do đó, những cải thiện trong môi trường kinh doanh và thực tiễn quản lý điều tiết tạo thuận lợi – cạnh tranh bình đẳng, tăng cường tự do kinh doanh – sẽ hỗ trợ tăng trưởng năng suất lao động và năng suất đa nhân tố.

Để giúp các nhà hoạch định chính sách thiết kế quy định phù hợp, các chỉ số PMR trên toàn nền kinh tế đo lường những rào cản quy định đối với sự gia nhập thị trường và cạnh tranh của doanh nghiệp trong nhiều lĩnh vực chính sách quan trọng, từ cấp phép và mua sắm công, đến quản trị DNNN, kiểm soát giá cả, đánh giá các quy định mới và hiện hành, và ngoại thương. Kể từ năm 1998, các chỉ số PMR đã được tổng hợp 5 năm một lần cho hầu hết các nước OECD, và gần đây đã được cung cấp cho một loạt các thị trường mới nổi. Ở châu Á mới nổi, các chỉ số PMR có sẵn cho Trung Quốc, Hàn Quốc, In-đô-nê-xia, Ma-lai-xia và Việt Nam. Các chỉ số có giá trị trong khoảng từ 0 (hạn chế thấp nhất) đến 6 (hạn chế cao nhất). Đối với hầu hết các quốc gia, quan sát gần nhất là năm 2018, với số liệu đo lường gần đây hơn cho một số quốc gia, trong đó có Việt Nam.

Như vậy, vẫn còn dư địa đáng kể để cải thiện hơn nữa các lực lượng thị trường và giảm bớt sự can dự của chính phủ cũng như các hình thức lạm dụng quyền lực thị trường. Dựa trên những tiến bộ trong quá khứ, cần theo đuổi các cải cách thị trường với động lực mới, song song với việc cải thiện sự thuận lợi trong kinh doanh, tự do đầu tư và trung lập trong cạnh tranh. Điều này sẽ đặc biệt quan trọng khi đất nước đã vượt qua giai đoạn khắc nghiệt nhất của đại dịch COVID-19 và cần củng cố một lộ trình phục hồi vững chắc (APEC, 2021[3]). Cần ưu tiên tạo sân chơi bình đẳng cho các công ty tư nhân, DNNN và tổ chức nước ngoài. Một việc khác không kém quan trọng là đơn giản hóa và giảm gánh nặng quy định mà các DNNVV đang phải đối mặt, đáng lưu ý là việc cải thiện tiếp cận đất đai và các nguồn lực tài chính, từ đó có thể giúp tăng lợi nhuận, đầu tư và tăng trưởng.

Chính phủ gần đây đã thông qua một số sáng kiến nhằm cải cách thị trường nhiều hơn nữa trong giai đoạn 2022-2025 trong khuôn khổ Chương trình hành động thực hiện Kế hoạch tái cơ cấu lại nền kinh tế (Nghị quyết 54/NQ-CP năm 2022). Các sáng kiến này bao gồm hành động để giảm số lượng các thủ tục gây tốn kém thời gian, chi phí và rủi ro cho doanh nghiệp. Chính phủ cũng có kế hoạch giảm danh mục các ngành nghề đầu tư có điều kiện và xóa bỏ những quy định chồng chéo, mâu thuẫn hoặc không rõ ràng về mặt pháp lý. Sẽ đẩy nhanh việc đăng ký đất đai và tạo thuận lợi cho việc cấp đổi chứng nhận quyền sử dụng đất. Chính phủ cũng mong muốn tăng cường chuyển đổi số trong lĩnh vực quản lý nhà nước, thúc đẩy phân cấp và trao quyền cho địa phương, và điều chỉnh chính sách quản lý nhằm tăng cường hoạt động và phát triển kinh doanh. Tuy nhiên, cần thực hiện nhất quán với việc thúc đẩy cải cách

DNNN, cải thiện hơn nữa quản lý DNNN, đẩy mạnh thi hành luật cạnh tranh, xử lý tất cả các hình thức lạm dụng thị trường và thông đồng, tránh mọi hành vi thông đồng giữa nhà nước - doanh nghiệp gây tổn hại cho cạnh tranh.

Cần tiếp tục theo đuổi việc đơn giản hóa các gánh nặng hành chính trên diện rộng, cắt giảm thủ tục quan liêu và giảm chi phí tuân thủ cho các doanh nghiệp và hộ gia đình. Cục Kiểm soát thủ tục hành chính (APCA) thuộc Văn phòng Chính phủ đã chủ trì một nỗ lực nhằm giảm gánh nặng hành chính trong hơn một thập kỷ (OECD, 2011[4]). Nghị quyết 02/NQ-CP của Chính phủ mới được ban hành trong năm 2022 đã đặt ra những mục tiêu cụ thể liên quan tới các chỉ số môi trường kinh doanh, năng lực cạnh tranh quốc gia, đổi mới công nghệ và phát triển bền vững. Báo cáo hàng năm về Chỉ số Đánh giá chi phí tuân thủ thủ tục hành chính (APCI) đóng vai trò là một công cụ quan trọng để giám sát và cải thiện cải cách thủ tục hành chính. Báo cáo này phản ánh một cách khách quan mức độ cải cách hành chính, những cải thiện đối với môi trường kinh doanh và việc thực thi chính sách và pháp luật thông qua phân tích các chi phí mà doanh nghiệp phải đối mặt khi thực hiện các thủ tục hành chính.

Tăng cường hơn nữa hỗ trợ phát triển doanh nghiệp nhỏ và vừa

Các chính sách hỗ trợ khởi nghiệp và hỗ trợ doanh nghiệp nhỏ và vừa (DNNVV) của Việt Nam bắt đầu từ đầu thập niên 2000. Năm 2017, Quốc hội đã thông qua Luật Hỗ trợ doanh nghiệp nhỏ và vừa (DNNVV), là văn bản luật đầu tiên trong lĩnh vực này ở Việt Nam và thay thế tất cả các nghị định trước đó về DNNVV (OECD, 2021[5]). Luật này quy định một số biện pháp để hỗ trợ sự phát triển của các DNNVV, với các bước đi tạo thuận lợi liên quan tới tiếp cận tín dụng, bảo lãnh tín dụng, thuế thu nhập doanh nghiệp và sử dụng đất cho sản xuất. Nó cũng thiết lập sự hỗ trợ mới về công nghệ dưới hình thức các cơ sở ươm tạo và trung tâm khởi nghiệp, mở rộng thị trường, hỗ trợ thông tin và pháp lý, và phát triển nguồn nhân lực. Theo Luật DNNVV, hỗ trợ đã được ưu tiên cho các DNNVV đổi mới, riêng lẻ, do phụ nữ làm chủ. Nhờ sự cải cách này, khung pháp lý trên nguyên tắc là dễ điều hướng. Theo đó, chỉ số phụ PMR đánh giá những khía cạnh quan trọng đối với phát triển DNNVV, như chi phí hành chính đối với công ty khởi nghiệp, đã đạt điểm cao hơn so với nhiều nền kinh tế thị trường mới nổi và một số quốc gia OECD (Hình 2.3).

Việt Nam đã thành công trong việc thu hút đầu tư trực tiếp nước ngoài (FDI) và tham gia các chuỗi giá trị toàn cầu (GVC). Tỷ trọng xuất khẩu trên GDP đạt 93% vào năm 2021, là một trong những mức cao nhất trên thế giới. Tuy nhiên, mối liên kết trong nước với các chuỗi giá trị toàn cầu vẫn còn tương đối yếu. Một cuộc khảo sát về các doanh nghiệp Nhật Bản đang hoạt động tại Việt Nam của Tổ chức Ngoại thương Nhật Bản năm 2021 cho thấy tỷ trọng mua các phụ tùng và linh kiện trong nước của các doanh nghiệp Nhật Bản ở Việt Nam là 37.4%, cao hơn so với Ma-lai-xia (35.5%) và Phi-líp-pin (30.7%) nhưng thấp hơn nhiều so với In-đô-nê-xia (45.5%), Thái Lan (56.4%) và Trung Quốc (69.5%). Tỷ trọng của các doanh nghiệp trong nước trong các giao dịch mua nội địa này thậm chí còn thấp hơn, vì hầu hết các giao dịch mua này là từ các doanh nghiệp nước ngoài sản xuất tại Việt Nam. Có cả những hạn chế từ phía cung (khả năng tiếp cận các yếu tố sản xuất chính như đất đai, vốn và công nghệ) và các hạn chế từ phía cầu (thông tin thị trường, chất lượng sản phẩm, tiêu chuẩn và chứng nhận) ngăn cản các doanh nghiệp nội địa Việt Nam – đặc biệt là các doanh nghiệp nhỏ và vừa – tham gia tích cực vào các chuỗi giá trị toàn cầu. Giải quyết những hạn chế này để giúp các DNNVV cải thiện khả năng cạnh tranh và năng lực đổi mới sản phẩm và quản lý là thiết yếu để nâng cao năng suất, tạo ra giá trị và nắm bắt giá trị cho toàn bộ nền kinh tế nói chung.

Đầu năm 2021, OECD đã công bố một đánh giá chuyên sâu về các chính sách của Việt Nam nhằm duy trì hiệu quả hoạt động của các doanh nghiệp vừa và nhỏ và tinh thần khởi nghiệp (OECD, 2021[5]). Báo cáo đánh giá chất lượng môi trường kinh doanh và các chính sách quốc gia hỗ trợ các doanh nghiệp nhỏ mới thành lập. Phát hiện chính của báo cáo là môi trường kinh doanh của Việt Nam có lợi cho sự tăng trưởng của doanh nghiệp, mặc dù vẫn còn những lĩnh vực cần cải thiện. Một cải cách quan trọng là giảm thuế suất thuế thu nhập doanh nghiệp theo luật định từ 32% vào đầu những năm 2000 xuống còn 20% như hiện nay, thấp hơn mức trung bình của OECD là khoảng 23%. Các mức thuế suất ưu đãi 15% và

17% đã được thảo luận cho các DNNVV, nhưng đến nay vẫn chưa được thực hiện. Thay vào đó, chính phủ đang cung cấp hỗ trợ tài chính thông qua Quỹ Phát triển doanh nghiệp nhỏ và vừa (SMEDF), hỗ trợ các lĩnh vực như doanh nghiệp đổi mới sáng tạo, nông nghiệp, lâm nghiệp, nuôi trồng thủy sản, cấp nước, xử lý nước và quản lý nước, cũng như các doanh nghiệp sản xuất. Một quỹ bảo lãnh tín dụng (CGF) cũng được thành lập để tạo thuận lợi cho các DNNVV tiếp cận tài chính. Tuy nhiên, cả hai chương trình đều có tỷ lệ sử dụng thấp, một phần là do các điều kiện chặt chẽ cần được đáp ứng để đủ tiêu chuẩn tham gia. Điều quan trọng là phải thực hiện các biện pháp cải thiện năng lực thể chế của Quỹ Phát triển doanh nghiệp nhỏ và vừa (SMEDF). Việc này sẽ giúp nâng cao tính phù hợp và khả năng tiếp cận cho các doanh nghiệp nhỏ và vừa, từ đó tăng khả năng sử dụng quỹ. Mạng lưới quỹ bảo lãnh tín dụng địa phương (CGF) – được cho là nhằm tạo thuận lợi cho doanh nghiệp nhỏ và vừa tiếp cận tín dụng – cần được xem xét lại toàn diện do năng lực yếu kém cả về tài chính và nhân lực hiện nay.

Hình 2.3. Thành lập các công ty khởi nghiệp tương đối dễ dàng ở Việt Nam

Chỉ số gánh nặng hành chính đối với các công ty khởi nghiệp, phạm vi từ 0 tới 6 để chỉ mức độ hạn chế từ thấp nhất tới cao nhất, dữ liệu của năm gần nhất có sẵn

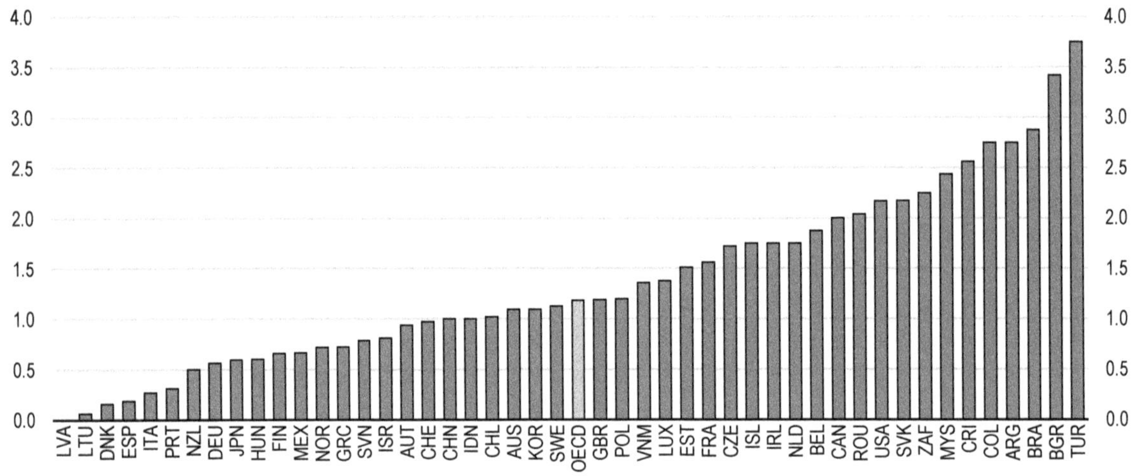

Ghi chú: ARG = Ác-hen-ti-na, AUS = Ôx-trây-lia, AUT = Áo, BEL= Bỉ, BGR = Bun-ga-ri, BRA = Bra-xin, CAN = Ca-na-đa, CHE = Thụy Sĩ, CHL = Chi-lê, CHN = Trung Quốc, COL = Cô-lôm-bia, CRI = Cô-xta Ri-ca, CZE = Cộng hòa Séc, DEU = Đức, DNK = Đan Mạch, ESP = Tây Ban Nha, EST = Ex-tô-nia, FIN = Phần Lan, FRA = Pháp, GBR = Anh, GRC = Hy Lạp, HUN = Hung-ga-ri, IDN = In-đô-nê-xia, IRL = Ai-len, ISR = Ix-ra-en, JPN = Nhật Bản, ITA = I-ta-li-a, KOR = Hàn Quốc, LTU = Lít-va, LUX = Lúc-xem-bua, LVA = Lát-via, MEX = Mê-hi-cô, MYS = Ma-lai-xia, NLD = Hà Lan, NOR = Na Uy, NZL = Niu Di-lân, POL = Ba Lan, PRT = Bồ Đào Nha, ROU = Ru-ma-ni, SVK = Xlô-va-kia, SVN = Xlô-ve-nia, SWE = Thụy Điển, TUR = Thổ Nhĩ Kỳ, USA = Hoa Kỳ, VNM = Việt Nam, ZAF = Nam Phi. Thông tin được sử dụng để tính toán các chỉ số PMR 2018 dựa trên các luật và quy định có hiệu lực tại thời điểm ngày 1 tháng 1 năm 2018 hoặc một năm muộn hơn tùy thuộc vào thời điểm thông tin được cung cấp bởi các quốc gia liên quan (đối với Việt Nam là ngày 1 tháng 1 năm 2022).
Nguồn: OECD, Product Market Regulation database và OECD-WBG, Product Market Regulation database.

StatLink https://stat.link/l7jrq9

Bên cạnh đó, trong đại dịch, chính phủ đã đưa ra một số biện pháp hỗ trợ cho các doanh nghiệp nhỏ và vừa. Thuế thu nhập doanh nghiệp được giảm 30% đối với các doanh nghiệp có doanh thu dưới 200 tỷ đồng trong năm 2020 và 2021. Chính phủ cũng đang cung cấp các dịch vụ phát triển kinh doanh (BDS) phi tài chính để giúp các doanh nghiệp nhỏ và vừa nâng cao năng lực quản lý và khả năng cạnh tranh, thông qua ý kiến cố vấn dưới hình thức tư vấn, đào tạo, hướng dẫn và ươm tạo. Ba trung tâm hỗ trợ được mở tại các trung tâm đô thị lớn để cung cấp ý kiến cố vấn tại chỗ. Chương trình Phục hồi và Phát triển kinh tế - xã hội (PSERD) toàn diện được Chính phủ thông qua vào tháng 1 năm 2022 (Nghị quyết 11/NQ-CP) cung cấp khoản vay với lãi suất ưu đãi cho các doanh nghiệp (hầu hết là doanh nghiệp nhỏ và vừa) và các cơ quan chức năng đã cam kết "tiếp tục rà soát, tháo gỡ các rào cản về thể chế, cơ chế, chính sách, quy định pháp luật cản trở hoạt động sản xuất, kinh doanh; cắt giảm, đơn giản hóa thủ tục hành chính, cải thiện môi trường đầu tư kinh doanh; tăng cường xử lý thủ tục hành chính trên nền tảng trực tuyến" .

Đặc biệt, các quy định hành chính vẫn là gánh nặng đối với các DNNVV và cần được đơn giản hóa hơn nữa. Chính phủ nên xây dựng một chương trình cụ thể hơn để thực hiện cải cách hành chính và thể chế cũng như thành phần về môi trường kinh doanh trong PSERD. Nhiều công ty cho biết họ gặp khó khăn khi hoàn thành các thủ tục hành chính sau đăng ký, lấy chứng chỉ năng lực và các chứng chỉ chứng minh việc tuân thủ các tiêu chuẩn kỹ thuật và yêu cầu theo quy định hiện hành. Do đó, các công ty thường phải dựa vào những "lối tắt" không chính thức và tốn kém để vượt qua các trở ngại hành chính. Có bằng chứng trước đây cho thấy sự can thiệp vào hoạt động có thể là gánh nặng lớn hơn đối với các công ty lớn với lợi nhuận đáng kể, từ đó càng không khuyến khích đầu tư và nâng cấp (OECD, 2018[6]). Việc kiểm soát tham nhũng còn hạn chế này là phù hợp với các kết quả của Chỉ số Hiệu quả quản trị và hành chính công cấp tỉnh Việt Nam (PAPI) năm 2021, trong đó nhận thấy các yếu tố phi chính thức, như quan hệ cá nhân, vẫn quan trọng để bảo đảm một vị trí việc làm trong khu vực công, có được giấy chứng nhận quyền sử dụng đất hoặc tiếp cận dịch vụ y tế tốt hơn (CECODES; VFF-CRT; RTA & UNDP, 2022[7]). Điều này giải thích phần lớn lý do tại sao khu vực không chính thức vẫn phổ biến và có quy mô lớn, bất chấp việc đơn giản hóa các thủ tục kinh doanh.

Khác biệt lớn trong gánh nặng hành chính giữa các tỉnh

Mặc dù khung chính sách tổng thể là giống nhau đối với tất cả các địa phương, vẫn có chỗ cho sự linh hoạt và các sáng kiến chủ động trong thực thi chính sách. Để tạo thuận lợi cho hoạt động kinh doanh, các quan chức địa phương có thể có những cách tiếp cận khác nhau đối với thủ tục hành chính cần thiết cho hoạt động kinh doanh, ví dụ như cấp chứng nhận đăng ký kinh doanh, phê duyệt giấy phép, cung cấp tài liệu hỗ trợ, giảm thiểu thủ tục giấy tờ, tiến hành thanh tra và xử lý hồ sơ khai thuế. Tỷ lệ hối lộ và các cách thức tham nhũng khác cũng rất khác nhau giữa các tỉnh, và không phải tất cả các tỉnh đều có hiệu quả như nhau trong việc thực hiện các nghị quyết về chống tham nhũng của trung ương và Quốc hội. Chỉ số Năng lực cạnh tranh cấp tỉnh – được thiết kế để đánh giá môi trường kinh doanh, chất lượng hiệu quả điều hành kinh tế và kết quả của những nỗ lực cải cách hành chính của các chính quyền địa phương tại 63 tỉnh, thành của Việt Nam nhằm thúc đẩy sự phát triển của khu vực tư nhân – cho thấy có khoảng cách lớn giữa các tỉnh (Malesky, Pham and Truong, 2022[8]). Để tạo thuận lợi và khuyến khích cán bộ chính quyền địa phương chủ động và sáng tạo trong hành động và nâng cao trách nhiệm giải trình của cán bộ chính quyền, một số biện pháp mới đã được nêu ra trong Chương trình tổng thể cải cách hành chính nhà nước giai đoạn 2021-2030 mới được ban hành (Nghị quyết số 76/NQ-CP tháng 7 năm 2021). Những biện pháp này bao gồm cải thiện hệ thống công vụ, tăng cường công tác tuyển dụng và đánh giá hiệu quả công việc dựa trên thành tích và công khai, và tạo môi trường thuận lợi cho văn hóa ra quyết định đổi mới. Điều quan trọng là phải thực hiện các chính sách này một cách hiệu quả. Cần khuyến khích sự tự chủ lớn hơn trong việc ra quyết định ở tất cả các cấp chính quyền, với các hệ thống trách nhiệm giải trình mạnh mẽ được thiết lập.

Khung phá sản yếu cản trở tính năng động của doanh nghiệp

Khả năng tham gia thị trường không hạn chế của doanh nghiệp là rất quan trọng để tăng cường tính cạnh tranh và năng suất của thị trường sản phẩm. Tương tự, khả năng rút khỏi thị trường không hạn chế cũng thiết yếu để cho phép các doanh nghiệp không hiệu quả được giải thể nhanh chóng, từ đó cho phép phân bổ lại nhanh chóng nguồn vốn và lao động cho các bên tham gia khác của thị trường. Nghiên cứu thực nghiệm dựa trên dữ liệu ở cấp độ doanh nghiệp cho thấy rằng những cải cách về cơ chế phá sản giúp giảm bớt rào cản cho việc tái cấu trúc doanh nghiệp có mối liên quan tới tăng trưởng năng suất đa nhân tố cao hơn của các doanh nghiệp bị tụt hậu (Adalet, Andrews and Millot, 2017[9]). Như vậy, các cơ chế phá sản không được cản trở việc tái cấu trúc doanh nghiệp một cách không thỏa đáng, điều này đến lượt nó sẽ khuyến khích việc thử nghiệm và áp dụng các công nghệ mới. Do vậy, việc cải cách các cơ chế phá sản để giảm chi phí và thời gian thực hiện thủ tục có thể giúp tăng cường phổ biến công nghệ và góp phần vào tăng năng suất nhanh hơn.

Ở Việt Nam, việc rút khỏi thị trường của doanh nghiệp có thể được thực hiện thông qua hai quy trình khác nhau, nổi bật là thanh lý/giải thể doanh nghiệp và phá sản doanh nghiệp. Các bản quyết toán đối với hai loại hình rút khỏi thị trường này của doanh nghiệp là khác nhau, nhưng cả hai đều đòi hỏi thời gian và nguồn lực mà thường dẫn tới sự chậm trễ đáng kể và xử lý kéo dài, và rõ ràng cản trở tính năng động của doanh nghiệp nói chung. Trong năm 2021, chỉ 35% số trường hợp được hoàn thành (tỷ lệ này là 46% trong năm 2022). Thủ tục để đóng cửa một công ty cần bảo đảm rằng mọi khoản nợ đã được thanh toán và các tài liệu liên quan đều theo đúng quy định. Quy định giải thể đòi hỏi rằng tất cả các tài liệu phải được chuẩn bị thỏa đáng và nộp cho cơ quan cấp phép có thẩm quyền để bắt đầu quá trình thanh lý. Việc phê duyệt đóng cửa doanh nghiệp cuối cùng đòi hỏi phải có sự chấp thuận của cơ quan thuế, mang đến cơ hội thu các khoản thuế còn thiếu, các khoản phạt liên quan và tiền lãi. Thủ tục này có thể mất rất nhiều thời gian và tiền bạc: giải thể một công ty trên nguyên tắc mất từ bốn tới sáu tháng, nhưng trên thực tế thường kéo dài hơn nhiều nếu các cơ quan quản lý nghi ngờ việc tuân thủ quy định và thuế trong quá khứ. Trong khi OECD chưa tổng hợp các chỉ số phá sản cho Việt Nam, các chỉ số từ Khảo sát môi trường kinh doanh của Ngân hàng thế giới cho thấy rằng cần cải thiện rất nhiều về các thủ tục phá sản của Việt Nam (Hình 2.4).

Hình 2.4. Cải thiện hơn nữa các cơ chế phá sản có thể giúp kích thích tính năng động của doanh nghiệp

2020 hoặc năm gần nhất có dữ liệu, trung bình của từng nhóm

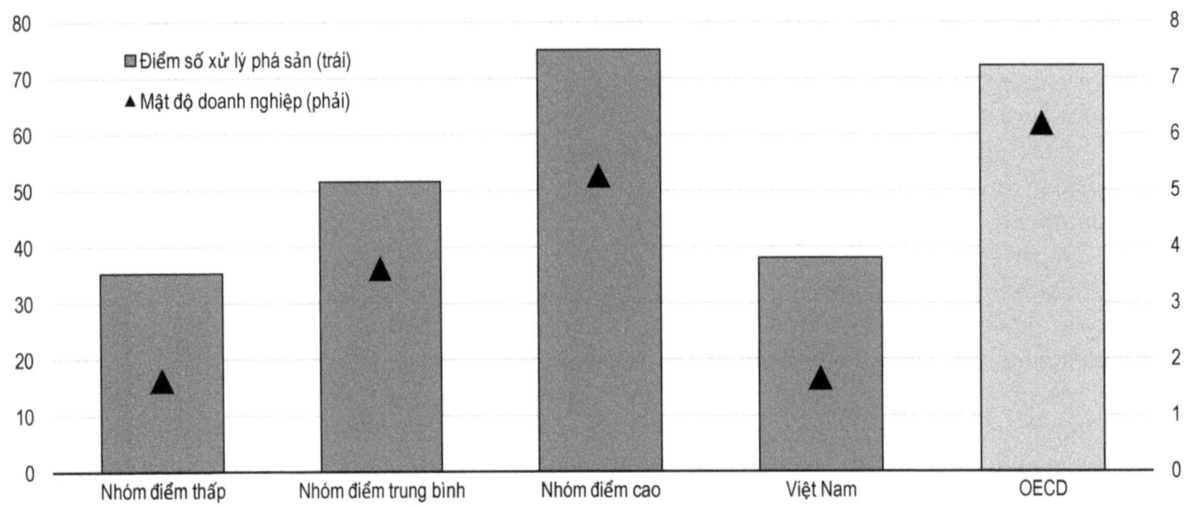

Ghi chú: Điểm số xử lý phá sản là trung bình giản đơn của điểm số cho các chỉ số thành phần: tỷ lệ thu hồi nợ từ các thủ tục phá sản liên quan tới các tổ chức trong nước, cũng như sức mạnh của khung pháp lý áp dụng cho việc giải thể theo luật và thủ tục tái tổ chức. Mật độ doanh nghiệp được định nghĩa là doanh nghiệp đăng ký mới trên 1 000 người trong độ tuổi từ 15 tới 64. 144 quốc gia, nơi có sẵn dữ liệu, được chia nhóm theo điểm xử lý phá sản (44 quốc gia cho nhóm điểm thấp, 44 quốc gia nhóm điểm trung bình và 44 quốc gia cho nhóm điểm cao). Việt Nam thuộc nhóm điểm thấp.
Nguồn: World Bank, World Development Indicators database và Doing Business 2020 database.

StatLink https://stat.link/naxbwu

Cơ chế phá sản hiện nay hiếm khi được sử dụng vì nó đòi hỏi nguồn lực và thời gian đáng kể, và do đó là một trở ngại khi tìm kiếm một thủ tục phá sản chính thức. Cải cách nên được thực hiện dưới hình thức giảm thời gian của toàn bộ quá trình và tăng tỷ lệ thu hồi nợ cho các chủ nợ có bảo đảm (21% so với mức trung bình của OECD là 70%). Điều này sẽ giúp tái phân bổ các nguồn lực sản xuất nhanh hơn và tăng cường khả năng tiếp cận tín dụng bằng cách tái đảm bảo với các chủ nợ về khả năng thu hồi một phần tín dụng của họ nếu người đi vay phá sản. Trên thực tế, có thể xem xét đưa ra một cơ chế phá sản riêng cho DNNVV, với mục tiêu đạt được việc tái tổ chức và thanh lý nhanh chóng. Ví dụ, vào năm 2020, Ma-lai-xia đã tích hợp cơ chế ngoài tòa án cho các doanh nghiệp vừa và nhỏ thành cơ chế cho cá nhân để đơn giản hóa thủ tục, xét tới thực tế là các doanh nghiệp siêu nhỏ do các cá nhân làm chủ dễ bị ảnh hưởng bởi những cú sốc kinh tế bất lợi. Ngoài ra, việc tái cấu trúc doanh nghiệp ngoài tòa án cần được khuyến khích để đẩy nhanh quy trình này và tránh ùn tắc tại các tòa án. Cần cung cấp cho các doanh nhân một bộ chỉ số để thông tin cho họ về nguy cơ phá sản, để họ có thể bắt đầu các thủ tục tái cấu trúc trước khi trở nên mất khả năng thanh toán. Bên cạnh đó, có thể đẩy nhanh thủ tục phá sản bằng cách đơn giản hóa một số yêu cầu về báo cáo tài chính của các công ty và thiết lập cơ sở dữ liệu về các công ty.

Trong đại dịch COVID-19, chính phủ đã cung cấp hỗ trợ để tránh làn sóng phá sản doanh nghiệp, giống như ở nhiều quốc gia khác. Nếu không có chính sách hỗ trợ này, cả các doanh nghiệp có và không có khả năng bám trụ đều sẽ phải đối mặt với nguy cơ vỡ nợ và rời bỏ thị trường, với những thiệt hại lâu dài về vốn con người, kỹ năng và tăng trưởng kinh tế. Các gói hỗ trợ liên tiếp đã được Quốc hội Việt Nam thông qua, chẳng hạn như các biện pháp tài khóa - tiền tệ kết hợp trong Nghị quyết 43 được ban hành tháng 1 năm 2022, với 40 nghìn tỷ đồng ngân sách cho các khoản vay với lãi suất thấp là 2% thông qua các ngân hàng thương mại cho các doanh nghiệp trong nhiều lĩnh vực khác nhau.

Theo dữ liệu của Tổng cục Thống kê, số lượng công ty rời khỏi thị trường đã tăng 17.7% trong năm 2021 so với năm trước, một mức tăng tương đối nhỏ nếu xét đến mức độ nghiêm ngặt của các biện pháp hạn chế trong suốt cả năm. Trong số 119 800 doanh nghiệp rời thị trường, khoảng 55 000 doanh nghiệp đang tạm ngừng hoạt động, 48 100 doanh nghiệp ngừng hoạt động trong thời gian chờ phê duyệt giải thể (Hình 2.5).

Hình 2.5. Số doanh nghiệp rời bỏ vĩnh viễn thị trường không tăng mạnh trong đại dịch

Số doanh nghiệp gia nhập và rời bỏ thị trường

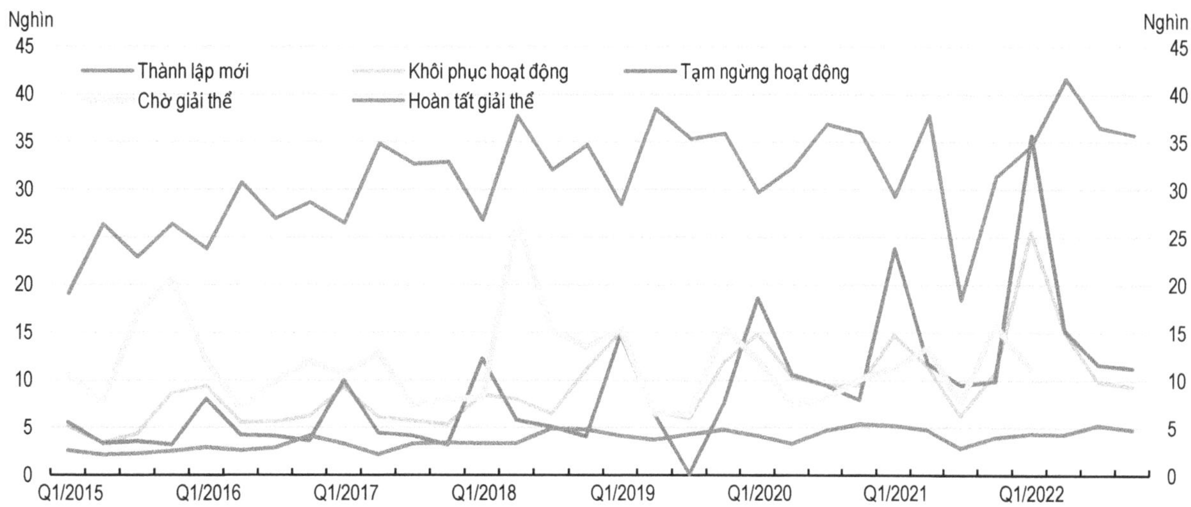

Nguồn: CEIC.

StatLink https://stat.link/dxp5as

Hoạt động tham vấn cộng đồng hiệu quả góp phần vào chất lượng của quy định

Việt Nam có một hệ thống tham vấn cộng đồng mạnh mẽ đối với các quy định mới, nhưng vẫn có thể hoàn thiện quy trình này hơn nữa. Luật Ban hành Văn bản quy phạm pháp luật (Luật về Luật năm 2015) đã tạo khuôn khổ pháp lý vững chắc cho việc tham vấn cộng đồng (phản biện xã hội) đối với các văn bản quy phạm pháp luật mới. Luật sửa đổi năm 2020 củng cố thêm nền tảng này. Luật sửa đổi quy định rằng những ý kiến đóng góp thu được trong quá trình tham vấn cộng đồng đối với dự thảo văn bản quy phạm pháp luật phải được nghiên cứu, đánh giá bởi các cơ quan chủ trì và đính kèm với dự thảo văn bản quy phạm pháp luật để phê duyệt (Quốc hội, 2020). Tuy nhiên, việc tham vấn cộng đồng có thể là một thủ tục hình thức mà không có thảo luận thực chất; thời gian đóng góp ý kiến là hạn chế và thiếu trầm trọng động cơ khuyến khích và sự quan tâm của các bên hữu quan để đóng góp có ý nghĩa cho quá trình xây dựng và phê duyệt văn bản quy phạm pháp luật.

Việc xây dựng các quy định theo hướng công khai, minh bạch, với các thủ tục phù hợp và được công bố rộng rãi như tham vấn ý kiến của tất cả các bên hữu quan quan tâm sẽ mang lại nhiều lợi ích. Đặc biệt, nó giúp cải thiện chất lượng của các quy định và chương trình, đồng thời cũng cải thiện sự tuân thủ và giảm chi phí thực thi cho cả chính phủ và người dân chịu sự điều chỉnh của các quy định. Hầu hết các nước OECD và ngoài OECD đều thiết kế những thủ tục tham vấn cộng đồng để thu thập ý kiến đóng góp về dự thảo quy định và đảm bảo rằng các cơ quan quản lý có thể xem xét quan điểm của các nhóm lợi ích đối lập trong khi xây dựng các quy định mới, cũng như tập hợp ý kiến chuyên môn và ý tưởng mới về cách thiết kế các chính sách mới tốt nhất. Các nước đã thông qua những thủ tục phải áp dụng khi thiết kế các quy định mới như:

1. Thông báo và lấy ý kiến, bao gồm việc công bố trước các đề xuất quy định và mời công chúng gửi ý kiến góp ý về các đề xuất này trong một khoảng thời gian quy định.
2. Điều trần công khai, theo đó các bên và nhóm quan tâm được mời đóng góp ý kiến trực tiếp về một đề xuất quy định, bên cạnh các hình thức tham vấn cộng đồng khác.
3. Các cơ quan tư vấn như các hội đồng, ban, ủy ban và nhóm công tác với một nhiệm vụ xác định trong quy trình dự thảo quy định và hoặc chỉ bao gồm các quan chức chính quyền, hoặc kết hợp các bên có liên quan.
4. Các quy định về vận động hành lang nhằm bảo đảm tính minh bạch trong tương tác giữa các doanh nghiệp và nhóm lợi ích với các nhà hoạch định chính sách và tránh ảnh hưởng không chính đáng đến quy trình dự thảo quy định, dẫn đến quy định kém ủng hộ cạnh tranh hơn hoặc quy định bảo hộ các công ty hiện có hay các công ty có năng lực vận động hành lang mạnh hơn. Việc yêu cầu các nhà hoạch định chính sách công bố công khai chương trình họp và quy định các khoảng "thời gian chờ", trong thời gian đó các quan chức chính quyền rời bỏ nhiệm sở không được tham gia vào các tổ chức tư nhân mà họ đã quản lý trước đây, là những ví dụ về các biện pháp như vậy.

Các chỉ số PMR xem xét những kênh khác nhau này để tổng hợp một chỉ số phụ về "tương tác với các nhóm lợi ích". Theo chỉ số phụ này, Việt Nam nhìn chung có kết quả tích cực trong lĩnh vực này (Hình 2.6). Điều này phản ánh tiến bộ đáng kể đã đạt được trong việc cải thiện chất lượng của quy trình xây dựng quy định. Việt Nam đã thiết lập thủ tục tham vấn rộng rãi và nhìn chung là hiệu quả với các bên hữu quan bị tác động, cả bên trong và bên ngoài chính quyền, và đối với các luật chính, có rất nhiều giai đoạn kiểm tra chất lượng từ nhiều khía cạnh khác nhau ở giai đoạn hình thành, soạn thảo và ban hành chính sách (OECD, 2018[6]).

Theo quy định của pháp luật, dự thảo văn bản quy phạm pháp luật phải được đăng tải trên các trang thông tin điện tử và các phương tiện thông tin đại chúng. Các đề xuất lập pháp, bao gồm cả việc đánh giá tác động của chúng, phải được đăng trên các trang web của chính phủ trong 20 ngày để lấy ý kiến. Dự thảo chương trình lập pháp, sau khi được hoàn thiện và trình Quốc hội xem xét, sẽ được đăng tải trên Internet. Dự thảo văn bản quy phạm pháp luật (VBQPPL) sẽ được đăng để lấy ý kiến trực tuyến trong ít nhất 60 ngày và bất kỳ thay đổi nào đối với dự thảo, được đưa vào cho tới trước khi được Bộ Tư pháp thẩm định, cũng sẽ được đăng tải tương tự. Cơ quan chủ trì cần thu thập ý kiến từ các cơ quan hữu quan và đối tượng chịu sự tác động trực tiếp bởi VBQPPL. Đối với những VBQPPL ảnh hưởng đến kinh doanh, cơ quan soạn thảo cũng phải gửi dự thảo đến Phòng Thương mại và Công nghiệp Việt Nam để lấy ý kiến. Những ý kiến này sẽ được tổng hợp, nghiên cứu và tiếp thu trong quá trình chỉnh lý dự thảo văn bản. Bản tổng hợp các ý kiến đóng góp và báo cáo về việc tiếp thu ý kiến sau đó sẽ được gửi kèm cùng với dự thảo VBQPPL tới Bộ Tư pháp để thẩm định, cũng như được đăng tải trên trang web có liên quan.

Hình 2.6. Việt Nam có thể cải thiện hơn nữa việc đánh giá các quy định

Các chỉ số về đơn giản hóa và đánh giá các quy định, phạm vi từ 0 tới 6 để chỉ mức độ hạn chế từ thấp nhất tới cao nhất, dữ liệu của năm gần nhất có sẵn

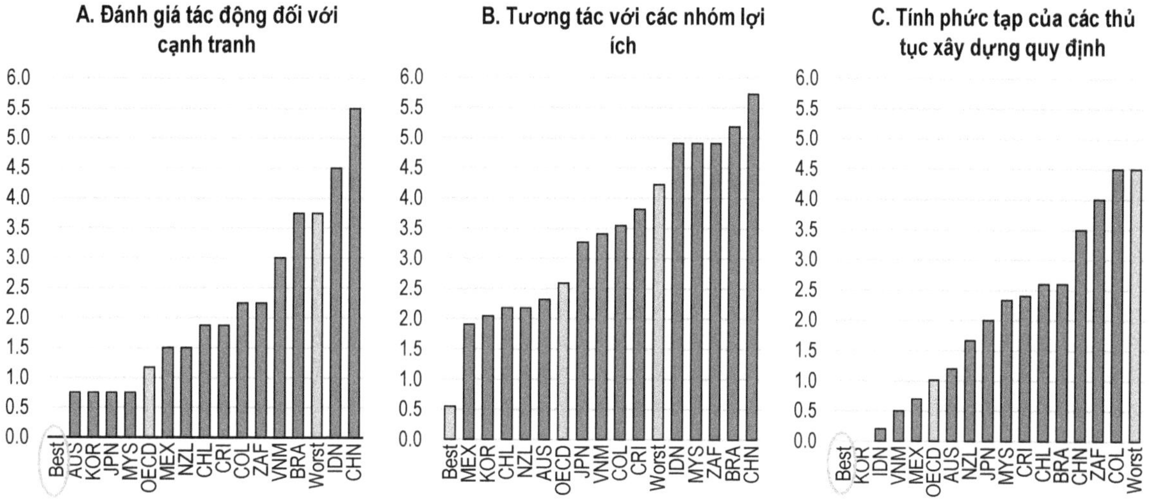

Ghi chú: AUS = Ôx-trây-lia, BRA = Bra-xin, CHL = Chi-lê, CHN = Trung Quốc, COL = Cô-lôm-bia, CRI = Cô-xta Ri-ca, IDN = In-đô-nê-xia, JPN = Nhật Bản, KOR = Hàn Quốc, MEX = Mê-hi-cô, MYS = Ma-lai-xia, NZL = Niu Di-lân, POL = Ba Lan, VNM = Việt Nam, ZAF = Nam Phi; Best = Tốt nhất; Worst = Kém nhất. Thông tin được sử dụng để tính toán các chỉ số PMR 2018 dựa trên các luật và quy định có hiệu lực tại thời điểm ngày 1 tháng 1 năm 2018 hoặc một năm muộn hơn tùy thuộc vào thời điểm thông tin được cung cấp bởi các quốc gia liên quan (đối với Việt Nam là ngày 1 tháng 1 năm 2022). Tốt nhất/kém nhất chỉ quốc gia OECD có thành tích tốt nhất/kém nhất.
Nguồn: OECD, Product Market Regulation database và OECD-WBG, Product Market Regulation database.

StatLink https://stat.link/nhl2c3

Các tổ chức xã hội có quyền góp ý, kiến nghị sửa đổi, bổ sung đối với dự thảo luật, pháp lệnh và quy định. Các cơ quan ban hành quy định cũng được yêu cầu thu thập ý kiến của người dân, đặc biệt là những đối tượng bị ảnh hưởng trực tiếp. Luật quy định trách nhiệm của cơ quan ban hành quy định phải lấy ý kiến của các tổ chức, cá nhân có liên quan về dự án luật, pháp lệnh và xem xét, tổng hợp, đánh giá và phản hồi các ý kiến đã được thu thập (Le, 2016[10]). Cũng có các quy định để giảm nguy cơ xung đột lợi ích, đặc biệt là các khoảng thời gian chờ áp dụng cho các quan chức chính quyền muốn tham gia lĩnh vực mà họ đã quản lý trước đây. Tuy nhiên, các quy tắc tham vấn cộng đồng như điều trần công khai và tham vấn các cơ quan tư vấn không được đưa vào hệ thống pháp luật, gồm cả ở cấp chính quyền địa phương. Do vậy, việc tham vấn cộng đồng cần được hưởng lợi từ các nguồn chính thống hơn trong quá trình xây dựng luật pháp và chính sách quản lý.

Cần cải thiện quản trị các DNNN để bảo đảm tính trung lập trong cạnh tranh

Mục tiêu của việc thúc đẩy cạnh tranh không chỉ là bảo vệ lợi ích của người tiêu dùng và sự năng động của các thị trường hiện có, mà còn khuyến khích đổi mới và truyền bá kiến thức, cũng như bảo đảm rằng các thị trường đang bị thiếu có thể được tạo ra (Aghion, Cherif and Hasanov, 2021[11]), (Hasanov and Cherif, 2021[12]). Do vậy, các cơ quan chống độc quyền có vai trò quan trọng trong việc bảo đảm rằng các công ty hiện thời không lạm dụng quyền lực thị trường của mình và ngăn cản sự tham gia của các công ty đổi mới sáng tạo. Kinh nghiệm ở các nền kinh tế phát triển và mới nổi cho thấy rằng sự chi phối của các doanh nghiệp nhà nước (DNNN) và những ưu đãi mà họ nhận được từ chính phủ thường dẫn tới sự méo mó trong cạnh tranh, giảm tính năng động của doanh nghiệp, yếu kém trong đổi mới sáng tạo, suy giảm tăng trưởng kinh tế. Nghiên cứu thực nghiệm sử dụng dữ liệu từ các nền kinh tế châu Á mới nổi nhận thấy rằng hiệu quả tương đối thấp của các DNNN gây ra một số vấn đề, gồm cả tăng trưởng kinh tế chậm, điều đặc biệt rõ ràng ở những quốc gia nơi các công ty này chiếm tỷ trọng lớn trong nền kinh tế (Taghizadeh-Hesary et al., 2019[13]).

Những quan ngại về tác động tiêu cực tiềm tàng từ khu vực DNNN lớn đã khuyến khích việc áp dụng các bộ nguyên tắc quản trị công ty, được OECD xây dựng đầu tiên (OECD, 2005[14]) và được Ngân hàng Thế giới phát triển (World Bank Group, 2014[15]). Các nguyên tắc quản trị công ty của OECD cung cấp lời khuyên cụ thể cho các quốc gia về cách thức quản lý hiệu quả hơn những trách nhiệm của mình với vai trò chủ sở hữu, từ đó giúp họ khiến các DNNN trở nên cạnh tranh, hiệu quả và minh bạch hơn. Ngân hàng Thế giới nhấn mạnh thêm tới việc giám sát hiệu quả hoạt động và kỷ luật tài khóa, với các nghiên cứu tìm cách xác định những chỉ số hoạt động phù hợp nhất, cũng như các hệ thống giám sát và đánh giá thích hợp nhất. Một số quốc gia đã thành công trong việc đổi mới các DNNN và khiến các doanh nghiệp này đóng góp hiệu quả cho tăng trưởng mạnh mẽ và bao trùm, trong khi ở các nước khác, hiệu quả hoạt động của các DNNN vẫn đáng thất vọng, với những hệ quả tiêu cực cho người dân. Do đó, việc tránh bảo lãnh cho các DNNN tụt hậu bằng hỗ trợ của nhà nước là rất quan trọng để tạo ra không gian cho những người chơi mới gia nhập thị trường mang đến sự đổi mới sáng tạo và năng động.

Việt Nam đã giảm số lượng DNNN từ 12 000 trong những năm 1990 xuống còn khoảng 2 000 doanh nghiệp trong năm 2020 (doanh nghiệp mà vốn nhà nước chiếm hơn 50% cho tới 100%) (General Statistics Office, 2022[16]). Theo Cục Phát triển Doanh nghiệp, dựa trên một định nghĩa khác được sử dụng trong Luật Doanh nghiệp năm 2020, con số này là nhỏ hơn nhưng vẫn ở mức 673 doanh nghiệp vào năm 2021. Chính phủ cũng đã cho phép cổ phần hóa các DNNN từ những năm 1990, và những nỗ lực sâu rộng hơn vẫn đang được triển khai để mở rộng việc phát hành lần đầu cổ phần trên thị trường chứng khoán, nhờ vào chương trình thoái vốn toàn diện của chính phủ. Tuy nhiên, tầm quan trọng về mặt kinh tế của các DNNN vẫn rất lớn theo các tiêu chuẩn quốc tế (Hình 2.7 và Hình 2.8), với nhiều lĩnh vực vẫn hoàn toàn bị chi phối bởi một số ít doanh nghiệp nhà nước, ví dụ như năng lượng (điện (87%) và sản phẩm dầu mỏ (84% doanh số bán lẻ xăng dầu)) và viễn thông (90% số đăng ký thuê bao di động). Chính phủ vẫn duy trì tỷ lệ sở hữu đáng kể trong các DNNN, ngay cả khi đã cổ phần hóa, một phần là vì các nhà đầu tư tư nhân chưa tham gia quá trình này. Việc cổ phần hóa các DNNN trong giai đoạn 2016-2022 là tương đối chậm: chỉ có 39 trong số 128 DNNN thuộc danh mục cổ phần hóa đã thực hiện cổ phần hóa; 106 trong số 348 doanh nghiệp thuộc danh mục thoái vốn đã thực hiện thoái vốn với tổng giá trị thoái vốn vào khoảng 6 500 tỷ đồng, đạt 11% mục tiêu đề ra (Ministry of Planning and Investment, 2022[17]).

Ở nhiều quốc gia OECD nơi nhà nước sở hữu doanh nghiệp, các chính phủ thường tìm cách đạt được "tính trung lập trong cạnh tranh", tức là đối xử bình đẳng giữa các doanh nghiệp nhà nước và tư nhân. Một mục tiêu quan trọng là tách biệt vai trò của nhà nước với tư cách chủ sở hữu doanh nghiệp và người quản lý hoạt động của doanh nghiệp, từ đó tránh xung đột lợi ích. Các nguyên tắc quản trị công ty của OECD cung cấp những hướng dẫn hữu ích để đạt được tính trung lập trong cạnh tranh, ví dụ như thành lập các cơ quan quản lý độc lập, không trực thuộc bộ nào và có ngân sách tự chủ.

Một đánh giá mới của OECD về quản trị DNNN của Việt Nam (OECD, 2022[18]) không nhận thấy sự phân biệt đối xử theo luật định chính thức nào giữa các DNNN và doanh nghiệp tư nhân. Tuy nhiên, nghiên cứu đã phát hiện việc tiếp tục đánh đồng 'nhà nước' và DNNN khi thực hiện quyền sở hữu, việc chính phủ công khai sử dụng các DNNN như một phương tiện chính để thực hiện các chính sách về lĩnh vực hoặc ngành nghề của nhà nước, và không có sự phân biệt rõ giữa trách nhiệm xây dựng chính sách và quản lý điều tiết, bên cạnh các vấn đề khác. Theo một số thước đo, các DNNN chiếm tỷ trọng lớn trong nền kinh tế. Chỉ riêng các doanh nghiệp 100% vốn nhà nước đang nắm giữ, mặc dù chỉ chiếm khoảng 0,1% tổng số doanh nghiệp, nhưng lại nắm giữ 24% tổng giá trị tài sản cố định và quy mô tài sản bình quân của DNNN cao gấp 18 lần doanh nghiệp có vốn đầu tư nước ngoài vào năm 2020 (Socialist Republic of Viet Nam Government News, 2022[19]). Những nỗ lực chính sách tiếp tục để bảo đảm sân chơi bình đẳng giữa DNNN và doanh nghiệp tư nhân là hết sức quan trọng. Về vấn đề này, chỉ số thành phần PMR mới của OECD về kiểm soát sở hữu nhà nước đã xác nhận rằng sự can dự của chính phủ trong các DNNN là cao ở Việt Nam (Hình 2.8).

Hình 2.7. Sở hữu nhà nước của doanh nghiệp còn rất phổ biến ở Việt Nam

Chỉ số sở hữu nhà nước, phạm vi từ 0 tới 6 để chỉ mức độ hạn chế từ thấp nhất tới cao nhất, dữ liệu của năm gần nhất có sẵn

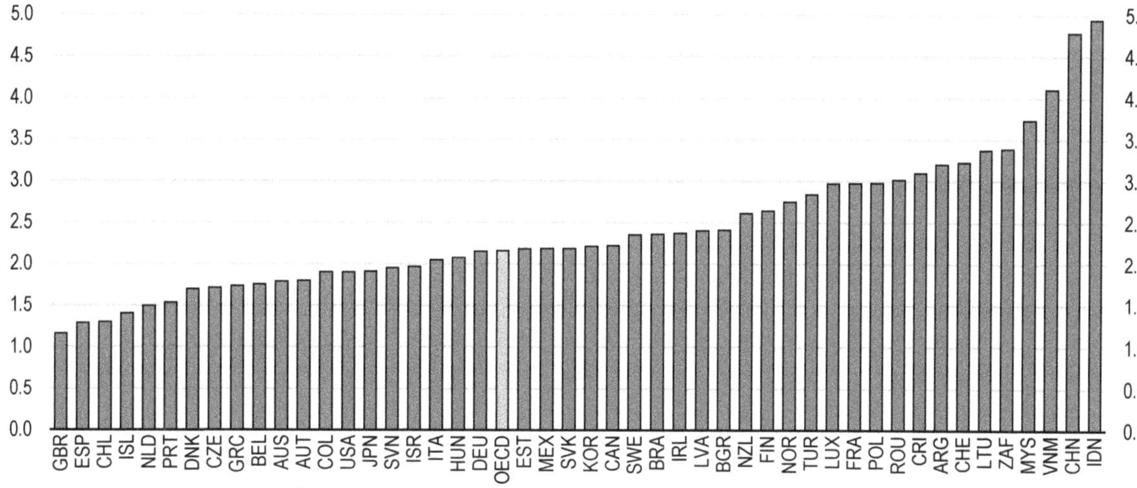

Ghi chú: ARG = Ác-hen-ti-na, AUS = Ôx-trây-lia, AUT = Áo, BEL= Bỉ, BGR = Bun-ga-ri, BRA = Bra-xin, CAN = Ca-na-đa, CHE = Thụy Sĩ, CHL = Chi-lê, CHN = Trung Quốc, COL = Cô-lôm-bia, CRI = Cô-xta Ri-ca, CZE = Cộng hòa Séc, DEU = Đức, DNK = Đan Mạch, ESP = Tây Ban Nha, EST = Ex-tô-nia, FIN = Phần Lan, FRA = Pháp, GBR = Anh, GRC = Hy Lạp, HUN = Hung-ga-ri, IDN = In-đô-nê-xia, IRL = Ai-len, ISR = Ix-ra-en, JPN = Nhật Bản, ITA = I-ta-li-a, KOR = Hàn Quốc, LTU = Lít-va, LUX = Lúc-xem-bua, LVA = Lát-via, MEX = Mê-hi-cô, MYS = Ma-lai-xia, NLD = Hà Lan, NOR = Na Uy, NZL = Niu Di-lân, POL = Ba Lan, PRT = Bồ Đào Nha, ROU = Ru-ma-ni, SVK = Xlô-va-kia, SVN = Xlô-ve-nia, SWE = Thụy Điển, TUR = Thổ Nhĩ Kỳ, USA = Hoa Kỳ, VNM = Việt Nam, ZAF = Nam Phi. Thông tin được sử dụng để tính toán các chỉ số PMR 2018 dựa trên các luật và quy định có hiệu lực tại thời điểm ngày 1 tháng 1 năm 2018 hoặc một năm muộn hơn tùy thuộc vào thời điểm thông tin được cung cấp bởi các quốc gia liên quan (đối với Việt Nam là ngày 1 tháng 1 năm 2022).
Nguồn: OECD, Product Market Regulation database và OECD-WBG, Product Market Regulation database.

StatLink https://stat.link/y8d7tz

Hình 2.8. Sự can dự của chính phủ Việt Nam trong các DNNN là cao

Các chỉ số về kiểm soát sở hữu nhà nước, phạm vi từ 0 tới 6 để chỉ mức độ hạn chế từ thấp nhất tới cao nhất, dữ liệu của năm gần nhất có sẵn

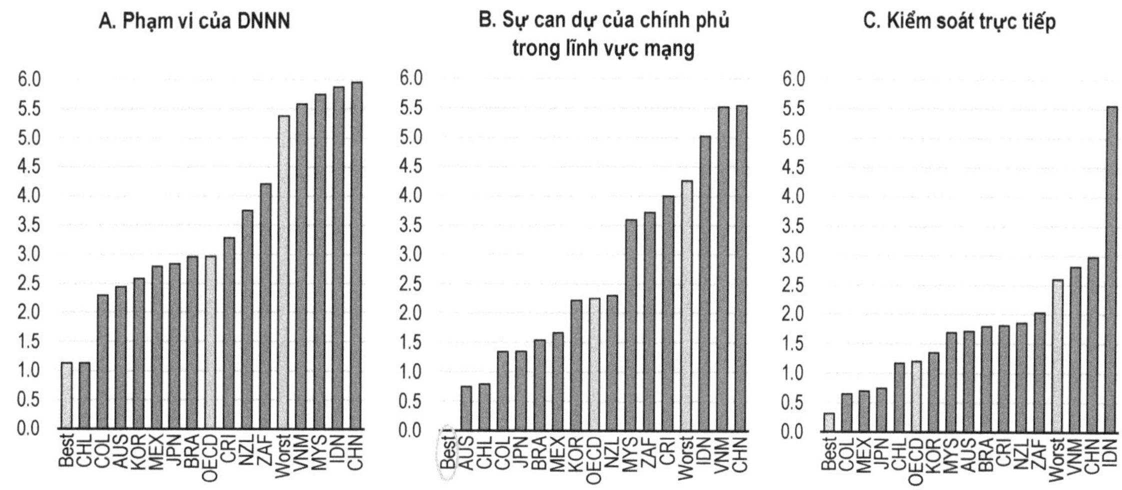

Ghi chú: AUS = Ôx-trây-lia, BRA = Bra-xin, CHL = Chi-lê, CHN = Trung Quốc, COL = Cô-lôm-bia, CRI = Cô-xta Ri-ca, IDN = In-đô-nê-xia, JPN = Nhật Bản, KOR = Hàn Quốc, MEX = Mê-hi-cô, MYS = Ma-lai-xia, NZL = Niu Di-lân, POL = Ba Lan, VNM = Việt Nam, ZAF = Nam Phi; Best = Tốt nhất; Worst = Kém nhất. Thông tin được sử dụng để tính toán các chỉ số PMR 2018 dựa trên các luật và quy định có hiệu lực tại thời điểm ngày 1 tháng 1 năm 2018 hoặc một năm muộn hơn tùy thuộc vào thời điểm thông tin được cung cấp bởi các quốc gia liên quan (đối với Việt Nam là ngày 1 tháng 1 năm 2022). Tốt nhất/kém nhất chỉ quốc gia OECD có thành tích tốt nhất/kém nhất.
Nguồn: OECD, Product Market Regulation database và OECD-WBG, Product Market Regulation database.

StatLink https://stat.link/6ki2o5

Việt Nam cần tiếp tục tách biệt rõ ràng giữa chức năng sở hữu và điều tiết, nhằm đảm bảo một sân chơi bình đẳng với khu vực tư nhân và tránh làm méo mó cạnh tranh. Điều này đòi hỏi có các luật và quy định rõ ràng bảo vệ tính độc lập của các cơ quan quản lý, đặc biệt là đối với các bộ. Sự tự chủ về ngân sách của các cơ quan quản lý cũng rất quan trọng để bảo đảm rằng họ không bị ảnh hưởng bởi các bộ. Điều quan trọng nữa là các cơ quan quản lý phải có đủ nguồn nhân lực và tài chính để hoạt động thỏa đáng với mức độ độc lập trong hoạt động phù hợp. Trong bối cảnh đó, một Nghị quyết được Ban Chấp hành Trung ương Đảng Cộng sản Việt Nam ban hành (Nghị quyết 12/NQ-TW năm 2017) đặt mục tiêu tách bạch và phân định rõ chức năng chủ sở hữu tài sản, vốn của nhà nước với chức năng quản lý nhà nước đối với doanh nghiệp nhà nước; đây là một bước đi đáng hoan nghênh.

Chính phủ cũng cần xây dựng chính sách rõ ràng về quyền sở hữu nhà nước và quy định cách thức hành xử của chính phủ trên cương vị chủ sở hữu. Các chính sách về quyền sở hữu rõ ràng và được công bố rộng rãi sẽ cung cấp khuôn khổ cho việc ưu tiên các mục tiêu của DNNN và là công cụ hữu ích để hạn chế nguy cơ của hai thái cực: sở hữu thụ động hoặc can thiệp quá mức trong quản lý DNNN. Bên cạnh đó, chính phủ nên tăng cường tính độc lập của các hội đồng quản trị DNNN và cải thiện sự minh bạch của quy trình bổ nhiệm. Một trong những công cụ hữu ích nhất để bảo vệ các cổ đông thiểu số là bầu cử thành viên độc lập trong hội đồng quản trị. Đôi khi, nhận thức của công chúng ở Việt Nam là thành viên độc lập trong hội đồng quản trị không có những suy nghĩ độc lập và có rủi ro rằng quy trình đề cử có thể bị ảnh hưởng bởi những yếu tố không nhất thiết góp phần vào việc quản lý DNNN hiệu quả hơn, ví dụ như việc tuyển chọn và bãi nhiệm các giám đốc không dựa trên các tiêu chí chuyên môn. Các cổ đông thiểu số cần có khả năng gây ảnh hưởng tới việc bầu cử thông qua khả năng đề cử các ứng viên bằng bỏ phiếu trực tuyến. Quy trình bổ nhiệm hội đồng quản trị nên bao gồm việc công khai đầy đủ thông tin về các thành viên hội đồng tương lai, gồm cả năng lực chuyên môn, và chú trọng tới việc lựa chọn ứng viên đủ tiêu chuẩn.

Ngoài ra, Việt Nam cần làm nhiều hơn nữa để bảo đảm rằng các hội đồng quản trị DNNN đảm nhiệm vai trò mạnh mẽ, tự chủ và chuyên nghiệp. Điều này đòi hỏi việc bổ nhiệm các thành viên hội đồng quản trị DNNN phải tuân thủ một quy trình thủ tục chặt chẽ, gồm cả việc tuyển chọn và bãi nhiệm dựa trên các tiêu chí chuyên môn, góp phần vào hoạt động hiệu quả của các DNNN (World Bank; Ministry of Planning and Investment, 2016[20]). Hiện tại, các Giám đốc điều hành và quản lý cấp cao của các DNNN đều được bổ nhiệm bởi Thủ tướng Chính phủ hoặc bởi các bộ trưởng phụ trách. Trong một số trường hợp, các quyết định quan trọng của doanh nghiệp được chính phủ trực tiếp đưa ra (OECD, 2022[18]). Thay vào đó, việc bổ nhiệm này cần được đưa ra dựa trên sự tín nhiệm về chuyên môn và thông qua một quy trình minh bạch để bảo đảm trách nhiệm giải trình đầy đủ.

Chính phủ đã thành lập Ủy ban Quản lý vốn nhà nước tại doanh nghiệp (CMSC) vào tháng 2 năm 2018. Ủy ban này bắt đầu hoạt động vào tháng 9 năm 2018 theo Nghị định số 131/2018/NĐ-CP ngày 29 tháng 9 năm 2018 và là một cơ quan thuộc Chính phủ. Ủy ban này thực hiện quyền, trách nhiệm của đại diện chủ sở hữu nhà nước đối với doanh nghiệp do Nhà nước nắm giữ 100% vốn điều lệ và phần vốn nhà nước đầu tư tại công ty cổ phần, công ty trách nhiệm hữu hạn hai thành viên trở lên theo quy định của pháp luật. CMSC hiện được giao trách nhiệm thực hiện vai trò chủ sở hữu của nhà nước tại 19 đơn vị thuộc sở hữu nhà nước – rất nhiều trong số đó là các Tổng công ty hoặc thậm chí là Tập đoàn kinh tế nhà nước có quy mô lớn hơn. Theo một ước tính của Bộ Tài chính Việt Nam, danh mục quản lý của Ủy ban lên tới gần 200 công ty riêng lẻ và tổng giá trị phần vốn của nhà nước trong các công ty này là hơn 1 triệu tỷ đồng.

CMSC có thẩm quyền điều phối đối với các DNNN thuộc phạm vi quản lý của mình, nhưng được yêu cầu đưa ra các quyết định quan trọng với sự phối hợp cùng các cơ quan chính phủ khác. Một trở ngại đối với ảnh hưởng thực tế của cơ quan này là nó không có một cơ chế thu thập và báo cáo dữ liệu toàn diện để hình thành đánh giá toàn diện đối với các dữ liệu tài chính và phi tài chính chủ chốt của các công ty trong danh mục quản lý. Do CMSC thiếu dữ liệu và hạn chế về kiến thức chuyên ngành đối với các DNNN trong danh mục quản lý, các bộ quản lý ngành trên thực tế vẫn tiếp tục đóng vai trò quan trọng trong việc kiểm soát các DNNN, hàm ý rằng các chức năng điều tiết và xây dựng chính sách *trên thực tế* vẫn do cùng một đơn vị đảm nhiệm (OECD, 2022[18]).

Việc cung cấp hỗ trợ của nhà nước cho các DNNN, dù công khai hay không chính thức, đều đi ngược với tinh thần và nội dung của các hiệp định thương mại tự do quốc tế. Việt Nam đã ký kết nhiều hiệp định thương mại, mang lại lợi ích cho đất nước thông qua khuyến khích đầu tư nước ngoài và tạo thuận lợi cho việc tiếp cận các thị trường nước ngoài; do vậy Việt Nam cần bảo đảm rằng hoạt động của các DNNN không trái với các hiệp định này. Hiệp định Đối tác toàn diện và tiến bộ xuyên Thái Bình Dương và Hiệp định Thương mại tự do Việt Nam – Liên minh Châu Âu mới được ký kết gần đây đã quy định rõ việc cấm tài trợ của nhà nước, với các giai đoạn quá độ để chấm dứt các khoản trợ cấp hiện thời. Khi điều này diễn ra, các DNNN sẽ phải trở nên cạnh tranh và đổi mới vì lợi ích của mình. Một bước đi quan trọng trong việc loại bỏ dần trợ cấp của nhà nước là ngừng cung cấp bảo lãnh chính phủ đối với các khoản nợ do DNNN phát hành, do các khoản bảo lãnh này làm suy yếu tính trung lập trong cạnh tranh và mang lại lợi thế không phù hợp cho các công ty đại chúng này. Chính phủ đã ngừng cung cấp các khoản bảo lãnh này từ năm 2018, và nên tiếp tục giảm lượng đã được bảo lãnh còn lại.

Phản ánh những quan ngại này, đầu năm 2022, Bộ Kế hoạch và Đầu tư đã ban hành dự thảo Đề án "Phát triển doanh nghiệp nhà nước quy mô lớn, đặc biệt là tập đoàn kinh tế nhà nước đa sở hữu nhằm phát huy vai trò mở đường, dẫn dắt cho doanh nghiệp thuộc các thành phần kinh tế khác". Chính phủ sẽ lựa chọn một số ít doanh nghiệp lớn và có vai trò chiến lược, sử dụng các tiêu chí về quy mô tổng thể, thị phần, khả năng sinh lời, ứng dụng công nghệ và quản trị doanh nghiệp. Các DNNN được lựa chọn sẽ được khuyến khích hình thành liên kết theo chuỗi giá trị, thúc đẩy đổi mới sáng tạo và ký kết các thỏa thuận tham gia với các doanh nghiệp thuộc các thành phần kinh tế khác. Các bộ sẽ được khuyến khích coi các DNNN lớn này giống như những doanh nghiệp tư nhân, với lãnh đạo của các doanh nghiệp này được phép tự quyết định.

Trong khi việc cải cách DNNN vẫn rất quan trọng để phát triển khu vực tư nhân, những thách thức chính sách hiện đang xuất hiện từ những tập đoàn lớn thuộc khu vực tư nhân. Các vụ việc thao túng thị trường trái phiếu và chứng khoán gần đây của một số tập đoàn tư nhân lớn đã cho thấy rằng các tập đoàn tư nhân lớn cũng có thể gây ra rủi ro chủ quyền nghiêm trọng do mức độ tiếp xúc đáng kể của các tập đoàn này với lĩnh vực tài chính và ngân hàng, cũng như tầm quan trọng ngày càng tăng trong tạo việc làm. Mặc dù chỉ chiếm số ít, các tập đoàn này đang tạo ra vấn đề về "sức mạnh thị trường hay quyền lực độc quyền". Do vậy, những cải cách mới ở Việt Nam nhằm tăng cường tính năng động của doanh nghiệp cũng cần tập trung vào việc cải thiện môi trường pháp lý cho tất cả các bên tham gia thị trường, cho dù thuộc thành phần sở hữu nào, để bảo đảm một sân chơi bình đẳng cho tất cả các doanh nghiệp, gồm cả các doanh nghiệp tư nhân và nhà nước với quy mô nhỏ, vừa và lớn.

Kiểm soát giá cả làm giảm tính cạnh tranh của thị trường sản phẩm

Việc kiểm soát giá bán lẻ được sử dụng như một công cụ chính sách tại một số quốc gia ở mức độ nhất định. Tuy nhiên, chúng được sử dụng rộng rãi hơn ở Việt Nam so với nhiều nước khác được đưa vào trong chỉ số PMR của OECD, dù ở mức độ ít hơn so với một số quốc gia tương đương trong khu vực như In-đô-nê-xia (Hình 2.9). Việc kiểm soát giá ở Việt Nam được thực hiện thông qua hai cơ chế chính: bình ổn giá và định giá theo quy định của Luật Giá năm 2012 và các nghị định hướng dẫn thi hành. Các biện pháp bình ổn giá chỉ được ban hành khi giá cả của các hàng hóa hoặc dịch vụ thiết yếu trong một danh sách xác định trước có sự thay đổi bất thường hoặc sự thay đổi giá của các sản phẩm này tác động tới sự ổn định kinh tế - xã hội. Có mười một mặt hàng thuộc danh mục bình ổn giá bao gồm xăng và dầu thành phẩm, điện, khí dầu mỏ hóa lỏng, phân bón và thuốc bảo vệ thực vật, đường ăn, muối ăn, sữa cho trẻ em dưới 6 tuổi, gạo, vắc-xin và một số loại thuốc. Chính phủ có thể sử dụng một số công cụ chính sách, như phân bổ, mua hoặc bán trực tiếp, các biện pháp thuế và ấn định giá. Bình ổn giá hiếm khi được sử dụng. Định giá (mức giá tối đa, tối thiểu hoặc khung giá) được áp dụng cho một số hàng hóa và dịch vụ như vận chuyển hàng không, truyền tải điện, nước, dịch vụ y tế và giáo dục. Các biện pháp kiểm soát giá bổ sung có thể được áp dụng tạm thời đối với một số dịch vụ và trang thiết bị y tế. Năm 2022, chính phủ đã giảm một nửa thuế bảo vệ môi trường đối với nhiên liệu hóa thạch để làm dịu bớt tình trạng tăng đột biến giá xăng dầu do cuộc xung đột ở U-crai-na. Chính phủ dự định dần thu hẹp danh mục hàng hóa và dịch vụ bị kiểm soát giá cùng với quá trình phát triển kinh tế của đất nước.

Hình 2.9. Việt Nam cần nới lỏng việc kiểm soát giá

Chỉ số kiểm soát giá bán lẻ, phạm vi từ 0 tới 6 để chỉ mức độ hạn chế từ thấp nhất tới cao nhất, dữ liệu của năm gần nhất có sẵn

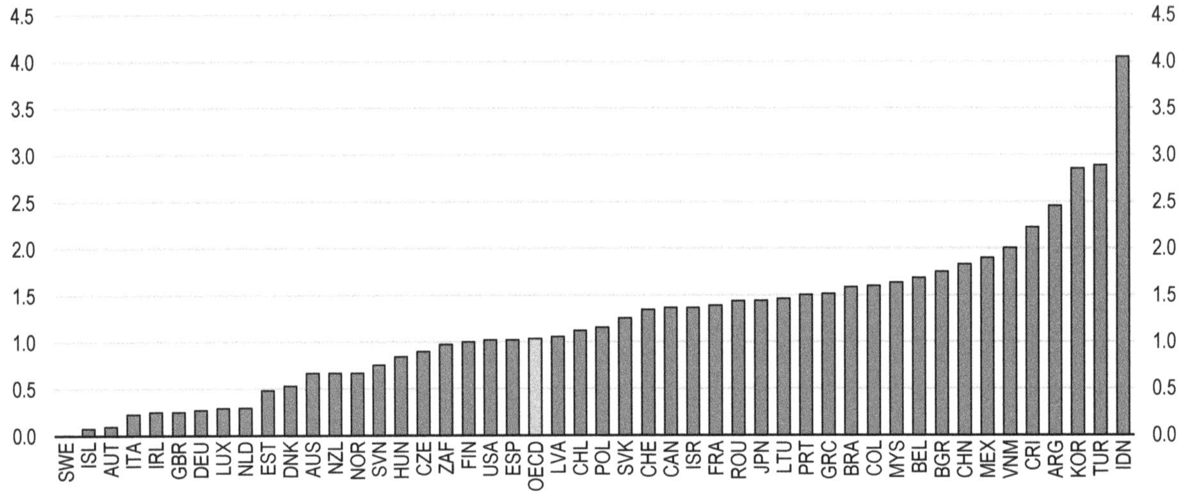

Ghi chú: ARG = Ác-hen-ti-na, AUS = Ôx-trây-lia, AUT = Áo, BEL= Bỉ, BGR = Bun-ga-ri, BRA = Bra-xin, CAN = Ca-na-đa, CHE = Thụy Sĩ, CHL = Chi-lê, CHN = Trung Quốc, COL = Cô-lôm-bia, CRI = Cô-xta Ri-ca, CZE = Cộng hòa Séc, DEU = Đức, DNK = Đan Mạch, ESP = Tây Ban Nha, EST = Ex-tô-nia, FIN = Phần Lan, FRA = Pháp, GBR = Anh, GRC = Hy Lạp, HUN = Hung-ga-ri, IDN = In-đô-nê-xia, IRL = Ai-len, ISL = Ai-xơ-len, ISR = Ix-ra-en, ITA = I-ta-li-a, JPN = Nhật Bản, KOR = Hàn Quốc, LTU = Lít-va, LUX = Lúc-xem-bua, LVA = Lát-via, MEX = Mê-hi-cô, MYS = Ma-lai-xia, NLD = Hà Lan, NOR = Na Uy, NZL = Niu Di-lân, POL = Ba Lan, PRT = Bồ Đào Nha, ROU = Ru-ma-ni, SVK = Xlô-va-kia, SVN = Xlô-ve-nia, SWE = Thụy Điển, TUR = Thổ Nhĩ Kỳ, USA = Hoa Kỳ, VNM = Việt Nam, ZAF = Nam Phi. Thông tin được sử dụng để tính toán các chỉ số PMR 2018 dựa trên các luật và quy định có hiệu lực tại thời điểm ngày 1 tháng 1 năm 2018 hoặc một năm muộn hơn tùy thuộc vào thời điểm thông tin được cung cấp bởi các quốc gia liên quan (đối với Việt Nam là ngày 1 tháng 1 năm 2022).
Nguồn: OECD, Product Market Regulation database và OECD-WBG, Product Market Regulation database.

StatLink https://stat.link/e0gy1w

Kiểm soát giá thường được thúc đẩy bởi các mục tiêu xã hội như bảo vệ thu nhập của người sản xuất (với giá sàn) hoặc ngược lại là bảo vệ mức sống của người tiêu dùng (với giá trần). Tuy nhiên, có bằng chứng đáng kể ở khắp các quốc gia cho thấy việc kiểm soát giá cả làm méo mó các quyết định sản xuất và đầu tư, trì hoãn việc thâm nhập thị trường, định hướng sai cho lựa chọn của người tiêu dùng (thường dẫn đến tiêu dùng quá mức) và có thể tạo điều kiện cho sự phát triển của các thị trường chợ đen song song. Kiểm soát giá cản trở các lực lượng thị trường và hạn chế cạnh tranh, vì các nhà cung cấp có năng suất cao hơn và sáng tạo hơn không thể giành được thị phần bằng cách đưa ra mức giá thấp hơn đối thủ cạnh tranh. Các biện pháp kiểm soát giá ngăn cản sự gia nhập thị trường của các nhà đầu tư mới, vốn nhiều khả năng bị thoái chí do thiếu phạm vi để cạnh tranh với các bên tham gia thị trường khác. Như vậy, kiểm soát giá gây cản trở tính năng động của doanh nghiệp, sự đổi mới và phá hủy mang tính sáng tạo. Nới lỏng kiểm soát giá bán lẻ và cuối cùng xóa bỏ hoàn toàn là một ưu tiên chính sách then chốt ở các nước OECD. Ngoài ra, các biện pháp kiểm soát giá đi kèm với rủi ro tài khóa nghiêm trọng khi giá bán lẻ được ấn định thấp hơn chi phí sản xuất và có thể dẫn tới sử dụng nguồn lực kém hiệu quả bằng việc làm méo mó cơ chế báo hiệu mà giá mang lại. Cuối cùng, tổn hại tới môi trường có thể xuất phát từ việc định giá quá thấp hàng hóa và tiêu thụ chúng quá mức. Một cách tiếp cận tốt hơn và trọng tâm hơn so với các biện pháp kiểm soát giá chung chung để bảo vệ các hộ gia đình thu nhập thấp là trợ cấp chuyển tiền dựa trên mức thu nhập, cho phép các hộ gia đình dễ bị tổn thương mua sắm các hàng hóa và dịch vụ thiết yếu cho sinh hoạt hàng ngày (Guenette, 2020[21]).

Tự do hóa giá cả đang chịu sự kiểm soát có thể là rất khó khăn, như đã thấy qua các sự kiện bất ổn xã hội sau những đợt tăng giá mạnh đối với các sản phẩm lương thực và năng lượng. Tuy nhiên, các mục tiêu chính sách về việc giữ chi phí sinh hoạt ở mức có thể kiểm soát cho các hộ gia đình dễ bị tổn thương có thể đạt được một cách hiệu quả hơn thông qua các biện pháp thay thế như chuyển tiền trực tiếp cho các hộ dễ bị tổn thương. Cần thiết lập các điều kiện tiền đề, gồm cả mạng lưới an sinh xã hội được thiết kế tốt để giúp đỡ các hộ gia đình khó khăn bị ảnh hưởng bởi các đợt tăng giá. Kinh nghiệm thành công trong việc tự do hóa giá khí thiên nhiên ở U-crai-na trong giai đoạn 2015-2016 và Hy Lạp năm 2012 cho thấy có thể đạt được việc nới lỏng kiểm soát giá mà không gây ra tác động xã hội quá mức nếu có các khoản trợ cấp dựa trên mức thu nhập và các biện pháp khuyến khích chấp nhận thông qua những chiến dịch truyền thông lớn, với sự giúp đỡ của các nhân viên công tác xã hội (Guenette, 2020[21]). Một số thiết chế chính sách khác hỗ trợ các thị trường cạnh tranh cũng là một điều kiện tiền đề cho việc tự do hóa giá cả thành công. Các cơ quan quản lý cạnh tranh và bảo vệ người tiêu dùng mạnh mẽ cùng với luật chống độc quyền là những thành phần quan trọng để hỗ trợ các lực lượng thị trường và đối phó với ảnh hưởng của chính quyền tới cạnh tranh, gồm cả độc quyền nhà nước. Luật Cạnh tranh mới năm 2018 cung cấp một khuôn khổ pháp lý và quy định hiệu quả hơn để hỗ trợ các thị trường cạnh tranh, gồm cả một điều khoản đặc biệt cấm các cơ quan chính phủ cản trở việc thực thi luật cạnh tranh. Việc thực thi hiệu quả Luật này sẽ tạo ra một cách ứng phó hiệu quả hơn với rất nhiều vấn đề mà việc kiểm soát giá đang cố gắng giải quyết (xem dưới đây).

Đẩy nhanh quá trình chuyển đổi số sau đại dịch

Sự phổ biến của công nghệ số mang lại tiềm năng nâng cao năng suất đáng kể. Công nghệ số giúp tiếp cận kiến thức mới và tạo thuận lợi cho việc lan tỏa đổi mới - sáng tạo. Công nghệ số cũng có thể góp phần thúc đẩy thị trường hoạt động tốt hơn bằng cách tăng cường cạnh tranh. Ví dụ, việc sử dụng rộng rãi các nền tảng trực tuyến đã làm giảm chi phí giao dịch bằng cách giúp người bán và người mua liên lạc trực tiếp, gồm cả liên lạc xuyên biên giới, và bằng cách giảm tình trạng thông tin bất cân xứng. Trong lĩnh vực dịch vụ (khách sạn, taxi, nhà hàng và thương mại bán lẻ), các nền tảng giúp thúc đẩy năng suất của các doanh nghiệp dịch vụ truyền thống và kích thích phân bổ lại lao động sang những doanh nghiệp có năng suất cao hơn trong các ngành này (Bailin Rivares et al., 2019[22]), (Costa et al., 2021[23]). Tại Việt Nam, ví dụ về sự phát triển kinh doanh nhanh chóng được thúc đẩy bởi chuyển đổi số bao gồm sự xuất hiện của các nền tảng gọi xe, chẳng hạn như Uber, tiếp theo là Grab, Gojek và Be, là những nền tảng đã thay thế các dịch vụ taxi truyền thống.

Giống như ở các nước khác, sự bùng nổ đại dịch COVID-19 đã đẩy mạnh quá trình chuyển đổi số ở Việt Nam khi các doanh nghiệp áp dụng thỏa thuận làm việc từ xa và người mua hàng sử dụng các dịch vụ thương mại điện tử tích cực hơn. Ngoài ra, các trường học chuyển sang học trực tuyến theo lệnh giãn cách của giới chức y tế và các dịch vụ của chính phủ được cung cấp thông qua các nền tảng trực tuyến chính thức với mức độ ngày một cao. Cùng với In-đô-nê-xia, Việt Nam có tốc độ tăng trưởng cao nhất về số giờ hiện diện trực tuyến trung bình hàng ngày dành cho mục đích cá nhân trong nhóm ASEAN-6 (Asian Development Bank, 2021[24]). Phần này thảo luận về cách Việt Nam có thể tiếp tục tận dụng các cơ hội số sau khi đã vượt qua cuộc khủng hoảng y tế.

Đối với các thị trường mới nổi, việc nắm bắt công nghệ số mang đến cơ hội thực hiện nhảy vọt trong phát triển công nghệ; chẳng hạn, Trung Quốc đã trực tiếp làm chủ các công nghệ liên quan đến trí tuệ nhân tạo, dữ liệu lớn, nhận dạng hình ảnh, chuỗi khối (blockchain) và tiền số. Năm 2022, Việt Nam cũng quyết định tăng tốc chuyển đổi số với một "Chiến lược quốc gia về chuyển đổi số đến năm 2025, định hướng đến năm 2030" mới. Chính phủ đặt mục tiêu cải thiện cơ sở hạ tầng số, khả năng tiếp cận với dịch vụ 5G và cổng thông tin chính phủ điện tử, với mục tiêu kinh tế số chiếm 30% GDP của Việt Nam vào năm 2030, so với ước tính 6-8% GDP hiện nay. Điều này có nghĩa là sẽ tiếp tục đẩy mạnh chuyển đổi số, và điều đó đòi hỏi sự hỗ trợ chính sách mạnh mẽ. Để tạo thuận lợi cho quá trình chuyển đổi số của khu vực kinh doanh, chính phủ hiện đang cung cấp nhiều hình thức hỗ trợ, gồm cả tư vấn kỹ thuật. Ngoài ra, chính phủ cần tăng cường hội nhập thương mại sâu hơn. Đặc biệt, việc thu hút đầu tư nước ngoài vào nền kinh tế số hóa rộng hơn, gồm cả các ngành dịch vụ, sẽ giúp thúc đẩy chuyển đổi số hóa nền kinh tế trong nước (xem Chương 1).

Với tốc độ phát triển nhanh chóng của các hoạt động số trên khắp thế giới, câu hỏi làm thế nào để đo lường thống kê quy mô của kinh tế số đã trở nên quan trọng, cùng với đó là việc phân tích tác động kinh tế, tài chính và xã hội của kinh tế số. Công việc dưới sự bảo trợ của các nước G20 đã đạt được tiến bộ trong việc xác định các vấn đề chính và thảo luận về các phương án đo lường. Nhiều ý kiến đề đạt nhất trí rằng "Kinh tế số bao gồm toàn bộ hoạt động kinh tế dựa vào hoặc được tăng cường đáng kể bằng việc sử dụng các đầu vào số, bao gồm công nghệ số, cơ sở hạ tầng số, dịch vụ số và dữ liệu. Kinh tế số đề cập tất cả những nhà sản xuất và người tiêu dùng, bao gồm cả chính phủ, đang sử dụng các đầu vào kỹ thuật số này trong các hoạt động kinh tế của họ" (OECD, 2020[25]). Tuy nhiên, việc đo lường kinh tế số vẫn gặp nhiều khó khăn do thiếu định nghĩa được chấp nhận rộng rãi và số liệu thống kê đáng tin cậy về các thành phần quan trọng của kinh tế số, đặc biệt là ở các nước đang phát triển. Tùy thuộc vào định nghĩa được sử dụng, quy mô của kinh tế số ước tính vào khoảng 4.5 đến 15.5% GDP toàn cầu. Một "định nghĩa hẹp" về kinh tế số bao gồm lĩnh vực CNTT, các lĩnh vực sản xuất CNTT và các sản phẩm/dịch vụ hỗ trợ nền tảng và kỹ thuật số ("kinh tế chia sẻ"), nhưng không bao gồm các lĩnh vực sử dụng CNTT như du lịch và giao thông vận tải.

Sử dụng định nghĩa hẹp này, một nghiên cứu trước đây cho rằng nền kinh tế số của Việt Nam ước tính đã tăng trưởng mạnh mẽ từ cuối thập niên 2010 (Google, TEMASEK and BAIN&COMPANY, 2021[26]). Bên cạnh việc sản xuất các sản phẩm như điện thoại thông minh và bộ vi xử lý của các doanh nghiệp FDI, kinh tế số của Việt Nam bao gồm công nghệ tài chính, blockchain, trò chơi, công nghệ giáo dục, chăm sóc sức khỏe và thương mại điện tử. Việt Nam có ba kỳ lân số (VNG, VNPay và MoMo) và mười một công ty khởi nghiệp trị giá hơn 100 triệu USD như Tiki và Topica Edtech. Việt Nam cũng đang thu hút các khoản tài chính lớn, cả đầu tư mạo hiểm trong nước và đầu tư quốc tế. Mặc dù đây là sự khởi đầu tốt, nhưng Việt Nam vẫn có tiềm năng mở rộng các hoạt động số của mình với tốc độ nhanh hơn nữa.

Chuyển đổi số và đổi mới, sáng tạo số hóa

Các hoạt động đổi mới, sáng tạo số hóa có khả năng làm thay đổi cục diện vì chúng có thể được áp dụng và khuếch tán nhanh hơn nhiều so với các công nghệ khác. Thời gian cần thiết để đổi mới, thử nghiệm và áp dụng công nghệ số ngắn hơn nhiều so với thời gian dành cho đổi mới - sáng tạo trong lĩnh vực sản xuất, năng lượng hoặc y học. Ví dụ, chỉ mất vài năm để trí tuệ nhân tạo cung cấp khả năng nhận dạng giọng nói và hình ảnh chính xác và khả dụng trên nhiều thiết bị. Ở cả các nước tiên tiến và mới nổi, hầu hết mọi người giờ đây có khả năng tiếp cận thương mại điện tử, các nền tảng dịch vụ, chẩn trị bệnh từ xa, phát trực tuyến video và cổng thông tin chính phủ điện tử. Doanh nghiệp áp dụng những công nghệ này vào sản phẩm và dịch vụ mới có thể thách thức các doanh nghiệp truyền thống và thúc đẩy phân bổ lại lao động và vốn nhanh chóng, giúp tăng năng suất và tính năng động kinh tế.

Cả các doanh nghiệp lớn hiện tại và doanh nghiệp khởi nghiệp nhỏ mới ra đời đều có thể là một phần của sự chuyển đổi này - như đã thấy ở Việt Nam, nơi các doanh nghiệp nhà nước lớn nhanh chóng triển khai mạng điện thoại di động hiện đại, trong khi các doanh nghiệp khởi nghiệp mới bắt đầu kinh doanh dịch vụ gọi xe và thanh toán không dùng tiền mặt. Các doanh nghiệp lớn có sức mạnh tài chính và quy mô kinh tế để thực hiện các dự án số lớn, trong khi các doanh nghiệp khởi nghiệp nhỏ nhanh nhẹn và linh hoạt và có thể thách thức những "tay chơi" đã có tên tuổi. Tuy nhiên, thất bại thị trường do các yếu tố bên ngoài mạng lưới, lợi thế của các doanh nghiệp đã có tên tuổi về dữ liệu người dùng và tính kinh tế theo quy mô do chi phí cố định cao và chi phí biến đổi thấp có thể dẫn đến vị thế thống lĩnh thị trường mà những doanh nghiệp mới tham gia khó có thể thách thức. Do đó, chính phủ cần đảm bảo rằng thị trường do một công ty lớn thống lĩnh vẫn có thể khuyến khích cạnh tranh và mở cửa cho các doanh nghiệp gia nhập để duy trì tính năng động có lợi phát sinh từ chuyển đổi số và đổi mới - sáng tạo công nghệ. Tuy nhiên, ở Việt Nam, bằng chứng được trình bày trong chương này cho thấy các rào cản gia nhập cao, việc thực thi chính sách cạnh tranh yếu kém, bao gồm cả việc cấm hành vi chống độc quyền, đã gây khó khăn cho việc thách thức những doanh nghiệp có sức mạnh thị trường trong một số lĩnh vực (Hình 2.10).

Hình 2.10. Một số lĩnh vực mạng được điều tiết chặt chẽ ở Việt Nam

Thang chỉ số từ 0 tới 6 để chỉ mức độ hạn chế từ thấp nhất tới cao nhất, dữ liệu của năm gần nhất có sẵn

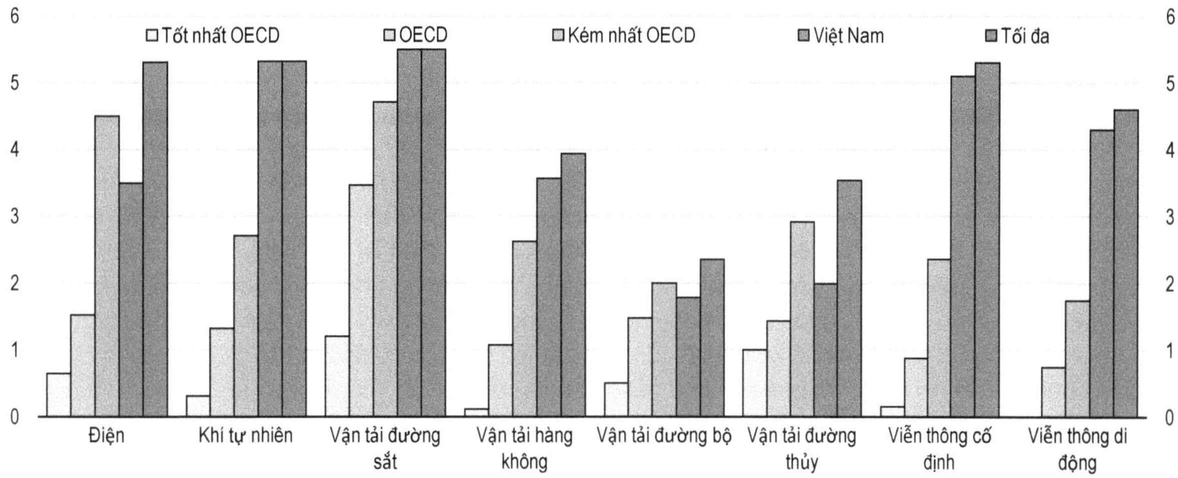

Ghi chú: Thông tin được sử dụng để tính toán các chỉ số PMR 2018 dựa trên các luật và quy định có hiệu lực tại thời điểm ngày 1 tháng 1 năm 2018 hoặc một năm muộn hơn tùy thuộc vào thời điểm thông tin được cung cấp bởi các quốc gia liên quan (đối với Việt Nam là ngày 1 tháng 1 năm 2022). Tốt nhất OECD /kém nhất OECD đại diện cho quốc gia thực hiện tốt nhất/kém nhất của OECD, trong khi mức tối đa tương ứng với quốc gia hạn chế nhiều nhất trong số các quốc gia trong cơ sở dữ liệu PMR. Đối với lĩnh vực thông tin di động, điểm số tốt nhất của OECD là 0.
Nguồn: OECD, Product Market Regulation database and OECD-WBG, Product Market Regulation database.

StatLink https://stat.link/aj8vw1

Về vấn đề này, Luật Cạnh tranh mới năm 2018 đã có sự cải thiện đáng kể trong việc cung cấp một khung pháp lý mạnh để giải quyết vấn đề lạm dụng vai trò thống lĩnh thị trường và độc quyền. Tuy nhiên, để thực thi hiệu quả Luật này đòi hỏi phải đẩy nhanh quá trình thành lập Ủy ban Cạnh tranh Quốc gia (NCC) mới, có chức năng nhiệm vụ rộng hơn và mạnh mẽ hơn, đồng thời nâng cao năng lực xử lý hành vi phản cạnh tranh và đảm bảo một môi trường kinh doanh lành mạnh cho cạnh tranh bình đẳng. Việc hợp nhất hai cơ quan trước đây để giải quyết các vấn đề cạnh tranh theo Luật Cạnh tranh năm 2004 trước đây, gồm Cục Cạnh tranh và Bảo vệ người tiêu dùng Việt Nam và Hội đồng Cạnh tranh Việt Nam, thành Ủy ban Cạnh tranh Quốc gia (NCC) sẽ đảm bảo bộ máy tinh gọn và hợp lý hơn. Tuy nhiên, việc này cũng có thể gây ra một số khó khăn trong hoạt động do việc đặt các nhiệm vụ khác nhau đòi hỏi năng lực chuyên môn và sự hỗ trợ thể chế khác nhau dưới một thẩm quyền chung. Theo Luật Cạnh tranh năm 2018, Ủy ban Cạnh tranh Quốc gia sẽ tiến hành tất cả các thủ tục pháp lý từ phát hiện, điều tra đến xử lý vi phạm Luật Cạnh tranh và giải quyết khiếu nại đối với quyết định xử lý vụ việc cạnh tranh. Đặc biệt, thẩm quyền giải quyết khiếu nại đối với quyết định xử lý của chính Ủy ban tiềm ẩn nguy cơ phát sinh xung đột lợi ích. Do đó, NCC cần đảm bảo mức độ minh bạch và trách nhiệm giải trình cao trong thực thi chính sách để có được sự tin tưởng dành cho chính sách cạnh tranh.

Mặt khác, nhiều DNNVV đang đối mặt với vô số rào cản và thách thức trong việc thực hiện chuyển đổi số. Cụ thể, chi phí đầu tư cao, kiến thức hạn chế và thiếu nguồn nhân lực khiến các doanh nghiệp này khó áp dụng công nghệ kỹ thuật số và thay đổi các quy trình kinh doanh. Trong bối cảnh đó, chính phủ đã cung cấp một loạt các chương trình hỗ trợ cho DNNVV. Ví dụ, Chương trình Hỗ trợ doanh nghiệp chuyển đổi số giai đoạn 2021-2025 bao gồm các chương trình nâng cao nhận thức, đào tạo và tư vấn cho các DNNVV. Luật Hỗ trợ doanh nghiệp nhỏ và vừa 2017 quy định rõ rằng chính phủ cần ban hành các chính sách hỗ trợ DNNVV, như hỗ trợ tài chính, gồm cả trong lĩnh vực chuyển đổi số.

Để Việt Nam chuyển đổi số thành công cũng sẽ đòi hỏi đầu tư vào kỹ năng số. Hiện tại, nhiều doanh nghiệp không thể sử dụng các công nghệ số tiên tiến do thiếu lao động có các kỹ năng phù hợp. Sẽ cần đầu tư nhiều hơn vào giáo dục, đào tạo và đào tạo lại kỹ năng để các doanh nghiệp Việt Nam có thể sử dụng rộng rãi hơn điện toán đám mây, dữ liệu lớn và trí tuệ nhân tạo, đồng thời bảo vệ người dùng khỏi tội phạm mạng và bảo vệ người tiêu dùng khỏi việc bị lạm dụng dữ liệu cá nhân.

Cơ sở hạ tầng số đã được mở rộng nhanh chóng

Khả năng tiếp cận rộng rãi điện thoại di động chất lượng cao và kết nối Internet với giá cả phải chăng có vai trò thiết yếu cho việc phổ biến công nghệ số. Bắt đầu từ chỗ hầu như không có kết nối vào những năm 1990, Việt Nam đã tiến nhanh với việc mở rộng Internet di động và băng thông rộng cố định, bao gồm cả cáp quang. Số thuê bao điện thoại di động tăng gần 3 triệu mỗi năm trong thập niên vừa qua và hiện có mức độ phổ biến cao, với số thuê bao điện thoại di động lớn hơn số người dân trong nước. Gần 88% dân số có kết nối dữ liệu băng thông rộng di động, qua đó có thể truy cập các dịch vụ Internet và trang web chính phủ điện tử (Hình 2.11), mặc dù chất lượng nhiều khi rất khác nhau. Không phải vùng nông thôn, miền núi nào cũng có kết nối 4G tốc độ cao và tốc độ kết nối Internet cũng chậm so với các vùng miền khác trong nước (World Bank, 2021[27]). Việt Nam có kế hoạch cấp giấy phép cho dịch vụ không dây 5G vào năm 2022 sau thời gian chậm trễ do đại dịch, với phạm vi phủ sóng bắt đầu ở Hà Nội, Thành phố Hồ Chí Minh và các khu vực thành thị khác, cho phép truy cập Internet tốc độ cao và có thể xóa bỏ sự cần thiết phải lắp đặt cơ sở hạ tầng cáp quang tốn kém. Tuy nhiên, việc xây dựng một mạng cáp quang sẽ vẫn cần thiết đối với các doanh nghiệp, trường học, trường đại học và các cơ quan chính phủ - và việc đó sẽ đòi hỏi các khoản đầu tư lớn.

Giống như trong các lĩnh vực khác của nền kinh tế Việt Nam, các doanh nghiệp nhà nước (DNNN) thống trị lĩnh vực viễn thông. Tập đoàn Bưu chính Viễn thông Việt Nam (VNPT) là đơn vị quản lý khai thác truyền thống thuộc sở hữu của Ủy ban Quản lý vốn nhà nước tại doanh nghiệp (CMSC), một tổ chức sở hữu tài chính của chính phủ. Sau khi ra đời một doanh nghiệp quản lý khai thác riêng biệt, các phân khúc thị trường đã được mở cửa cho cạnh tranh, bắt đầu với các dịch vụ di động vào năm 1995. Tuy nhiên, các DNNN vẫn đang thống trị thị trường viễn thông. Vinaphone, một trong những đơn vị quản lý khai thác mạng di động lớn nhất, là đơn vị thành viên của VNTP và các "ông lớn" khác – MobiFone và Viettel – cũng thuộc sở hữu lần lượt của CMSC và Bộ Quốc phòng. Sự cạnh tranh giữa các tập đoàn viễn thông nhà nước này khiến giá dịch vụ viễn thông thấp hơn, nhưng cũng đã cản trở sự gia nhập thị trường viễn thông của các doanh nghiệp tư nhân trong nước, yếu tố sẽ rất quan trọng đối với Việt Nam trong dài hạn nếu muốn nâng cao hiệu quả và tính minh bạch thị trường. Quyền sở hữu các công ty này đã được chuyển giao cho CMSC, nhưng như đã lưu ý ở phần trước, các bộ chủ quản được cho là vẫn có ảnh hưởng đáng kể đến việc quản lý các công ty này, kể cả thông qua việc bổ nhiệm thành viên hội đồng quản trị, giám đốc điều hành cấp cao và khả năng tiếp cận thuận lợi đất đai và tín dụng.

Mặc dù có cơ quan quản lý viễn thông (Cục Viễn thông) nhưng đây là đơn vị cấp bộ bên trong Bộ Thông tin và Truyền thông, chứ không phải là cơ quan quản lý độc lập với bộ. Nếu các cơ quan quản lý này là độc lập, họ có thể hoạt động một cách vô tư mà không có sự thiên vị hoặc xung đột lợi ích. Ví dụ, các đơn vị khai thác dịch vụ lớn, thường là các DNNN, có thể yêu cầu cơ chế thuận lợi hoặc cơ quan quản lý có thể hành xử vì lợi ích của bộ. Cách thức tổ chức như vậy có thể ngăn cản các đơn vị khai thác dịch vụ khác tham gia vào thị trường ngay từ đầu và do đó làm biến dạng cạnh tranh (OECD, 2016[28]).Tại Việt Nam, bộ chủ quản giám sát cơ quan quản lý ngành. Việc tăng cường hơn nữa tính độc lập của cơ quan quản lý sẽ giúp thúc đẩy cạnh tranh trên thị trường.

Hình 2.11. Cạnh tranh mạnh hơn có thể giúp giảm giá cước viễn thông hơn nữa

Dữ liệu năm 2021

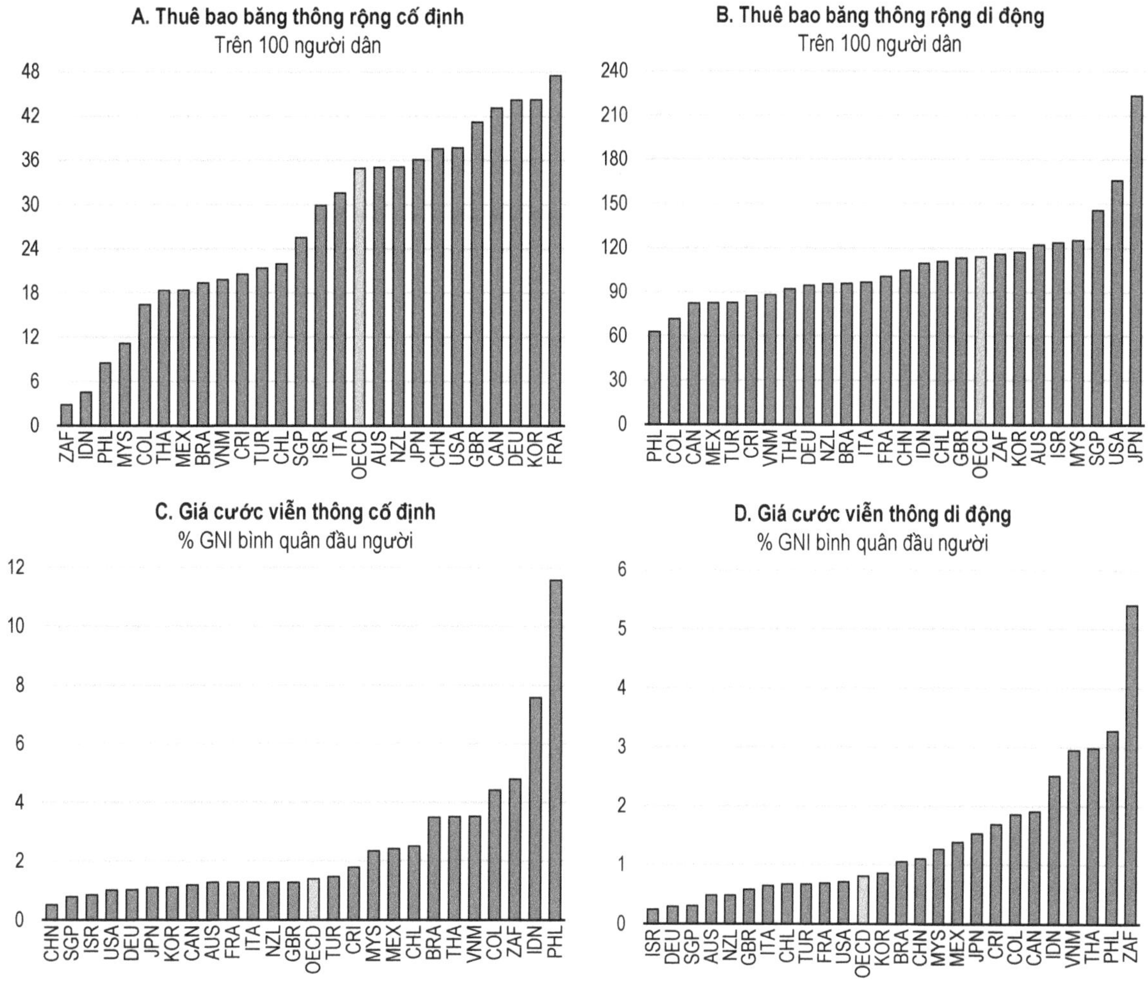

Ghi chú: AUS = Ôx-trây-lia, BRA = Bra-xin, CAN = Ca-na-đa, CHL = Chi-lê, CHN = Trung Quốc, COL = Cô-lôm-bia, CRI = Cô-xta Ri-ca, DEU = Đức, FRA = Pháp, GBR = Vương quốc Anh, IND = Ấn Độ, ISR = Ix-ra-en, ITA = I-ta-lia, JPN = Nhật Bản, KOR = Hàn Quốc, MEX = Mê-hi-cô, MYS = Ma-lai-xia, NZL = Niu Di-lân, PHL = Phi-líp-pin, SGP = Xinh-ga-po, THA = Thái Lan, TUR = Thổ Nhĩ Kỳ, USA = Hoa Kỳ, VNM = Việt Nam, ZAF = Nam Phi. Giá cước viễn thông cố định đề cập đến gói băng rộng cố định với 5 GB và giá viễn thông di động đề cập đến gói dữ liệu và thoại cho khách hàng có nhu cầu sử dụng cao, cho phép gọi điện thoại lên đến 140 phút, 70 tin nhắn SMS và 2GB dữ liệu.
Nguồn: International Telecommunication Union.

StatLink https://stat.link/gkjqeo

Trong lĩnh vực viễn thông, các nhà đầu tư nước ngoài vẫn phải đối mặt với một số hạn chế. Nghiên cứu cho thấy đầu tư nước ngoài có tác động lan tỏa tích cực đến các ngành nghề trong nước, gồm cả việc phổ biến công nghệ xuyên biên giới (Pham, 2009[29]), (Arnold, Javorcik and Mattoo, 2011[30]), (Arnold et al., 2016[31]). Hơn nữa, đầu tư nước ngoài trong các lĩnh vực kỹ thuật số, nhất là cơ sở hạ tầng số hóa, là rất quan trọng để giúp tạo thuận lợi cho công cuộc chuyển đổi số của nền kinh tế trong nước (Satyanand, 2021[32]). Trên thực tế, Mobifone ban đầu được thành lập dưới hình thức liên doanh với một công ty viễn thông Thụy Điển. Chỉ số Hạn chế Quy định FDI của OECD cho thấy Việt Nam duy trì các biện pháp hạn chế gia nhập chặt chẽ hơn trong các lĩnh vực thông tin - liên lạc, viễn thông di động và viễn thông cố định (Hình 2.12). Do đó, việc tự do hóa hơn nữa các điều kiện gia nhập sẽ thúc đẩy tính năng động kinh doanh của Việt Nam, có thể giúp tăng mạnh năng suất các nhân tố tổng hợp (OECD, 2018[33]). Nhà đầu tư nước ngoài hiện đang phải chịu một loạt các hạn chế. Dịch vụ bắt buộc phải được cung cấp thông qua thỏa thuận thương mại với một đơn vị được thành lập tại Việt Nam và được cấp phép cung cấp các dịch vụ viễn thông quốc tế. Trong khi tỷ lệ sở hữu nước ngoài được phép lên đến 65% đối với các dịch vụ không có hạ tầng mạng (tức là các nhà cung cấp dịch vụ không có hạ tầng mạng), thì sở hữu đa số trong các hoạt động viễn thông có hạ tầng mạng vẫn không được phép, như thế làm giảm đáng kể mức độ quan tâm của nhà đầu tư. Hơn nữa, bắt buộc phải có phê duyệt của Thủ tướng Chính phủ đối với đầu tư vào các dịch vụ viễn thông gắn với cơ sở hạ tầng mạng. Về mặt này, hội nhập thương mại mang lại cho Việt Nam động lực cải cách mạnh mẽ. Chính phủ đã có cam kết chắc chắn về mở rộng khả năng tiếp cận thị trường cho nhà đầu tư nước ngoài trong khuôn khổ Hiệp định Đối tác Kinh tế Toàn diện Khu vực và Hiệp định Khung ASEAN về Dịch vụ (ASEAN-Japan Centre, 2022[34]). Luật Viễn thông mới được mong đợi sẽ xóa bỏ hạn chế đối với các thỏa thuận thương mại, cùng nhiều hạn chế khác. Tuy nhiên, chính phủ dự định vẫn duy trì hạn chế về sở hữu nước ngoài. Đặc biệt, hạn chế quyền sở hữu đa số trong các hoạt động viễn thông có hạ tầng mạng có thể cần được nới lỏng hơn nữa.

Hình 2.12. Các biện pháp hạn chế FDI của Việt Nam đã được nới lỏng ngoại trừ trong lĩnh vực giao thông và thông tin - liên lạc

Chỉ số hạn chế quy định FDI của OECD, theo thang từ 0 (mở) đến 1 (đóng)

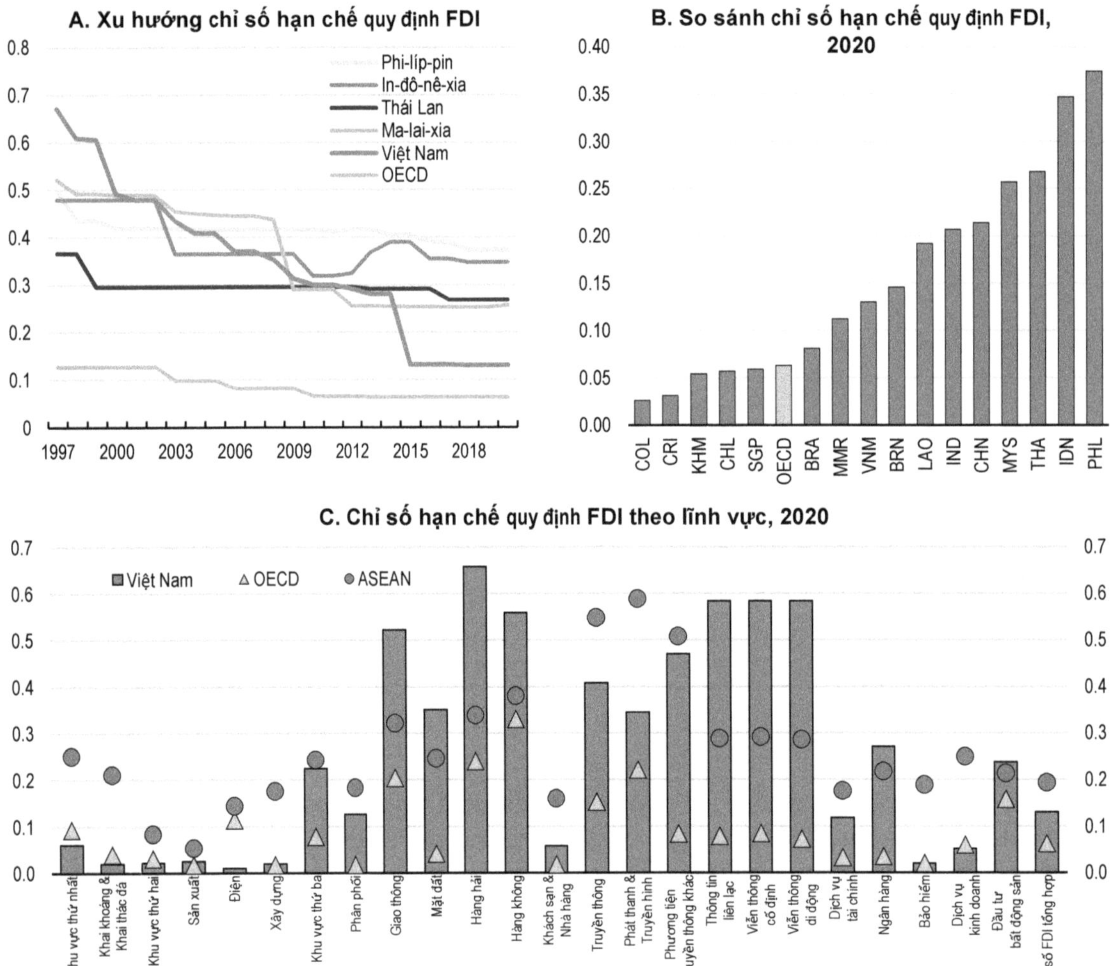

Ghi chú: Chỉ số mức hạn chế do điều tiết đối với FDI của OECD chỉ bao gồm các biện pháp luật định có tính phân biệt đối xử với nhà đầu tư nước ngoài (ví dụ: giới hạn vốn đầu tư nước ngoài, thủ tục sàng lọc và phê duyệt, hạn chế nhân sự chủ chốt nước ngoài và các biện pháp nghiệp vụ khác). Các khía cạnh quan trọng khác của môi trường đầu tư (ví dụ như việc thực hiện các quy định và độc quyền nhà nước, ưu đãi cho nhà đầu tư định hướng xuất khẩu và các chế độ đặc khu kinh tế khác) thì không được xem xét. Xem Kalinova et al. (2010) để biết thêm thông tin về phương pháp thực hiện.

Nguồn: OECD FDI Regulatory Restrictiveness Index database, http://www.oecd.org/investment/fdiindex.htm; xem thêm ASEAN FDI Regulatory Restrictions Database để biết thông tin về các biện pháp cơ bản được ghi nhận trong chỉ số, https://qdd.oecd.org/subject.aspx?Subject=ASEAN_INDEX.

StatLink https://stat.link/cgpfk7

Đảm bảo một môi trường thuận lợi hơn cho luồng dữ liệu xuyên biên giới có ý nghĩa rất quan trọng cho thúc đẩy đổi mới - sáng tạo số. Việc trao đổi dịch vụ viễn thông và kỹ thuật số xuyên biên giới được chính phủ điều tiết chặt chẽ. Chỉ số Hạn chế thương mại dịch vụ của OECD (STRI) so sánh mức độ hạn chế đối với thương mại dịch vụ trên một mẫu các quốc gia OECD và quốc gia ngoài OECD. Trong số các quốc gia này, Việt Nam có điểm số mức hạn chế nghiêm ngặt nhất đối với dịch vụ viễn thông (Hình 2.13). Điều này phản ánh hạn chế liên quan đến đầu tư nước ngoài trong các lĩnh vực này, hạn chế sự tham gia của nước ngoài vào hội đồng quản trị và nghĩa vụ phải có sự hiện diện của giám đốc điều hành trong nước. Ngoài ra, quy định của Việt Nam yêu cầu rằng một số loại dữ liệu nhất định (chẳng hạn như dữ liệu kế toán và một số loại dữ liệu do người dùng tạo ra) phải được lưu trữ trong nước chứ không phải trên các máy chủ đám mây ở nước ngoài. Luật Giao dịch điện tử và Luật An ninh mạng đều có quy định pháp lý về yêu cầu lưu trữ một số dữ liệu nhất định trong nước đối với một số doanh nghiệp nhất định. Các công ty cung cấp dịch vụ viễn thông, Internet, dịch vụ giá trị gia tăng trong nước và nước ngoài đều phải lưu trữ dữ liệu cá nhân liên quan trong nước. Việt Nam, Trung Quốc và Nga nằm trong số rất ít quốc gia áp dụng giới hạn nghiêm ngặt đối với luồng dữ liệu xuyên biên giới. Mặc dù các biện pháp hạn chế trong yêu cầu bản địa hóa dữ liệu có thể giúp tăng cường bảo mật quyền riêng tư của dữ liệu và lòng tin của người tiêu dùng, góp phần đấu tranh chống tội phạm mạng (Hình 2.14), chúng cũng gây ra chi phí quản lý tuân thủ không cần thiết và hạn chế đối với luồng dữ liệu tự do, tạo ra rào cản thương mại. Những rào cản như vậy có thể làm giảm lợi ích của việc hòa nhập vào mạng số toàn cầu.

Hình 2.13. Quy định của Việt Nam về hoạt động viễn thông xuyên biên giới rất nghiêm ngặt

Chỉ số mức hạn chế đối với thương mại dịch vụ theo thang từ 0 (mở) đến 1 (đóng), năm 2021

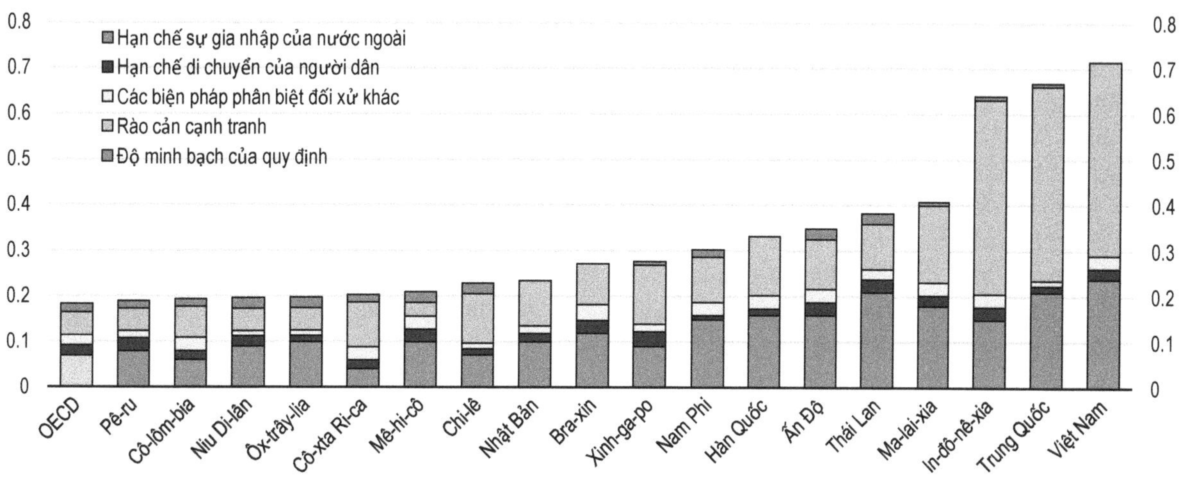

Nguồn: OECD, Services Trade Restrictiveness Index database.

StatLink https://stat.link/o5aycw

Hình 2.14. Việt Nam đã tăng cường các biện pháp an ninh mạng

Chỉ số an ninh mạng toàn cầu, thang điểm từ 0 đến 100 (tốt nhất)

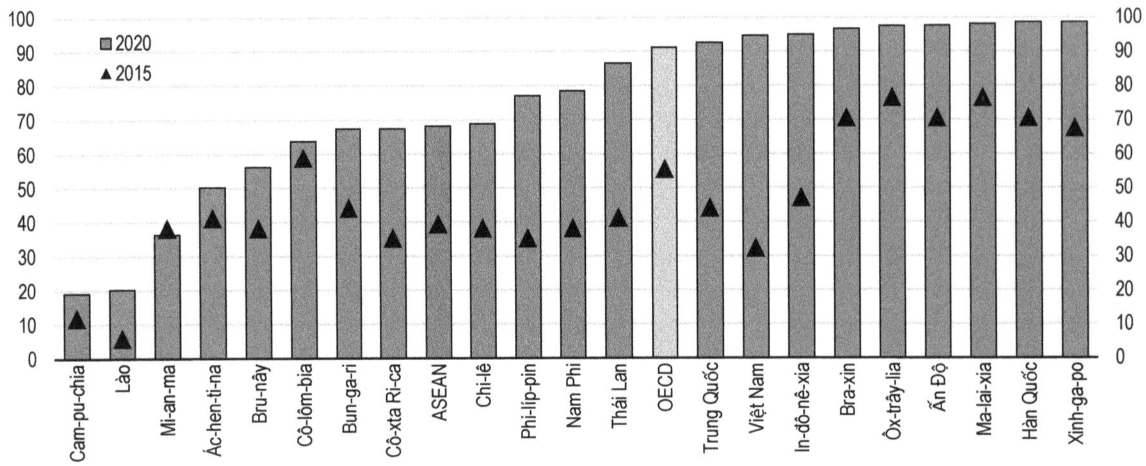

Ghi chú: Chỉ số an ninh mạng toàn cầu là chỉ số tổng hợp gồm các chỉ số theo dõi mức độ cam kết an ninh mạng trong năm khía cạnh trụ cột (pháp lý, kỹ thuật, tổ chức, phát triển năng lực và các biện pháp hợp tác). Để biết thêm chi tiết, xem Nguồn.
Nguồn: ITU, Global Cybersecurity Index 2020 và Global Cybersecurity Index & Cyberwellness Profiles 2015.

StatLink https://stat.link/37ezmj

Tăng cường phát triển các kỹ năng số

Tăng cường kỹ năng số trong lực lượng lao động là yêu cầu rất quan trọng để đẩy nhanh công cuộc chuyển đổi số. Việc tiếp thu kỹ năng số cũng có thể giúp người lao động Việt Nam gặt hái được nhiều lợi ích từ kinh tế số, đặc biệt là thông qua việc nắm bắt cơ hội có việc làm tốt hơn và sử dụng công nghệ số để cải thiện điều kiện sống. Sự bùng phát COVID-19 cũng đã khuyến khích tiếp nhận kỹ năng số do việc giãn cách và hạn chế tiếp xúc trực tiếp đòi hỏi chuyển dịch sang giáo dục trực tuyến, làm việc từ xa, chẩn trị bệnh từ xa và chính phủ điện tử (e-government). Tuy nhiên, đảm bảo phát triển thành công kỹ năng số đòi hỏi động lực và nỗ lực to lớn của cá nhân người lao động và doanh nghiệp cũng như sự hỗ trợ của chính phủ trong lĩnh vực giáo dục và đào tạo. Việc thiết kế và thực hiện một chương trình phát triển kỹ năng số cần đảm bảo phù hợp với nhu cầu của các nhóm đối tượng khác nhau và các cấp học khác nhau trong một khuôn khổ toàn diện và gắn kết.

Chính sách của chính phủ không chỉ tập trung tăng cường cung cấp lao động có kỹ năng cao mà còn phải đảm bảo trang bị các kỹ năng cơ bản cho tất cả người lao động. Trong thế giới công việc số, ba nhóm kỹ năng sau đây có vai trò rất quan trọng (OECD, 2019[35]). Thứ nhất, người lao động cần được trang bị các kỹ năng nhận biết tổng quát, chẳng hạn như khả năng đọc viết và tính toán, cùng với các kỹ năng số cơ bản. Ví dụ, giao tiếp công việc bằng cách sử dụng email và tìm kiếm thông tin trên Internet đòi hỏi phải có những kỹ năng tổng quát này làm nền tảng để thực hiện công việc hàng ngày. Thứ hai, kỹ năng mềm trở nên quan trọng hơn. Kỹ năng mềm bao gồm kỹ năng phân tích và một loạt các kỹ năng bổ trợ như giải quyết vấn đề, tư duy sáng tạo và phản biện, kỹ năng giao tiếp và năng lực học hỏi liên tục mạnh mẽ. Trong khi công nghệ số làm giảm mức độ cần thiết đối với những công việc theo lề thói thường ngày, đơn điệu, người lao động cũng cần phải xử lý các nhiệm vụ công việc phức tạp hơn, dẫn đến nhu cầu ngày càng tăng đối với các loại kỹ năng này. Hơn nữa, làm việc trong những nghề nghiệp liên quan trực tiếp hơn đến công nghệ mới, chẳng hạn như lập trình viên, đòi hỏi phải có các kỹ năng số nâng cao.

Cần ưu tiên nâng cao kỹ năng số cơ bản cho tất cả người lao động. Việt Nam đã đầu tư cho giáo dục cơ bản và đạt được cả tỷ lệ tuyển sinh cao và đầu ra chất lượng tốt. Kết quả của Chương trình Đánh giá Học sinh Quốc tế (PISA) của OECD, dựa trên các bài kiểm tra được thực hiện vào năm 2015 đối với học sinh 15 tuổi, cho thấy học sinh ở Việt Nam ngang bằng với mức trung bình của OECD về môn toán và môn đọc hiểu, trong khi các em đạt điểm trên mức trung bình của OECD về khoa học (Việt Nam đã tham gia

PISA 2018, nhưng tính so sánh quốc tế của kết quả này không hoàn toàn được đảm bảo). Tuy nhiên, so với sự tiến bộ của giáo dục cơ bản, mức độ kỹ năng số cơ bản của người lao động vẫn chưa đủ để đáp ứng nhu cầu ngày càng tăng. Giới kinh doanh cho rằng Việt Nam vẫn còn thiếu lao động có kỹ năng số cơ bản, với bằng chứng cho thấy người lao động ít được trang bị kỹ năng số cơ bản hơn so với các nước tương đương trong khu vực (Hình 2.15). Về vấn đề này, kinh nghiệm của các nước Đông Nam Á khác sẽ hữu ích. Ma-la-xia, nơi kỹ năng số cơ bản của người lao động được coi là cao nhất trong khu vực, có các chương trình đào tạo mạnh mẽ về các kỹ năng số cơ bản (OECD, 2021[36]). Chương trình eRezeki cung cấp cho những người thuộc nhóm 40% thu nhập thấp nhất cơ hội phát triển các kỹ năng số cơ bản cho công việc, chẳng hạn như lập trình và dịch thuật. Chương trình eUsahawan thì đào tạo các doanh nhân thiếu kiến thức số. Doanh nhân có thể tham gia các khóa học tại trung tâm cộng đồng, cơ sở giáo dục công lập và trên các nền tảng học tập trực tuyến. Ở Việt Nam, chính phủ đã đưa ra sáng kiến phổ biến kiến thức ở cấp cộng đồng. Một nhóm chuyên gia (nhóm công nghệ số) được thành lập để hướng dẫn người dân về các kỹ năng kỹ thuật số cơ bản, ví dụ như việc sử dụng các ứng dụng kỹ thuật số, trong khi chính phủ xây dựng các hướng dẫn cho chương trình thí điểm. Tới cuối tháng 8 năm 2022, 51 tỉnh đã tham gia chương trình thí điểm và 45 895 nhóm công nghệ số được thành lập ở cấp cộng đồng. Sáng kiến này có thể được nâng cao hơn nữa bằng cách tăng cường hỗ trợ tài chính của chính phủ và hợp tác với các tổ chức giáo dục.

Việc tăng cường các kỹ năng số cơ bản cũng giúp người dân cải thiện kỹ năng tổng thể. Xây dựng các nền tảng học tập trực tuyến tập trung chủ yếu vào kỹ năng số của đội ngũ công chức, viên chức nhà nước, gồm cả đội ngũ cán bộ địa phương, chính phủ đã thúc đẩy các khóa học trực tuyến mở đại trà cho tất cả người trưởng thành. Các khóa học trực tuyến mở đại trà có thể cung cấp cơ hội đào tạo hàng loạt kỹ năng, gồm cả kỹ năng phi số hóa, cho các nhóm dân cư lớn với chi phí thấp. Tuy nhiên, trình độ kỹ năng số thấp của người dân có thể là trở ngại đáng kể khiến họ khó tham gia một cách tích cực, bên cạnh những hạn chế khác như thiếu tiếp cận máy tính và mạng internet (OECD, 2020[37]). Do vậy, để tăng cường tính hữu dụng của các cơ hội học tập trực tuyến đang ngày càng tăng, điều quan trọng là phải đầu tư nhiều hơn để cải thiện các kỹ năng số cơ bản .

Cũng cần đẩy mạnh nguồn cung lao động được trang bị kỹ năng số nâng cao. Ví dụ, những kỹ năng như vậy thường nằm trong các lĩnh vực lập trình phần mềm, phân tích dữ liệu lớn, quản lý phần cứng và mạng kỹ thuật số, an ninh mạng và học máy. Việc thiếu các kỹ năng số nâng cao có khả năng cản trở quá trình chuyển đối số của các doanh nghiệp Việt Nam so với các nước khác, đặc biệt đối với những công việc đòi hỏi phải có kiến thức về các công cụ công nghệ tiên tiến. Chỉ có 7% doanh nghiệp Việt Nam sử dụng điện toán đám mây phục vụ công việc và chỉ chưa đến 2% doanh nghiệp sử dụng dữ liệu lớn hoặc trí tuệ nhân tạo cho mục đích tiếp thị (Cirera et al., 2021[38]). Nhìn chung, chỉ có khoảng 6% doanh nghiệp sản xuất sử dụng công nghệ sản xuất bồi đắp (AM) hoặc kỹ thuật sản xuất tiên tiến và chưa đến 2% sử dụng rô-bốt. Ở Liên minh châu Âu, hơn 40% doanh nghiệp sử dụng công nghệ điện toán đám mây vào năm 2021 (Eurostat, 2021[39]).

Việt Nam cần tăng cường chất lượng đào tạo nghề và giáo dục đại học về kỹ năng số. Việc tiếp thu kỹ năng số nâng cao ở các nước OECD thường diễn ra ở cấp độ đào tạo nghề và giáo dục đại học và tiếp diễn trong suốt cuộc đời người trưởng thành thông qua đào tạo tại chỗ và học tập suốt đời. Trong khi Việt Nam đã đạt được tỷ lệ tuyển sinh giáo dục tiểu học và trung học ở mức cao, thì tỷ lệ tuyển sinh vào giáo dục đại học vẫn còn hạn chế, cụ thể là tỷ lệ tuyển sinh đại học chỉ đạt 28.6% vào năm 2019, thấp hơn so với các nước cùng khu vực như Ma-la-xia (43.1%), In-đô-nê-xia (36.3%) và thua xa mức trung bình của OECD. Hơn nữa, tỷ lệ tuyển sinh sinh viên vào các chương trình đại học ở các ngành liên quan đến kỹ năng số, cụ thể là "khoa học tự nhiên, toán học và thống kê" và "công nghệ thông tin và truyền thông", là rất thấp, ở mức 0.6% và 1.0%, thấp hơn từ 5 đến 10 lần so với mức trung bình của OECD và tỷ lệ tuyển sinh trong khu vực (OECD, 2020[40]). Các nghiên cứu trước đây cho thấy rõ rằng sự tiến bộ nhanh chóng về công nghệ của Việt Nam có thể đưa đến khoảng thiếu hụt lớn về kỹ năng trong các lĩnh vực như chế biến nông sản và logistics, có nghĩa là khoảng thiếu hụt này sẽ phải được cơ sở giáo dục và đào tạo kỹ thuật và dạy nghề (TVET) giải quyết thông qua việc cung cấp cơ hội nâng cao năng lực và đào tạo lại (Asian Development Bank, 2021[41]).

Hình 2.15. Việt Nam cần cải thiện các kỹ năng số của người dân

Kỹ năng số của người dân, điểm số từ 1 tới 7 (tốt nhất), 2019

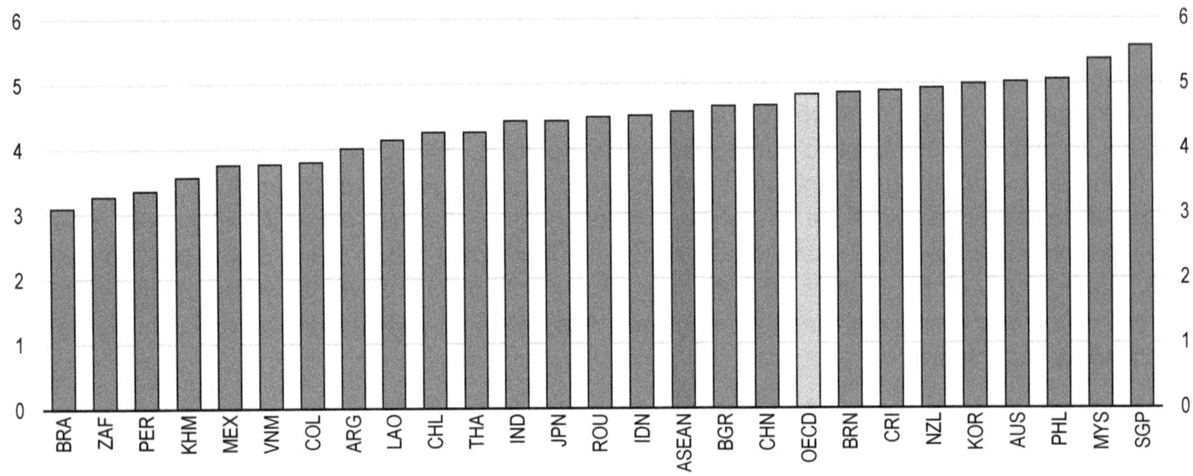

Ghi chú: BRA = Bra-xin, ZAF = Nam Phi, PER = Pê-ru, KHM = Cam-pu-chia, MEX = Mê-hi-cô, VNM = Việt Nam, COL = Cô-lôm-bia, ARG = Ác-hen-ti-na, LAO = CHDCND Lào, CHL = Chi-lê, THA = Thái Lan, IND = Ấn Độ, JPN = Nhật Bản, ROU = Ru-ma-ni, IDN = In-đô-nê-xia, BGR = Bun-ga-ri, CHN = Trung Quốc, BRN = Bru-nây, CRI = Cô-xta Ri-ca, NZL = Niu Di-lân, KOR = Hàn Quốc, AUS = Ôx-trây-lia, PHL = Phi-líp-pin, MYS = Ma-lai-xia, SGP = Xinh-ga-po. Dựa trên ý kiến phản hồi cho câu hỏi Khảo sát Ý kiến lãnh đạo doanh nghiệp (Executive Opinion Survey - EOS) "Ở quốc gia bạn, người dân trong độ tuổi lao động có kỹ năng số cơ bản (ví dụ: kỹ năng máy tính, viết mã cơ bản, đọc kỹ thuật số) ở mức độ nào?" [1 = không phải tất cả; 7 = ở mức độ lớn].
Nguồn: World Economic Forum, Global Competitiveness Index 2019.

StatLink https://stat.link/wpqu93

Để đáp ứng nhu cầu kỹ năng số ngày càng tăng, Chính phủ Việt Nam đã đề ra các chính sách nhằm tăng cường năng lực tiếp thu kỹ năng số trong tất cả các cấp giáo dục và đào tạo nghề. Chuyển đổi số giáo dục là tiền đề thúc đẩy việc phát triển kỹ năng số trên diện rộng. Ví dụ, Hung-ga-ri có tỷ lệ sinh viên tốt nghiệp ngành CNTT cao hơn mức trung bình của EU (4.3% so với 3.6% tổng số sinh viên tốt nghiệp), nhưng vẫn không ngừng chú trọng đẩy mạnh chuyển đổi số trong giáo dục đại học, áp dụng Chiến lược Giáo dục số và cơ chế "Sang Số" (Shifting of Gears) trong Chiến lược Chính sách giáo dục đại học trung hạn (2016-2030) (OECD, 2021[42]). Tại Việt Nam, Chính phủ đã ban hành Quyết định 131/QĐ-TTg vào tháng 1 năm 2022 nhằm "tăng cường ứng dụng công nghệ thông tin và chuyển đổi số tạo đột phá trong đổi mới hoạt động giáo dục và đào tạo; đổi mới quản lý nhà nước trong lĩnh vực giáo dục và đào tạo; tác động tích cực, toàn diện tới phương thức hoạt động, chất lượng, hiệu quả và công bằng trong giáo dục". Cần hành động quyết liệt hơn nữa hướng tới thiết lập các nền tảng mới cho đào tạo trực tuyến và từ xa, đặc biệt là các nguồn mở quốc gia cho giáo dục ở mọi cấp độ và hình thức giáo dục. Mục tiêu trong kế hoạch của chính phủ là đến năm 2025, 50% học sinh và giáo viên có đủ cơ sở vật chất (kết nối internet, phần mềm và phần cứng) để học trực tuyến và từ xa; 5% khóa học tại các trường tiểu học và 10% tại các trường trung học sẽ được thực hiện trực tuyến. Công tác quản lý giáo dục cũng cần được số hóa và kế hoạch của chính phủ là 100% cơ sở giáo dục áp dụng hệ thống quản trị nhà trường dựa trên dữ liệu và công nghệ số.

Chính phủ cũng đã thông qua một chương trình 5 năm về tăng cường sử dụng công nghệ số trong đào tạo nghề. Cải cách giáo dục đòi hỏi tất cả các giảng viên và cán bộ quản lý phải được đào tạo bổ sung để nâng cao năng lực thực hiện các hoạt động đào tạo nghề trong môi trường số vào năm 2030. Tất cả giáo viên và giảng viên sẽ phải lập giáo án số. Chương trình cũng nhằm mục đích tạo ra một nền tảng số quốc gia cho đào tạo nghề với các nguồn tài nguyên số dùng chung cho các hoạt động đào tạo và học tập, hướng tới số hóa tất cả các quy trình đào tạo, kết quả và bằng cấp. Chương trình đào tạo sẽ được thay đổi để đáp ứng yêu cầu chuyển đổi số, đồng thời cơ sở hạ tầng số của các cơ sở giáo dục nghề nghiệp cũng sẽ được tăng cường.

Những người đã tham gia thị trường lao động sau khi học xong có thể tiếp nhận kỹ năng số thông qua học tập suốt đời, học tập cho người lớn và đào tạo tại chỗ. Nhiều người Việt Nam ý thức rõ thách thức của quá trình chuyển đổi số và sẵn sàng học hỏi kỹ năng mới, bao gồm cả kỹ năng số cơ bản. Theo một cuộc khảo sát gần đây, 84% người Việt Nam được hỏi nói rằng họ sẽ học kỹ năng mới ngay hoặc tham gia đào tạo lại hoàn toàn để cải thiện khả năng đáp ứng công việc trong tương lai nhằm thích ứng với chuyển đổi số; đây là con số cao hơn mức trung bình toàn cầu (77%) (PwC, 2021[43]). Chính phủ có thể khuyến khích các doanh nghiệp đào tạo người lao động của mình, ví dụ bằng cách đóng góp vào chi phí đào tạo. Ngoài ra, việc cung cấp các dịch vụ chính phủ điện tử có thể khuyến khích cá nhân sử dụng CNTT nhờ được khuyến khích làm quen với công nghệ số. Hỗ trợ tài chính cho chuyển đổi số ngành giáo dục là yêu cầu rất quan trọng để đạt được các mục tiêu đầy tham vọng. Cũng cần thiết kế các biện pháp hỗ trợ đặc biệt hướng tới "đào tạo giảng viên" cho tất cả các cấp học, đặc biệt là tiểu học và trung học cơ sở.

Trong tương lai, cần phải xác định và theo dõi sát sao hơn những thiếu hụt và bất hợp lý về kỹ năng; tiếp tục đổi mới chương trình đào tạo ở mọi cấp học; tăng cường liên kết giữa doanh nghiệp và cơ sở đào tạo; phát triển và áp dụng các nền tảng học tập mới. Việc đo lường kỹ năng kỹ thuật số của người dân cũng rất quan trọng để xây dựng những biện pháp chính sách hiệu quả hơn. Việt Nam có thể hưởng lợi từ việc tham gia các chương trình quốc tế để so sánh kỹ năng của người lao động Việt Nam. Ví dụ, Chương trình Đánh giá quốc tế Năng lực của người trưởng thành (PIAAC) nhằm mục tiêu đưa ra đánh giá và phân tích về các kỹ năng của người trưởng thành, gồm đọc viết, tính toán và giải quyết vấn đề trong môi trường sử dụng nhiều công nghệ.

Tài chính số: sự gia tăng nhanh chóng của thanh toán không dùng tiền mặt

Hệ thống ngân hàng Việt Nam đã phát triển nhanh chóng trong những năm gần đây, mặc dù quy mô vẫn còn nhỏ so với tiêu chuẩn quốc tế. Một tỷ lệ lớn người dân không được tiếp cận với các dịch vụ tài chính: chỉ có 4.0 chi nhánh ngân hàng trên 100 000 người trưởng thành, ít hơn nhiều so với các nước ASEAN khác. Đến cuối năm 2020, chỉ 68.4% dân số Việt Nam trưởng thành (trên 15 tuổi) có tài khoản ngân hàng, thấp hơn nhiều so với In-đô-nê-xia, Trung Quốc, Thái Lan, Ma-lai-xia và Xinh-ga-po. Dù đã tăng, song tỷ lệ thâm nhập của tài khoản thị trường chứng khoán và tài khoản bảo hiểm mới chỉ lần lượt là 4% và 11% trong năm 2020. Ngoài ra, hệ thống ngân hàng đã phải đối mặt với các mối đe dọa và hoạt động lừa đảo mạng; hoạt động cuộc tấn công mạng máy tính của ngân hàng có thể gia tăng trong tương lai nếu không có sự cải thiện về an ninh mạng.

Khi được cung cấp thông qua các công nghệ mới như điện thoại di động, dịch vụ tài chính số mang đến cơ hội phát triển tài chính sâu hơn và kết hợp nhiều người hơn vào hệ thống ngân hàng. Giống như ở nhiều quốc gia khác, sự bùng phát COVID-19 đã đẩy nhanh việc tiếp nhận các dịch vụ số ở Việt Nam vì thanh toán không tiếp xúc được ưa chuộng trong thời gian áp dụng các biện pháp giãn cách để tránh tiếp xúc trực tiếp. Việc đẩy mạnh các dịch vụ số này đã mang lại lợi ích cho các nhóm thu nhập thấp, đối tượng trước đây không được tiếp cận với hệ thống tài chính.

Thanh toán không dùng tiền mặt đã phát triển với tốc độ nhanh tại Việt Nam, bao gồm nhiều hình thức như thanh toán qua mã QR, thanh toán di động trên các ứng dụng Mobile Banking, Internet Banking và Mobile-Money. Số lượng máy ATM đã tăng lên tới hơn 21 nghìn, số điểm bán hàng (POS) tăng lên tới hơn 410 nghìn và số điểm nhận mã QR là hơn 100 nghìn vào cuối năm 2022. Tuy nhiên, về số lượng máy ATM, mức độ phát triển vẫn còn tương đối thấp so với quốc tế: năm 2020, Việt Nam có 26.3 máy ATM trên 100 000 người trưởng thành, thấp hơn nhiều so với mức trung bình của thế giới (61.4), mức trung bình của ASEAN (40.6), In-đô-nê-xia (51.7) và Ma-lai-xia (55.6). Ở chỉ số này, Việt Nam xếp thứ 91 trên

110 quốc gia. Tính bảo mật của các giao dịch cũng được cải thiện nhờ áp dụng xác thực sinh trắc học an toàn, mã hóa thông tin thẻ (tokenisation) và nhận diện khách hàng điện tử (eKYC) an toàn và tiện lợi.

Ba công ty viễn thông là VNPT-Media, MobiFone, Viettel đã được chấp thuận triển khai thí điểm dịch vụ Mobile Money (dịch vụ ngân hàng qua điện thoại di động) đối với hàng hóa và dịch vụ có giá trị nhỏ. Dự án này nhằm thúc đẩy thanh toán không dùng tiền mặt và nâng cao tính phổ cập tài chính, đặc biệt đối với người dân vùng nông thôn, miền núi, vùng sâu, vùng xa, vùng biên giới và hải đảo. Mobile Money đã cung cấp cho các nhóm này một công cụ thanh toán không dùng tiền mặt và do đó thúc đẩy chuyển đổi số ở những bộ phận dân cư trước đây không được hưởng lợi từ đổi mới công nghệ thông qua số hóa. Nhiều công ty công nghệ tài chính (fintech) cũng đã được thành lập để cung cấp dịch vụ ví điện tử, kết hợp thanh toán trực tuyến với thương mại điện tử và các dịch vụ điện tử khác. Timo, một công ty công nghệ tài chính, cung cấp các giải pháp kỹ thuật cho các ngân hàng. MoMo là ví điện tử (e-wallet) lớn nhất, với nhiều loại dịch vụ số khác ngoài thanh toán điện tử.

Sự phát triển nhanh chóng của thanh toán không dùng tiền mặt, thông qua các nền tảng điện tử tư nhân, ở tất cả các quốc gia trên thế giới trong đó có Việt Nam, đã gây ra một cuộc tranh luận về tương lai của các loại tiền tệ do các ngân hàng trung ương phát hành (Demmou and Sagot, 2021[44]). Sự phát triển của công nghệ làm cho việc gửi tin nhắn bảo đảm có thể truy xuất đầy đủ trở nên khả thi và do đó mang lại cơ hội cải cách sâu sắc các hệ thống thanh toán hiện có. Người tiêu dùng ngày càng tỏ ra ưa chuộng các phương thức thanh toán mới, nằm ngoài phạm vi cơ sở hạ tầng truyền thống của ngân hàng thương mại và ngân hàng trung ương. Sự phổ biến công nghệ blockchain đã tạo điều kiện phát triển nhanh chóng các hình thức tiền điện tử, là tiền được tạo ra theo sáng kiến cá nhân, nằm ngoài khung quy định và mạng lưới giám sát tài chính hiện tại. Tuy nhiên, những rủi ro về bất ổn tài chính, gian lận thanh toán, trốn thuế, rửa tiền và các hoạt động tội phạm khiến nhiều ngân hàng trung ương bắt đầu xem xét phát hành loại tiền số của ngân hàng thay vì cho phép lưu hành các loại tiền số tư nhân.

Việt Nam hiện đang hạn chế việc sử dụng và khai thác tiền điện tử. Năm 2014, Ngân hàng Nhà nước Việt Nam (NHNN) đã cảnh báo về những rủi ro, nguy hiểm trong hoạt động và giao dịch liên quan đến Bitcoin và các loại tiền điện tử tương tự khác. NHNN cũng xác nhận việc không chấp nhận Bitcoin và các loại tiền điện tử tương tự khác là tiền tệ và phương tiện thanh toán hợp pháp tại Việt Nam. Năm 2019, việc phát hành và sử dụng tiền điện tử đã bị cấm. NHNN đã chỉ đạo các tổ chức tín dụng và tổ chức cung ứng dịch vụ trung gian thanh toán không tham gia các giao dịch và hoạt động liên quan đến tiền điện tử do có thể xảy ra rủi ro về rửa tiền, tài trợ khủng bố, gian lận thanh toán và trốn thuế. NHNN cũng yêu cầu các tổ chức này trình báo những giao dịch và hoạt động đáng ngờ liên quan đến tiền điện tử.

Việt Nam cần xem xét tạo môi trường thuận lợi hơn cho tài chính số. Nếu được quản lý và giám sát tốt, các hệ thống thanh toán dựa trên tiền tệ số có thể mang lại cơ hội giảm chi phí giao dịch - qua đó thúc đẩy thương mại, tăng trưởng và việc làm. Hiện tại, chi phí giao dịch cho hoạt động chuyển tiền quốc tế rất cao - chi phí chuyển tiền quốc tế trung bình toàn cầu hiện nay là 7%. Do Việt Nam là quốc gia nhận lượng kiều hối rất lớn từ lao động xuất khẩu và cộng đồng người Việt nước ngoài, nên lợi ích giảm chi phí giao dịch sẽ rất đáng kể. Hơn nữa, những lợi ích này phần lớn sẽ dồn tích cho đối tượng hộ gia đình có thu nhập trung bình và thấp. Năm 2021, Việt Nam nhận 18 tỷ USD kiều hối và là một trong mười quốc gia nhận kiều hối nhiều nhất trong số các quốc gia có thu nhập thấp và trung bình (Ratha et al., 2022[45]). Tại châu Á, một số ngân hàng trung ương đang thí điểm phát hành tiền số, bao gồm ngân hàng trung ương Cam-pu-chia, Trung Quốc và Hàn Quốc. Do các cơ quan chức năng của Việt Nam đã áp dụng các mục tiêu kép đã nêu là mở rộng các dịch vụ số của chính phủ và thúc đẩy thanh toán không dùng tiền mặt, nên việc nghiên cứu và thí điểm các thử nghiệm liên quan đến tiền số của ngân hàng trung ương là ưu tiên cần xem xét. Năm 2021, Thủ tướng Chính phủ giao NHNN nghiên cứu, đề xuất cơ chế, chính sách về đồng tiền số của ngân hàng trung ương và Thống đốc NHNN đã phê duyệt Kế hoạch chuyển đổi số ngành ngân hàng đến năm 2025. NHNN đang tích cực tìm hiểu kinh nghiệm quốc tế. Ngân hàng Nhà nước Việt Nam đã trình Chính phủ dự thảo Nghị định mới về cơ chế thử nghiệm có kiểm soát hoạt động công nghệ tài chính (Fintech) trong lĩnh vực ngân hàng. Cơ chế này cho phép thử nghiệm trực tiếp quy mô nhỏ các sản phẩm fintech sáng tạo của các công ty tư nhân trong thời gian giới hạn và trong môi trường pháp lý có kiểm soát. Phạm vi sản phẩm có thể bao gồm cung cấp tín dụng trên các nền tảng công nghệ mới, tính điểm tín dụng, cho vay ngang hàng (P2P) và chia sẻ dữ liệu thông qua các giao diện lập trình ứng dụng (API) mở cho phép tương tác giữa các phần mềm khác nhau. Nâng cao hiểu biết về tài chính và đảm bảo tài chính toàn diện cũng là yêu cầu rất quan trọng để đẩy mạnh phát triển tài chính số.

Ưu tiên triển khai các dịch vụ chính phủ số

Dịch vụ chính phủ số là động lực quan trọng cho nỗ lực chuyển đổi số của mọi quốc gia. Các dịch vụ như vậy có thể giúp chuyển đổi cách các cơ quan công vụ hợp tác với nhau và hợp tác với người dân, đồng thời làm cho các tổ chức công cởi mở hơn, hướng tới người dùng và chủ động hơn. Khi các dịch vụ số được thiết lập phù hợp, chính phủ có thể linh hoạt và phản ứng nhanh hơn khi đối mặt với các hình thức khủng hoảng. Các chính phủ triển khai dịch vụ số hiệu quả đã được chuẩn bị tốt hơn khi đại dịch COVID-19 bùng phát, còn các quốc gia khác đã đẩy nhanh việc cung cấp các dịch vụ chính phủ điện tử vào năm 2020 và 2021 để đảm bảo tính liên tục của hoạt động chính phủ trong thời gian triển khai giãn cách xã hội và các biện pháp phòng chống đại dịch bùng phát, bao gồm cả các chiến dịch tiêm chủng, thông tin và theo dõi sức khỏe cộng đồng.

Tại Việt Nam, chính phủ đã tăng cường nỗ lực số nhằm hợp lý hóa thủ tục hành chính cho doanh nghiệp, đặc biệt là đối với các lĩnh vực liên quan đến tài chính, hải quan và quản lý thuế. Theo Báo cáo thường niên năm 2021 của Bộ Thông tin và Truyền thông, 96% dịch vụ công trực tuyến được cung cấp đến cuối năm 2021 cho phép khách hàng làm thủ tục nộp hồ sơ, xử lý, phê duyệt trực tuyến đối với các thủ tục hành chính bắt buộc, nộp phí cho các dịch vụ này và thậm chí nhận trực tuyến kết quả cuối cùng, bao gồm các dịch vụ trực tuyến về quản lý thuế, đăng ký kinh doanh và kê khai hải quan (Ministry of Information and Communications, 2021[46]). Chính phủ cũng đã triển khai một chương trình nội các điện tử vào năm 2019 nhằm mục đích áp dụng hệ thống không cần giấy tờ cho tất cả các cuộc họp và quy trình của chính phủ, hướng tới tăng cường hiệu quả hoạt động chính phủ. Ngoài ra, Chỉ số chuyển đổi số đã được tính toán hàng năm kể từ năm 2021 để đánh giá việc chuyển đổi số của các bộ ngành, cơ quan chính phủ và chính quyền địa phương.

Còn nhiều dư địa để cải thiện hơn nữa việc cung cấp hiệu quả các dịch vụ số tại Việt Nam. Chỉ số Phát triển chính phủ điện tử (EGDI) của Liên hợp quốc tổng hợp chất lượng và phạm vi của các chính phủ số về cung cấp dịch vụ trực tuyến, mức độ tham gia của người dân, hạ tầng số và năng lực con người, với các quốc gia có chỉ số phát triển hàng đầu bao gồm Đan Mạch, Hàn Quốc và E-xtô-nia. Việt Nam đã cải thiện thứ hạng trong những năm qua, nhưng vẫn chỉ xếp thứ 86 vào năm 2020 (Hình 2.16), thấp hơn Ma-lai-xia (thứ 47), Thái Lan (thứ 57) và Phi-líp-pin (thứ 77), và chỉ cao hơn một chút so với In-đô-nê-xia (thứ 88).

Việc xây dựng một nền tảng dữ liệu quốc gia và triển khai hiệu quả sẽ giúp cải thiện các dịch vụ của chính phủ thông qua việc tiếp cận thông tin, chia sẻ thông tin cho các mục đích chính sách khác nhau, bao gồm xác định đối tượng mục tiêu tốt hơn cho nhiều chương trình hỗ trợ đang triển khai của chính phủ. Kinh nghiệm triển khai hỗ trợ tài chính của chính phủ trong thời kỳ đại dịch cho thấy các chương trình cứu trợ này có thể được thiết kế tốt hơn, xác định đối tượng mục tiêu phù hợp và triển khai thực hiện tốt hơn nếu nền tảng dữ liệu quốc gia đi vào hoạt động. Do đó, cần đẩy nhanh việc xây dựng và vận hành một nền tảng dữ liệu quốc gia như vậy.

Hơn nữa, một nghị định (Nghị định 47/2020/NĐ-CP) đã được ban hành vào năm 2020, đề ra khung pháp lý về việc chia sẻ dữ liệu số giữa các cơ quan chính phủ và khu vực tư nhân. Trong khi xem xét một dự thảo nghị định về bảo vệ quyền riêng tư, chính phủ đã ban hành một nghị định mới về định danh và xác thực điện tử vào tháng 9 năm 2022. Chính phủ đã bắt đầu cải thiện các hoạt động thu thập và chia sẻ dữ liệu thông qua Nền tảng tích hợp chia sẻ dữ liệu quốc gia (NGSP). Giai đoạn đầu có sự tham gia của ba bộ ngành và bao gồm cơ sở dữ liệu đăng ký doanh nghiệp, đăng ký hộ tịch và bảo hiểm xã hội. NGSP dự kiến sẽ được mở rộng cho các bộ ngành và địa phương khác, cũng như bổ sung, tích hợp thêm cơ sở dữ liệu cho đến hết năm 2022.

Hình 2.16. Việt Nam còn dư địa để cải thiện các dịch vụ chính phủ số

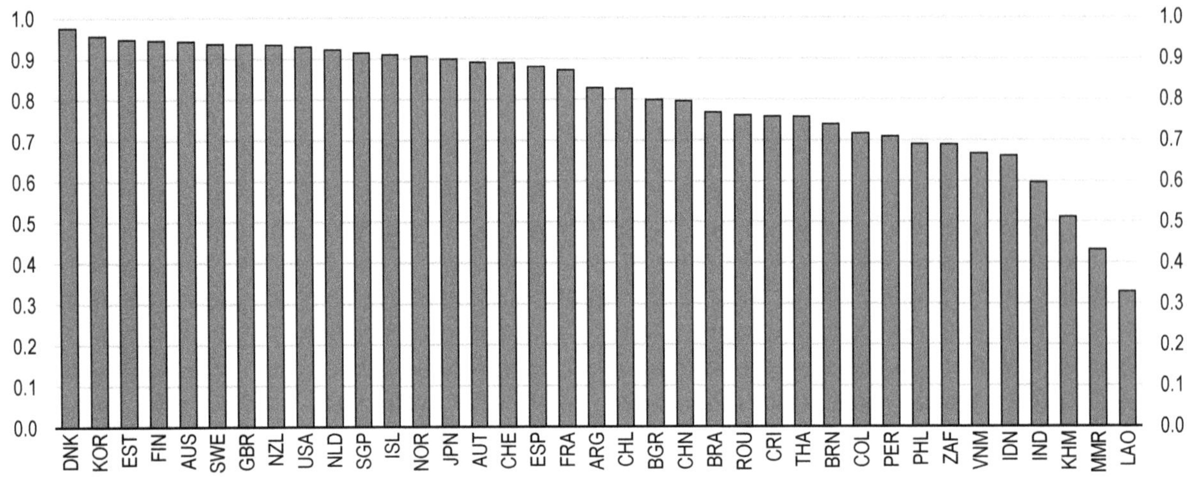

Ghi chú: DNK = Đan Mạch, KOR = Hàn Quốc, EST = Ex-tô-nia, FIN = Phần Lan, AUS = Ôx-trây-lia, SWE = Thụy Điển, GBR = Vương quốc Anh, NZL = Niu Di-lân, USA = Hoa Kỳ, NLD = Hà Lan, SGP = Xinh-ga-po, ISL = Ai-xơ-len, NOR = Na Uy, JPN = Nhật Bản, AUT = Áo, CHE = Thụy Sĩ, ESP = Tây Ban Nha, FRA = Pháp, ARG = Ác-hen-ti-na, CHL = Chi-lê, BGR = Bun-ga-ri, CHN = Trung Quốc, BRA = Bra-xin, ROU = Ru-ma-ni, CRI = Cô-xta Ri-ca, THA = Thái Lan, BRN = Bru-nây, COL = Cô-lôm-bia, PER = Pê-ru, PHL = Phi-líp-pin, ZAF = Nam Phi, VNM = Việt Nam, IDN = In-đô-nê-xia, IND = Ấn Độ, KHM = Cam-pu-chia, MMR = Mi-an-ma, LAO = CHDCND Lào. EGDI là thước đo tổng hợp ba khía cạnh quan trọng của chính phủ điện tử: cung cấp dịch vụ trực tuyến, kết nối viễn thông và năng lực con người. EGDI không được thiết kế để phản ánh mức độ phát triển của chính phủ điện tử theo nghĩa tuyệt đối; thay vào đó, EGDI hướng tới xếp hạng hiệu quả hoạt động của các chính phủ quốc gia so với nhau. Hình trên cho thấy 18 quốc gia xếp hạng cao nhất hầu hết là các nước OECD, cùng với một số quốc gia mới nổi và quốc gia ASEAN.
Nguồn: United Nations, E-Government Development Index (EGDI 2020).

StatLink https://stat.link/10fe3j

Hướng tới mục tiêu phục hồi xanh

Việt Nam đang đối mặt với thách thức to lớn, đó là vừa đạt được tăng trưởng kinh tế cao vừa phải giảm được lượng phát thải các-bon. Lượng cung ứng năng lượng ngày càng tăng vừa là nguyên nhân vừa là hệ quả của quá trình phát triển kinh tế Việt Nam trong quá khứ. Hầu hết các hộ gia đình và doanh nghiệp đều có khả năng tiếp cận đầy đủ với điện lưới. Tham gia đóng góp cùng thủy điện giờ đây còn có nhiệt điện than và điện tuabin khí, gần đây hơn còn có năng lượng tái tạo. Việc gia tăng khai thác các mỏ dầu và khí đốt ngoài khơi quy mô lớn đã làm tăng nguồn cung năng lượng trong nước và củng cố an ninh năng lượng của đất nước, đồng thời cũng tăng nguồn thu của chính phủ. Khả năng tiếp cận năng lượng giá cả phải chăng đã tạo thuận lợi mở rộng lĩnh vực giao thông vận tải và hội nhập vào chuỗi cung ứng quốc tế.

Tuy nhiên, giống như ở các nước khác, tăng trưởng kinh tế nhanh luôn đi kèm với tình trạng gia tăng phát thải khí nhà kính, góp phần gây ra biến đổi khí hậu (Bảng 2.1). Là quốc gia có lượng phát thải khí nhà kính đang gia tăng nhanh chóng, Việt Nam đang góp phần làm trầm trọng thêm các rủi ro môi trường và hiểm họa về thời tiết toàn cầu. Bản thân Việt Nam cũng phải chịu nhiều hậu quả của tình trạng nóng lên toàn cầu - như mực nước biển dâng, lũ lụt và nắng nóng gay gắt - có thể đe dọa phát triển kinh tế xã hội trong tương lai. Do đó, chính phủ đã thực hiện các cam kết giảm dần lượng khí thải gây hiệu ứng nhà kính cho Việt Nam. Tại COP26 vào tháng 10 năm 2021, Thủ tướng Việt Nam đã công bố cam kết của Việt Nam về đạt được mức phát thải ròng bằng không vào năm 2050.

Việc hướng tới một nền kinh tế các-bon thấp có thể cải thiện phúc lợi cho người dân, kích thích đổi mới - sáng tạo và làm cho nền kinh tế có khả năng chống chịu tốt hơn trước các cú sốc năng lượng, trong khi đây chính là những động lực quan trọng của tăng trưởng kinh tế. Tuy nhiên, thực hiện mục tiêu này sẽ đòi hỏi phải có các biện pháp chính sách trên diện rộng, có thể thay đổi hoàn toàn cách mọi người làm việc và sinh hoạt. Việc chuyển đổi này đòi hỏi phải có các nguồn lực tài chính, cũng như một chương trình hành động toàn diện của chính phủ nhằm vạch ra lộ trình thực hiện. Quá trình giải trừ các-bon cũng cần đảm bảo công bằng, cân bằng giữa nhu cầu giảm phát thải các-bon với khát vọng ngày càng lớn về thịnh vượng kinh tế và giúp đỡ những người có thể bị ảnh hưởng tiêu cực từ việc chuyển đổi này. Phần này trước tiên thảo luận về các xu hướng phát thải khí nhà kính và các chính sách được đưa ra nhằm giảm thiểu tác động và thích ứng với biến đổi khí hậu. Tình hình phát triển của các ngành sản xuất điện, nông nghiệp và giao thông sau đó sẽ được xem xét trong phần thứ hai.

Bảng 2.1. Kết quả kiểm kê quốc gia khí nhà kính các năm 2010, 2014 và 2016

Mã IPCC 2006	Ngành/lĩnh vực	2010	2014	2016
Tổng lượng phát thải ròng, ktCO2e		**264 210.67**	**278 659.70**	**316 734.96**
1	Năng lượng	151 879.06	175 540.20	205 832.20
2	Quá trình công nghiệp và sử dụng sản phẩm (IPPU)	25 844.05	38 732.71	46 094.64
3	Nông nghiệp, lâm nghiệp và sử dụng đất khác (AFOLU)	68 710.81	44 997.92	44 069.74
4	Chất thải	17 776.74	19 388.87	20 738.38

Nguồn: (Ministry of Natural Resources and Environment, 2020[47]).

Việt Nam có nguy cơ bị ảnh hưởng nghiêm trọng từ các hiện tượng thời tiết cực đoan

Đối với các nền kinh tế thị trường mới nổi, biến đổi khí hậu có nguy cơ làm ảnh hưởng đến những nỗ lực đạt tới mức thu nhập cao hơn và cuộc chiến chống đói nghèo. Lũ lụt, mực nước biển dâng và các hiện tượng thời tiết cực đoan khiến nhiều cơ sở sản xuất và cơ sở hạ tầng giao thông có nguy cơ bị gián đoạn nghiêm trọng. Các hiện tượng nắng nóng cực đoan có thể khiến cho điều kiện làm việc trở nên có hại cho sức khỏe và làm giảm năng suất của người lao động. Biến đổi khí hậu cũng tạo ra rủi ro cho sự ổn định tài chính của các nền kinh tế thị trường mới nổi và cho sự bền vững tài khóa. Đứng trước nhiều rủi ro và khả năng tác động đến tài khóa quốc gia, chênh lệch lợi suất trái phiếu chính phủ đã tăng lên đối với nhiều người đi vay ở thị trường mới nổi đối mặt với rủi ro khí hậu (Beirne, Renzhi and Volz, 2021[48]).

Theo Chỉ số dễ bị tổn thương do biến đổi khí hậu, Việt Nam được coi là một trong 30 "quốc gia có nguy cơ cao nhất" trên thế giới. Trong số các nước châu Á, Việt Nam có tỷ lệ rủi ro cao về điều kiện khí hậu cực đoan (Hình 2.17). Những trận lũ lụt thảm khốc gần đây và các cơn bão liên tiếp đã nhấn mạnh sự cần thiết phải chuẩn bị cho các hiện tượng thời tiết cực đoan. Những cộng đồng dễ bị tổn thương ở các khu vực ven biển, nông thôn và miền núi cần được bảo vệ trước tình trạng gián đoạn quy mô lớn như vậy. Đặc biệt, việc tăng cường khả năng chống chịu của cơ sở hạ tầng giao thông sẽ thúc đẩy tính bền vững của tăng trưởng kinh tế và tạo ra những lợi ích xã hội to lớn.

Hình 2.17. Việt Nam có nguy cơ đối mặt với các hiểm họa khí hậu

Nguy cơ và khả năng rủi ro từ khí hậu, điểm chỉ số từ 0 (tốt nhất) tới 10 (tệ nhất), 2022

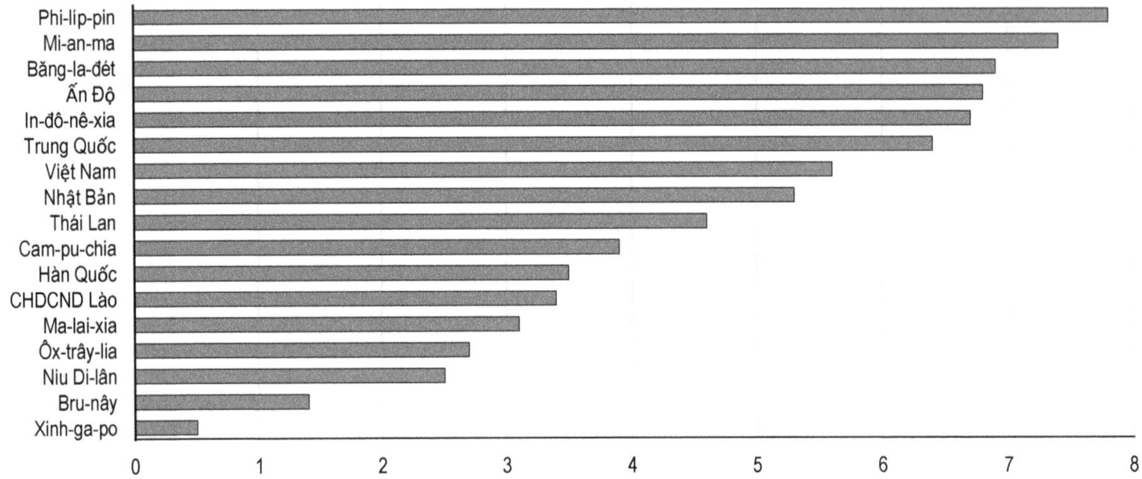

Ghi chú: INFORM Risk là công cụ đánh giá rủi ro đa nguy cơ toàn cầu kết hợp các chỉ báo mối nguy cơ, khả năng rủi ro, mức độ dễ bị tổn thương và thiếu năng lực ứng phó, với mục đích định lượng rủi ro về khủng hoảng nhân đạo. Khía cạnh mối nguy cơ & khả năng rủi ro phản ánh xác suất rủi ro vật lý liên quan đến các mối nguy cụ thể. Để biết thêm chi tiết, xem Nguồn.
Nguồn: INFORM, INFORM Risk Index 2022 (https://drmkc.jrc.ec.europa.eu/inform-index).

StatLink https://stat.link/gus7d1

Các thành phố ven biển đông dân cư phải đối mặt với rủi ro mực nước biển dâng và bão lốc nhiệt đới có cường độ mạnh lên, trong khi các khu vực nội địa sẽ phải đối phó với các điều kiện biến đổi khí hậu lớn hơn dẫn đến hạn hán và lũ lụt (World Bank Group and Asian Development Bank, 2021[49]). Nhiệt độ tăng cao sẽ làm tăng gánh nặng kinh tế, từ nguy cơ sức khỏe đến hóa đơn tiền điện cao hơn. Việt Nam đã phải đối mặt với các vấn đề môi trường nghiêm trọng liên quan đến biến đổi khí hậu và ô nhiễm không khí cục bộ. Hạn hán và bão lớn đã xảy ra thường xuyên và nghiêm trọng hơn. Năm 2020, Việt Nam đã phải hứng chịu 14 cơn bão và một số đợt áp thấp, gây ra lũ lụt và sạt lở đất nặng nề. Các hình thức thiên tai như bão, lũ lụt và hạn hán đã gây ra những thiệt hại to lớn.

Đồng bằng sông Cửu Long và Đồng bằng sông Hồng đã bị ảnh hưởng của hiện tượng xâm nhập mặn, đe dọa năng suất nông nghiệp và góp phần làm gia tăng tình trạng đói nghèo vùng nông thôn. Mực nước biển dâng 1 mét có thể ảnh hưởng đến trên 4% hệ thống đường sắt, 9% hệ thống quốc lộ và 12% hệ thống tỉnh lộ (World Bank Group and Asian Development Bank, 2021[49]). Các trung tâm đô thị lớn ở vùng trũng thấp như Hà Nội và Thành phố Hồ Chí Minh phải đối mặt với những thách thức lớn về biến đổi khí hậu. Cả hai thành phố này cũng nằm trong số những khu vực đô thị chịu mức đe dọa cao nhất trên thế giới về sốc nhiệt. Thành phố Hồ Chí Minh là nơi thường xuyên bị ngập lụt. Xu hướng này có thể sẽ gia tăng, làm gia tăng chi phí liên quan đến phòng chống lũ lụt và các hoạt động thu dọn sau mưa lũ.

Trong bối cảnh đó, chính phủ đã và đang triển khai một số biện pháp để thích ứng và giảm nhẹ tác động khí hậu. Năm 2011, Chiến lược quốc gia về biến đổi khí hậu đầu tiên đã được thông qua, tiếp theo đó là một Kế hoạch hành động thiết lập các chỉ tiêu và khung thời gian. Đã có nhiều nỗ lực để ứng phó với các tác động tiêu cực của biến đổi khí hậu như áp dụng các công nghệ canh tác mới và giống cây trồng mới chịu hạn và chịu mặn cho các vùng bị ảnh hưởng nặng nề bởi hạn hán hoặc nước biển dâng và xâm nhập mặn. Các quy định về sử dụng đất cũng đã được sửa đổi cùng với quy hoạch phát triển vùng, phát triển không gian có tính đến rủi ro khí hậu. Tuy nhiên, việc thực hiện Chiến lược quốc gia về biến đổi khí hậu đầu tiên này cũng bộc lộ nhiều hạn chế, cản trở việc hoàn thành Chiến lược một cách thành công, như thiếu nguồn lực tài chính, sự phối hợp chưa thực sự hiệu quả giữa các cơ quan chính phủ khác nhau và các quy định không nhất quán. Do vậy, chỉ đạt được 9 trong số 18 chỉ tiêu vào cuối năm 2020.

Phát thải khí nhà kính đang tăng nhanh

Việt Nam ngày càng sử dụng nhiều nhiên liệu hóa thạch để đáp ứng nhu cầu năng lượng đang tăng nhanh. Lượng phát thải CO_2 đã tăng với tốc độ nhanh là 7.9% hàng năm kể từ năm 2005, nhanh hơn tỷ lệ tăng GDP thực tế (7% mỗi năm; Hình 2.18, Biểu đồ A). Mặc dù sự hội nhập của Việt Nam vào chuỗi cung ứng toàn cầu đã góp phần làm tăng lượng khí thải, đặc biệt là hàng hóa xuất khẩu của các doanh nghiệp nước ngoài tăng nhanh (Borga et al., 2022[50]), song nhu cầu trong nước cũng đóng góp lớn vào sự gia tăng lượng khí thải (Hình 2.18, Biểu đồ B). Việc gia tăng sử dụng nhiên liệu hóa thạch và hiệu quả sử dụng năng lượng kém đã khiến Việt Nam trở thành một trong những nền kinh tế đậm dấu chân các-bon nhất trên thế giới. Việt Nam hiện thải ra nhiều các-bon đi-ô-xít trên một đơn vị GDP (theo PPP) hơn so với các nước cùng khu vực ở Đông Nam Á, chẳng hạn như Ma-lai-xia, Thái Lan, Xinh-ga-po và In-đô-nê-xia (Hình 2.19). Cộng thêm các loại khí nhà kính (KNK) khác như mêtan và nitơ ôxit, lượng phát thải KNK của Việt Nam đạt 369 triệu tấn đương lượng CO_2 vào năm 2018, chủ yếu đến từ các lĩnh vực năng lượng (29.6%), nông nghiệp (19.2%), sản xuất (17%) và giao thông (9.8%). Trong bối cảnh này, việc thông qua Chiến lược quốc gia về Tăng trưởng xanh vào năm 2021 là một bước đi quan trọng. Chiến lược này nhằm mục tiêu giảm cường độ phát thải KNK ít nhất là 15% vào năm 2030 và 30% vào năm 2050 so với mức của năm 2014.

Hình 2.18. Tăng trưởng GDP đã trở nên đậm dấu chân các-bon hơn

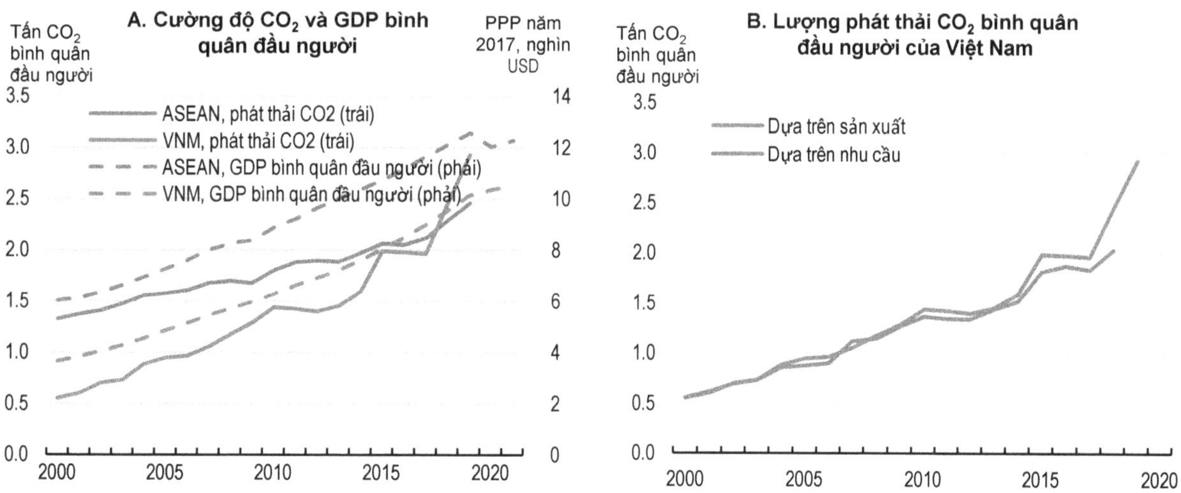

Ghi chú: Cường độ phát thải CO_2 liên quan đến năng lượng được biểu thị bằng tấn CO_2 bình quân đầu người. Số liệu trong Biểu đồ A đề cập đến phát thải trong lĩnh vực sản xuất.
Nguồn: OECD, Green Growth Indicators database; World Bank, World Development Indicators database.

StatLink https://stat.link/h7t0bg

Hình 2.19. Cường độ phát thải của Việt Nam cao hơn các nước cùng trình độ

Lượng khí thải CO_2 trên một đơn vị GDP tính theo USD bằng PPP, năm 2020 hoặc năm gần nhất có dữ liệu

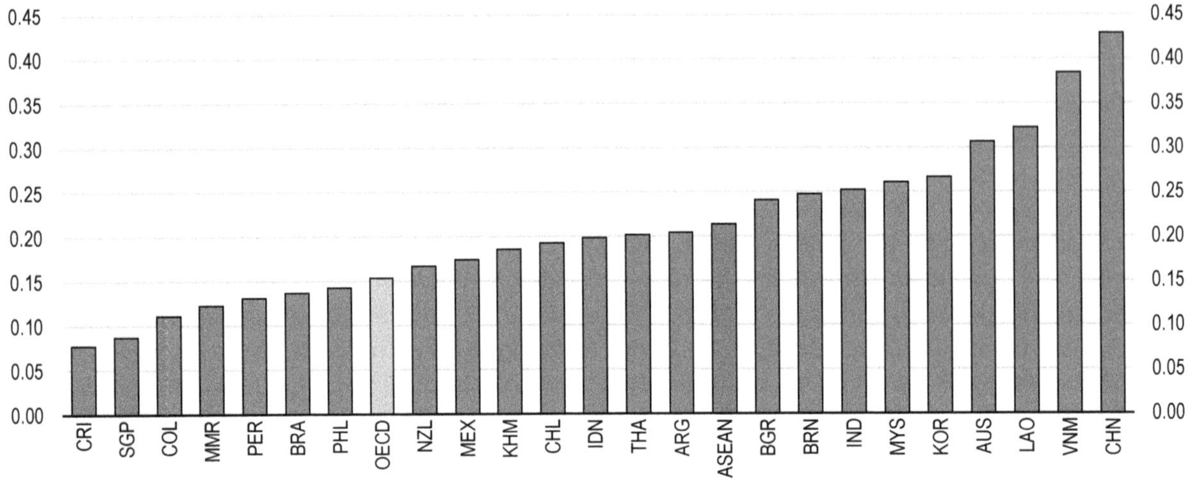

Ghi chú: CRI = Cô-xta Ri-ca, SGP = Xinh-ga-po, COL = Cô-lôm-bia, MMR = Mi-an-ma, PER = Pê-ru, BRA = Bra-xin, PHL = Phi-líp-pin, NZL = Niu Di-lân, MEX = Mê-hi-cô, KHM = Cam-pu-chia, CHL = Chi-lê, IDN = In-đô-nê-xia, THA = Thái Lan, ARG = Ác-hen-ti-na, BGR = Bun-ga-ri, BRN = Bru-nây, IND = Ấn Độ, MYS = Ma-lai-xia, KOR = Hàn Quốc, AUS = Ôx-trây-lia, LAO = CHDCND Lào, VNM = Việt Nam, CHN = Trung Quốc.
Nguồn: OECD, Green Growth Indicators database.

StatLink https://stat.link/sao74p

Việt Nam đặt mục tiêu phát thải khí nhà kính ròng bằng không vào năm 2050

Việt Nam đã theo đuổi một chiến lược khí hậu đáng hoan nghênh để trung hòa sự gia tăng lượng phát thải khí nhà kính ở mức cao trong quá khứ. Mục tiêu chung là đạt được sự thịnh vượng về kinh tế, bền vững về môi trường và công bằng xã hội, qua đó góp phần thiết thực vào mục tiêu giảm trừ sự nóng lên toàn cầu. Để thực hiện chiến lược này, năm 2012, Chính phủ đã thành lập Ủy ban quốc gia về Biến đổi khí hậu do Thủ tướng Chính phủ làm Chủ tịch và bao gồm Bộ trưởng các bộ chủ chốt, chịu trách nhiệm giám sát việc triển khai nhiều chương trình khí hậu khác nhau. Ngoài ra, Hội đồng tư vấn của Ủy ban quốc gia về Biến đổi khí hậu của Việt Nam (VPCC) được thành lập năm 2015 nhằm tư vấn cho Chính phủ về chính sách và khoa học.

Tại Hội nghị lần thứ 26 Các bên tham gia Công ước khung của Liên hợp quốc về Biến đổi khí hậu (COP26) diễn ra tại Glasgow, Thủ tướng Chính phủ Việt Nam chính thức công bố cam kết của Việt Nam đạt mức phát thải ròng bằng không vào năm 2050. Vào tháng 7 năm 2022, Thủ tướng Chính phủ đã ban hành Chiến lược quốc gia về Biến đổi khí hậu (NCCS) đến năm 2050. Mục tiêu quan trọng tạm thời là giảm tổng lượng phát thải khí nhà kính (KNK) quốc gia xuống 43.1% vào cuối thập kỷ, so với kịch bản phát triển thông thường dự kiến (BAU) của chính phủ. Chính phủ dự trù lượng khí thải sẽ đạt đỉnh vào năm 2035 (Hình 2.20). Để đạt được mục tiêu này, Việt Nam có kế hoạch chuyển dần khỏi sử dụng than: không phát triển dự án nhiệt điện than mới sau năm 2030 và giảm quy mô nhiệt điện than sau năm 2035. Việt Nam cũng sẽ xem xét phát triển các nhà máy điện hạt nhân sau năm 2035 nếu đáp ứng các điều kiện về công nghệ tiên tiến và an toàn. Việc thực hiện đầy đủ chiến lược này sẽ làm giảm tỷ trọng nhiệt điện than trong sản xuất điện từ 50% hiện nay xuống còn 9.6% vào năm 2040. Để giải quyết vấn đề về khả năng gián đoạn vốn có của năng lượng tái tạo, chính phủ sẽ khuyến khích tư nhân đầu tư vào những công nghệ tích hợp như tích năng lượng ắc-quy, thủy điện tích năng bơm, tích trữ nhiệt và lưới điện thông minh nhằm đảm bảo mức độ ổn định cao và tích hợp năng lượng tái tạo vào lưới điện. Chính phủ cũng đang hướng tới việc cải thiện hiệu quả sử dụng năng lượng, chẳng hạn như bằng cách giảm nhu cầu làm mát trong các tòa nhà thông qua việc thực hiện các tiêu chuẩn và quy định về nâng cao hiệu suất tiết kiệm năng lượng của các tòa nhà. Việc chuyển đổi từ vận tải hành khách cá nhân sang vận tải công cộng sẽ được tạo thuận lợi thông qua đầu tư vào cả cơ sở hạ tầng đường sắt nội đô và đường sắt liên thành phố.

Việc hiện thực hóa tầm nhìn chiến lược đầy tham vọng này là một thách thức to lớn đối với Việt Nam. Dựa trên những bài học kinh nghiệm từ Chiến lược đầu tiên cho giai đoạn 2011-2022, chẳng hạn như thiếu sự phối hợp hiệu quả bên trong chính phủ, điều này sẽ đòi hỏi một nỗ lực được điều phối hiệu quả trên nhiều mặt trong một thời gian ngắn. Cần xây dựng một lộ trình rõ ràng, quy định cụ thể các nhiệm vụ, trách nhiệm và khung thời gian. Lộ trình này cũng cần được củng cố bằng các nguồn lực con người, tài chính và thể chế thỏa đáng để bảo đảm việc thực hiện suôn sẻ. Ngoài ra, một số lĩnh vực vẫn chưa được đề cập đầy đủ trong Chiến lược. Nhận thức về các tác động xã hội tiềm tàng của quá trình chuyển đổi xanh còn yếu (xem bên dưới) và việc thúc đẩy đầu tư cho nghiên cứu và phát triển và phát triển nguồn nhân lực – hiện đều đang ở mức thấp. Đây là những vấn đề đòi hỏi những cải cách thể chế đáng kể mà hiện chưa được thảo luận. Chính phủ nên đề cập chi tiết những vấn đề này trong một Kế hoạch Hành động mới dựa trên Chiến lược mới này.

Hình 2.20. Việt Nam có kế hoạch giảm phát thải khí nhà kính ròng xuống còn 0 vào năm 2050

Tổng lượng phát thải khí nhà kính, triệu tấn CO_2 tương đương

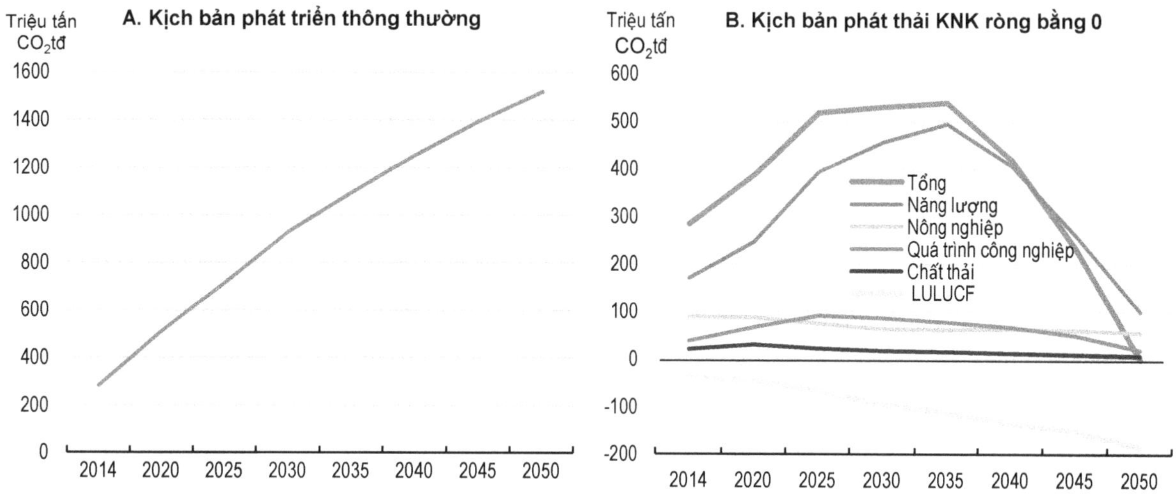

Ghi chú: Kịch bản nền (BAU) được xây dựng dựa bản Đóng góp do quốc gia tự quyết định (NDC) mới nhất. Biểu hình B dựa trên kịch bản mới nhất của chính phủ về phát thải KNK ròng vào năm 2050 và đóng góp theo ngành/lĩnh vực. LULUCF = Sử dụng đất, thay đổi sử dụng đất và lâm nghiệp.
Nguồn: Bản cập nhật Đóng góp do quốc gia tự quyết định (NDC của Việt Nam), 2020; Bộ Tài nguyên và Môi trường.

StatLink https://stat.link/en6pwd

Để đạt được trung hòa các-bon trong vòng chưa đầy 30 năm sẽ đòi hỏi phải có các khoản đầu tư lớn vào hạ tầng cơ bản phát thải thấp và kỹ năng xanh. Là thị trường mới nổi phát triển nhanh, Việt Nam sẽ phải đối mặt với thách thức kép là thay thế một phần đáng kể lượng hạ tầng cơ bản - chẳng hạn như các nhà máy phát điện và ô tô động cơ đốt có lượng thải các-bon cao - và đồng thời đáp ứng mức tăng nhanh nhu cầu đối với các sản phẩm như điện và phương tiện giao thông. Trong nông nghiệp, sẽ cần phải đẩy nhanh những thay đổi mang tính hệ thống trong kỹ thuật canh tác, mà hiện hoạt động sản xuất lúa gạo phát thải mêtan cao đang chiếm ưu thế. Những thay đổi lớn như vậy có thể gây xáo trộn vì chúng đòi hỏi phải phân bổ lại lao động và vốn từ hoạt động phát thải cao sang hoạt động phát thải thấp. Tuy nhiên, kinh nghiệm của những quốc gia đã cắt giảm được lượng phát thải KNK lớn cho thấy rằng, khi có những công cụ chính sách phù hợp, việc thay đổi này có thể được thực hiện mà không làm tổn hại đến tăng trưởng kinh tế và vẫn duy trì được khả năng toàn dụng lao động (OECD, 2021[51]). Một số nhóm dân cư sẽ phải đối mặt với sự xáo trộn trong quá trình chuyển dịch năng lượng, chẳng hạn như công nhân trong các ngành công nghiệp sử dụng nhiên liệu hóa thạch, nhưng các chương trình đào tạo có thể đảm bảo cung cấp cho họ các kỹ năng mới để chuyển đổi công việc sang các lĩnh vực khác.

Để có một quá trình chuyển đổi suôn sẻ và thành công theo hướng giải trừ các-bon, nghiên cứu và phát triển (R&D) cùng với đổi mới - sáng tạo cũng sẽ đóng một vai trò quan trọng. Việt Nam đã triển khai một số biện pháp chính sách để hỗ trợ nghiên cứu và phát triển và đổi mới - sáng tạo trong tiêu dùng và sản xuất xanh và bền vững. Trong Chương trình hành động về sản xuất và tiêu dùng bền vững giai đoạn 2021-2030 mới ra đời (Quyết định 889/QĐ-CP ban hành vào tháng 6 năm 2020), Chính phủ đặt mục tiêu thiết kế các công cụ chính sách để khuyến khích phát triển các ngành công nghiệp xanh và sản phẩm thân thiện với môi trường, nhằm hỗ trợ các doanh nghiệp tham gia vào các chuỗi giá trị bền vững, thúc đẩy kinh tế tuần hoàn và hỗ trợ các hoạt động nghiên cứu và phát triển cho sản xuất và tiêu dùng bền vững, bao gồm cả các hoạt động phối hợp với đối tác quốc tế. Đây là một bước đi đáng hoan nghênh, nhưng điều quan trọng là phải thúc đẩy việc triển khai thực tế các ý tưởng chính sách này, chẳng hạn như thông qua trợ cấp của chính phủ cho các hoạt động nghiên cứu và phát triển.

Có nhiều nguồn tài trợ để đạt được mục tiêu phát thải KNK ròng bằng không

Một lộ trình bền vững sẽ đòi phải đầu tư trước mạnh mẽ vào các nguồn năng lượng tái tạo, với cơ chế khuyến khích đến từ các tín hiệu giá như giá các-bon và giấy phép phát thải có thể giao dịch (xem bên dưới); đầu tư công lớn, đặc biệt là vào giao thông công cộng, trạm sạc và lưới truyền tải điện; và mở rộng thị trường hơn nữa cho các nhà cung cấp tư nhân, coi đây như một cách để đẩy nhanh việc áp dụng các công nghệ đổi mới tiết kiệm năng lượng và có mức phát thải các-bon thấp. Để đạt được mục tiêu phát thải ròng bằng không vào năm 2050 sẽ đòi hỏi phải có các khoản đầu tư lớn từ phía nhà nước và tư nhân để tăng tỷ trọng năng lượng tái tạo - hiện chỉ chiếm một phần ba tổng sản lượng điện. Yêu cầu cũng bao gồm việc xây dựng các nhà máy điện mới sử dụng các nguồn năng lượng như mặt trời, gió, sinh khối và thủy điện để thay thế than, khí đốt và dầu. Việc chuyển đổi sang điện có mức phát thải bằng không như vậy sẽ rất tốn kém. Sẽ cần phải đầu tư bổ sung 81 tỷ USD trong giai đoạn 2022-2040 (1.5% GDP mỗi năm) (World Bank, 2022[52]). Con số này chiếm 1/5 tổng vốn đầu tư bổ sung cần thiết cho các chính sách về biến đổi khí hậu, bao gồm các biện pháp thích ứng (254 tỷ USD) và các chương trình xã hội (33 tỷ USD). Kịch bản này không xem xét các công nghệ mới như thu giữ và lưu trữ các-bon và hydro xanh, là những công nghệ hiện vẫn còn đắt tiền và sẽ dẫn đến chi phí đầu tư đội lên cao hơn nữa. Tương tự, sẽ cần phải có các khoản đầu tư lớn cho việc giảm lượng phát thải các-bon của các lĩnh vực giao thông, nhà ở, sản xuất và nông nghiệp.

Do đó, chuyển đổi sang tăng trưởng xanh đòi hỏi một lượng vốn lớn để tài trợ cho các mục đầu tư cần thiết. Cũng sẽ cần nguồn tài chính không nhỏ để tạo điều kiện cho việc phân bổ lại lực lượng lao động từ hoạt động các-bon cao sang các hoạt động các-bon thấp. Hộ gia đình và doanh nghiệp sẽ cần được giúp đỡ trong quá trình chuyển đổi, vì ban đầu họ sẽ phải đối mặt với giá năng lượng cao hơn cũng như sẽ cần mua xe mới và nâng cấp thiết bị nhà ở. Xét mức trần nợ công (60% GDP) và nhu cầu chi tiêu bổ sung cho xã hội già hóa, sẽ có nhiều hạn chế về dư địa tài chính để chính phủ tài trợ cho hoạt động chuyển dịch năng lượng. Nguồn tài chính của khu vực ngân hàng cũng bị hạn chế, do mục đích cho vay vốn ngắn hạn nhiều khả năng không phù hợp với các mục tiêu tài trợ dài hạn. Do đó, nguồn vốn sẽ cần được thu hút từ khu vực thị trường vốn, nhà đầu tư tư nhân và vay từ các tổ chức đa phương.

Doanh nghiệp nhà nước và tập đoàn tư nhân lớn trong nước được xếp hạng tín nhiệm tích cực có thể thu hút sự chú ý của các bên tham gia thị trường vốn và huy động nguồn vốn cần thiết cho nhu cầu đầu tư của doanh nghiệp mình: Tập đoàn Điện lực Việt Nam đã được Fitch Ratings xếp hạng nợ dài hạn BB, với triển vọng tích cực được khẳng định vào tháng 9 năm 2021. Tuy nhiên, sự tham gia của chính phủ vào thị trường năng lượng, chẳng hạn như quyết định hành chính liên quan đến giá bán lẻ điện và xăng, có thể có tác động tiêu cực đến sức khỏe tài chính của các doanh nghiệp nhà nước và do đó làm giảm sự quan tâm của nhà đầu tư.

Hệ thống ngân hàng của Việt Nam đang đóng vai trò ngày càng lớn trong chuyển đổi xanh. Các tổ chức tín dụng đã tăng dư nợ tín dụng cho đầu tư xanh ở mức 25%/năm trong giai đoạn 2017-2021, đạt 443 nghìn tỷ đồng vào năm 2021 (5.2% GDP). Các ngân hàng thương mại tại Việt Nam cũng cho vay thực hiện các dự án năng lượng tái tạo. Ví dụ, Ngân hàng Nhà nước Việt Nam đã có chỉ thị về "Đẩy mạnh tăng trưởng tín dụng xanh" vào năm 2015, tiếp theo là "Kế hoạch hành động của ngành ngân hàng" để thực hiện "Chiến lược quốc gia về Tăng trưởng xanh" đến năm 2020. Ngân hàng Phát triển Việt Nam cấp vốn cho một dự án thủy điện nhỏ 40.7 MW với Tập đoàn Asiatic Group Holdings.

Mục tiêu mở rộng tín dụng hơn nữa sẽ được tạo thuận lợi bằng việc quy định rõ hệ thống phân loại xác định các hoạt động được cơ quan chức năng coi là thân thiện với khí hậu. Hiện tại, không giống như Ma-lai-xia và In-đô-nê-xia, Việt Nam vẫn chưa ban hành hệ thống phân loại riêng cũng như chưa dựa nhiều vào các định nghĩa quốc tế về đầu tư xanh (Hộp 2.2). Tuy nhiên, việc soạn thảo để ban hành một hệ thống phân loại xanh như vậy hiện đang được tiến hành. Áp dụng hệ thống phân loại như vậy sẽ mang đến sự rõ ràng cho các nhà đầu tư liên quan đến ưu tiên khí hậu của chính phủ. Ngoài việc mang đến sự rõ ràng cho các ngân hàng, phương pháp phân loại này cũng sẽ khuyến khích đầu tư xanh từ các nhà đầu tư tổ chức như bảo hiểm nhân thọ và quỹ hưu trí và qua đó tạo thuận lợi cho việc cấp vốn cho các hoạt động đầu tư lớn trong lĩnh vực các-bon thấp của tư nhân, là những yếu tố cần thiết để đưa lượng phát thải KNK vào lộ trình giảm trừ nhanh. Tuy nhiên, áp lực ngày càng tăng đối với các ngân hàng về việc phải áp dụng các yêu cầu của Basel II về tỷ lệ an toàn vốn sẽ hạn chế mức độ cấp vốn ngân hàng cho hoạt động chuyển dịch năng lượng. Về vấn đề này, Bộ Tài nguyên và Môi trường hiện đang xây dựng dự thảo Quyết định về các tiêu chí và việc chứng nhận các khoản đầu tư được tài trợ từ nguồn tín dụng xanh hoặc trái phiếu xanh, dự kiến sẽ trình lên Thủ tướng Chính phủ vào năm 2022. Đây sẽ là một bước đi quan trọng.

Ngoài việc mở rộng quy mô cấp vốn cho hoạt động đầu tư xanh, các tổ chức tín dụng của Việt Nam nên giảm dần mức độ tài trợ những khách hàng vay có mức phát thải các-bon cao, chẳng hạn như các nhà máy nhiệt điện than hoặc các cơ sở sản xuất phát thải nhiều các-bon. Những khách hàng vay như vậy đã trở nên rủi ro hơn trên khắp thế giới và gặp khó khăn trong việc thu hút nguồn vốn, vì các nhà đầu tư đang nỗ lực cải thiện điểm ESG và giảm danh mục cho vay của họ trong các lĩnh vực này. Những khách hàng vay phát thải nhiều các-bon này cũng cần sự hỗ trợ từ các tổ chức tín dụng để đảm bảo chuyển dịch năng lượng suôn sẻ. Các tổ chức tín dụng của Việt Nam cũng đang phải đối mặt với những rủi ro vật chất liên quan đến thiệt hại trực tiếp do Việt Nam là quốc gia dễ bị tổn thương trước các hiện tượng thời tiết khắc nghiệt (như đã nêu ở trên) và rủi ro chuyển đổi có thể xảy ra khi chuyển sang nền kinh tế ít phát thải các-bon hơn. Nhận thức của các tổ chức tín dụng đã thay đổi rõ rệt trong việc thực hiện đánh giá rủi ro xã hội và môi trường khi cấp tín dụng. Tính đến cuối năm 2021, 17.7% tổng dư nợ được các tổ chức tín dụng đánh giá liên quan tới rủi ro xã hội và môi trường. Một bước nữa sẽ là cơ quan giám sát ngân hàng tiến hành các bài kiểm tra căng thẳng rủi ro khí hậu đối với các tổ chức tín dụng, với nhiều kịch bản khác nhau về các chính sách khí hậu và sự gia tăng nhiệt độ, như được thực hiện ở một tổ chức như Ngân hàng Trung ương Châu Âu và Ngân hàng Anh và cũng được Cục Dự trữ Liên bang Hoa Kỳ đưa vào xem xét. Việc tham gia Mạng lưới Xanh hóa hệ thống tài chính sẽ giúp ngân hàng trung ương và các cơ quan giám sát tiếp cận với các kinh nghiệm tốt nhất trong lĩnh vực này.

Hộp 2.2. Hệ thống phân loại xác định các hoạt động xanh

Sau Thỏa thuận Paris và thảo luận tại COP26, nỗ lực giải trừ các-bon ngày càng trở nên quan trọng đối với các chính phủ, các công ty tư nhân và thị trường tài chính. Để tạo thuận lợi cho những nỗ lực này, các quốc gia khắp thế giới đã và đang tiến hành nhiều công việc nhằm xác định định nghĩa thích hợp xác định hoạt động kinh tế có thể được coi là bền vững về môi trường. Mục tiêu của hệ thống phân loại như vậy là tạo cơ chế bảo đảm cho các nhà đầu tư, bảo vệ các nhà đầu tư tư nhân khỏi tình trạng "bôi xanh" các dự án, giúp các công ty trở nên thân thiện hơn với khí hậu, giảm thiểu tình trạng phân mảnh của thị trường và giúp chuyển đầu tư vào những lĩnh vực cần đầu tư nhất. Ví dụ, trái phiếu có thể được coi là "trái phiếu xanh" nếu số tiền thu được được đầu tư vào các hoạt động nằm trong hệ thống phân loại.

Việt Nam vẫn chưa triển khai hệ thống phân loại chính thức về tài chính xanh. Ngân hàng Nhà nước Việt Nam xem xét nhóm hoạt động sau đây trong số liệu thống kê về tài chính xanh, nhưng không thực thi các biện pháp quản lý liên quan: nông nghiệp xanh; lâm nghiệp bền vững; công nghiệp xanh; năng lượng tái tạo, năng lượng xanh; tái chế và tái sử dụng tài nguyên; xử lý chất thải và ngăn ngừa ô nhiễm; bảo vệ môi trường, phục hồi sinh thái và phòng chống thiên tai; quản lý nước bền vững ở đô thị và nông thôn; công trình xanh; giao thông bền vững; cung cấp dịch vụ thân thiện với môi trường và tiết kiệm năng lượng; các lĩnh vực xanh khác.

Hệ thống phân loại EU được coi là nỗ lực tiên tiến nhất trong việc thống nhất danh sách các hoạt động bền vững về môi trường. Quy chế hệ thống phân loại EU được công bố vào tháng 6 năm 2020 và các đạo luật ủy quyền được ban hành vào tháng 12 năm 2021, tháng 1 năm 2022 và tháng 2 năm 2022. Quy chế lập sáu mục tiêu môi trường: giảm thiểu biến đổi khí hậu; thích ứng với biến đổi khí hậu; sử dụng bền vững và bảo vệ tài nguyên nước và biển; chuyển đổi sang kinh tế tuần hoàn; phòng ngừa và kiểm soát ô nhiễm; và bảo vệ và phục hồi đa dạng sinh học và hệ sinh thái. Để đủ điều kiện bền vững về môi trường theo hệ thống phân loại này, một hoạt động kinh tế phải đóng góp đáng kể vào ít nhất một trong sáu mục tiêu môi trường, đồng thời không gây hại đáng kể cho bất kỳ mục tiêu nào trong số đó (OECD, 2021[53]). Việc sử dụng khí đốt tự nhiên và các hoạt động hạt nhân cũng được bao gồm trong hệ thống phân loại này, với các điều kiện nghiêm ngặt và rõ ràng như mô tả rõ ràng các hoạt động chuyển đổi có đóng góp rõ ràng vào việc chuyển đổi từ nhiệt điện than sang năng lượng tái tạo. Vương quốc Anh đang xem xét hệ thống phân loại EU và đang nghiên cứu điều chỉnh cho phù hợp với điều kiện cụ thể của Vương quốc Anh.

Vào tháng 4 năm 2021, Ma-lai-xia đã công bố hệ thống phân loại bền vững tập trung vào khí hậu quốc gia cho lĩnh vực tài chính mang tên chính thức là Hệ thống phân loại dựa trên Nguyên tắc và Biến đổi khí hậu (CCPT). CCPT đề ra năm nguyên tắc hướng dẫn nhằm giúp các tổ chức tài chính đánh giá và phân loại các hoạt động kinh tế theo mức độ đáp ứng các mục tiêu khí hậu và thúc đẩy chuyển đổi sang kinh tế các-bon thấp. Hoạt động đủ điều kiện theo hệ thống phân loại này nếu chúng liên quan đến a) giảm thiểu biến đổi khí hậu, b) thích ứng với biến đổi khí hậu, c) nếu chúng không gây hại đáng kể cho môi trường và d) nếu chúng cung cấp các biện pháp khắc phục hậu quả cho việc chuyển đổi. Hệ thống phân loại này cũng xác định các hoạt động bị nghiêm cấm rõ ràng như phá rừng bất hợp pháp, quản lý chất thải bất hợp pháp và sử dụng lửa để khai quang mặt bằng. Ngoài các hoạt động bị nghiêm cấm nêu trên, hệ thống phân loại này không loại trừ rõ ràng các hoạt động không bền vững, chẳng hạn như đồn điền dầu cọ, nhưng quy định hoạt động này phải tuân theo các điều kiện nghiêm ngặt và minh bạch như xác minh độc lập.

In-đô-nê-xia triển khai hệ thống phân loại xanh của nước này vào tháng 1 năm 2022. Hệ thống phân loại này bao gồm một danh sách phân loại các hoạt động kinh tế có đặc tính hỗ trợ các nỗ lực bảo vệ môi trường và nỗ lực quản lý, cũng như giảm thiểu và thích ứng với biến đổi khí hậu. Hệ thống phân loại 2 733 ngành và phân ngành theo ba nhóm: xanh (không gây hại đáng kể, áp dụng biện pháp bảo vệ tối thiểu, mang lại tác động tích cực cho môi trường, phù hợp với mục tiêu môi trường của hệ thống phân loại); vàng (không gây hại đáng kể); và đỏ (các hoạt động có hại).

Để cung cấp một khung phân loại khu vực, các nước **ASEAN** đã nghiên cứu một hệ thống phân loại nhằm đóng vai trò như một ngôn ngữ chung cho tài chính bền vững đồng thời bổ trợ cho các sáng kiến bền vững quốc gia của các nước thành viên. Phiên bản đầu tiên của Hệ thống phân loại ASEAN về tài chính bền vững được lưu hành vào tháng 11 năm 2021 để lấy ý kiến. Hệ thống bao gồm hai thành tố chính: Khung nền tảng áp dụng cho tất cả các quốc gia thành viên ASEAN và cho phép đánh giá định tính các hoạt động và Chuẩn Plus với các chỉ số và ngưỡng đủ điều kiện và tiêu chuẩn được công nhận là hoạt động xanh và đầu tư xanh. Hệ thống phân loại ASEAN nhằm mục đích tạo thuận lợi cho hoạt động giảm thiểu và thích ứng với biến đổi khí hậu, bảo vệ các hệ sinh thái và đa dạng sinh học lành mạnh, thúc đẩy khả năng phục hồi nguyền lực và chuyển đổi sang kinh tế tuần hoàn. Một danh sách không đầy đủ về các hoạt động xanh và đỏ đã được biên soạn để có thể triển khai, đồng thời có thể được sử dụng để xây dựng hệ thống phân loại xanh áp dụng cho bối cảnh Việt Nam.

Là một nước đang phát triển, Việt Nam vẫn đủ điều kiện được nhận nguồn tài chính ưu đãi từ các tổ chức đa phương và các cơ quan viện trợ song phương. Tuy nhiên, tốc độ tăng trưởng nhanh đã giúp Việt Nam trở thành nước có thu nhập trung bình thấp và nguồn vốn ưu đãi do đó đã giảm đi. Giải ngân ròng từ các nước tài trợ thuộc Ủy ban Hỗ trợ Phát triển (DAC) đã giảm từ 1.7 tỷ USD năm 2011 xuống còn khoảng 620 triệu USD năm 2020 (theo hiện giá năm 2020), trong khi giải ngân ròng từ các tổ chức đa phương đã giảm từ 1.1 tỷ USD xuống 530 triệu USD trong cùng thời kỳ. Mức giải ngân cho lĩnh vực năng lượng tái tạo luôn trồi sụt thất thường, nhưng nhìn chung là không đủ để cấp vốn cho hoạt động đầu tư quy mô lớn cần thiết để đạt được mục tiêu giải trừ các-bon nhanh (Hình 2.21).

Việt Nam có thể hưởng lợi nhiều hơn từ những cơ chế tài trợ quốc tế đã được các nền kinh tế phát triển cam kết, bao gồm cả tài chính xanh ưu đãi. Theo Thỏa thuận Khí hậu Paris, các nền kinh tế phát triển tuyên bố sẽ cung cấp tài trợ khí hậu trị giá 100 tỷ USD hàng năm để giúp các nước đang phát triển trang trải chi phí cho các chính sách giảm thiểu và các biện pháp thích ứng. Ví dụ, Quỹ Khí hậu Xanh (GCF), một cơ chế tài trợ quốc tế do UNFCCC thành lập, đã cung cấp nguồn vốn 86.3 triệu USD cho Việt Nam thông qua công cụ bảo lãnh cho các hoạt động hỗ trợ kỹ thuật và nâng cao năng lực. Ngoài ra, GCF cũng cung cấp một hạn mức tín dụng dành riêng để mở rộng quy mô đầu tư vào tiết kiệm năng lượng trong lĩnh vực công nghiệp của Việt Nam. Các cơ chế tài trợ quốc tế đã được củng cố hơn nữa kể từ đó. Tại COP26, Chương trình Đối tác Chuyển dịch Năng lượng Công bằng (JETP) giữa Nam Phi và Pháp, Đức, Vương quốc Anh, Hoa Kỳ và Liên minh Châu Âu đã được triển khai, bao gồm các kế hoạch đầu tư và các gói tài chính cùng với hỗ trợ kỹ thuật, sẽ được cung cấp bởi các tổ chức khác nhau, bao gồm các ngân hàng phát triển đa phương. Chương trình dự kiến huy động 8.5 tỷ USD trong vòng 3-5 năm tới. Vào tháng 6 năm 2022, các nước G7 bày tỏ sự ủng hộ mạnh mẽ đối với các chương trình hợp tác này giữa các nước đang phát triển với các tổ chức tài chính xanh và phát triển, đồng thời thông báo rằng các sáng kiến tương tự đang được bàn thảo với In-đô-nê-xia, Ấn Độ, Xê-nê-gan và Việt Nam. Ở Đông Nam Á, In-đô-nê-xia đã triển khai một cơ chế tương tự, đó là Cơ chế Chuyển dịch Năng lượng (ETM), nhằm mục đích cho các nhà máy nhiệt điện than dừng hoạt động sớm và đẩy nhanh việc chuyển dịch năng lượng xanh với sự giúp đỡ của Ngân hàng Phát triển Châu Á và quỹ cơ sở hạ tầng quốc gia của In-đô-nê-xia vào tháng 7 năm 2022. Một số quốc gia Đông Nam Á khác, cụ thể là Phi-líp-pin và Việt Nam, cùng với Ngân hàng Phát triển Châu Á, đang nghiên cứu tính khả thi của một ETM tương tự. Do ETM tập trung vào việc thoái vốn các nhà máy nhiệt điện than, Việt Nam có thể được hưởng lợi rất nhiều từ cơ chế này.

Việt Nam cần đơn giản hóa hơn nữa thủ tục đối với nguồn tài chính xanh ưu đãi bên ngoài từ các nền kinh tế phát triển. Quy định hiện hành về hỗ trợ phát triển chính thức dành cho chuyển dịch năng lượng và biến đổi khí hậu còn phức tạp, không khuyến khích các nhà tài trợ đầu tư vào tăng trưởng xanh ở Việt Nam. Đặc biệt, mức giải ngân vốn hỗ trợ phát triển ở nước ngoài gần đây rất thấp cho thấy nguồn vốn này đang được huy động dưới mức tiềm năng. Thông thường, tình trạng này liên quan đến những thay đổi liên tục các quy định cùng với quy trình đánh giá, thẩm định và phê duyệt kéo dài; những vướng mắc trong thực hiện do chậm quyết định điều chỉnh chủ trương đầu tư, chậm giải phóng mặt bằng và thiếu vốn đối ứng. Ngoài ra còn có vấn đề về phối hợp và quản lý của chính phủ về hỗ trợ thực hiện dự án. Có thể cần phải có một "luồng xanh" đặc biệt cho các dự án xanh để tạo điều kiện huy động và sử dụng hiệu quả nguồn tài chính xanh thông qua các chương trình hỗ trợ phát triển ở nước ngoài. Đơn giản hóa hơn nữa các thủ tục hành chính bao gồm áp dụng phê duyệt và điều phối xử lý nhanh số hóa cho các dự án xanh sẽ rất được mong đợi.

Hình 2.21. Đầu tư cho năng lượng tái tạo có sự biến động

Đầu tư của các tổ chức tài chính phát triển cho năng lượng tái tạo, triệu USD theo giá và tỷ giá năm 2020

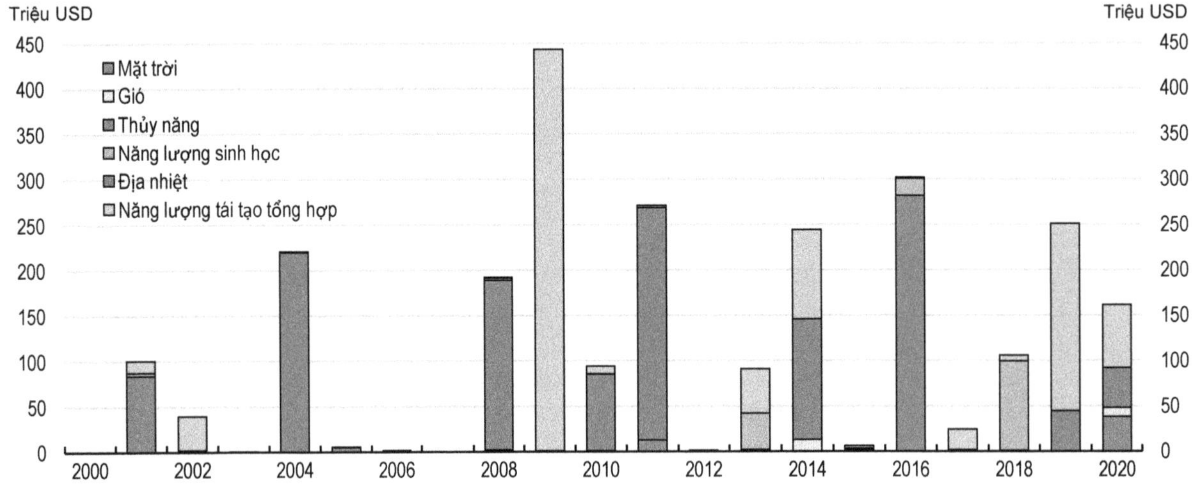

Nguồn: International Renewable Energy Agency, IRENASTAT database.

StatLink https://stat.link/tnbska

Định giá phát thải

Bên cạnh đầu tư và quản lý của chính phủ, tín hiệu giá đóng một vai trò quan trọng trong việc xác định mức nhu cầu năng lượng và lượng phát thải các-bon trong nền kinh tế. Các công cụ chính sách ảnh hưởng đến giá các-bon bao gồm mức đánh thuế áp dụng cho việc sử dụng năng lượng và giá cả được thiết lập trên các thị trường giao dịch hạn mức phát thải như Hệ thống Thương mại khí thải của Liên minh châu Âu (EU ETS), chương trình mua bán phát thải (cap-and-trade) của California và Sáng kiến Khí nhà kính khu vực Đông Bắc của Hoa Kỳ. Việc sử dụng các công cụ này để tác động đến giá các-bon được nhiều người coi là một phần quan trọng của các gói chính sách hướng tới khuyến khích đầu tư vào các nguồn năng lượng các-bon thấp và giảm thiểu biến đổi khí hậu. Việt Nam áp dụng thuế đối với việc sử dụng một số sản phẩm năng lượng và có kế hoạch vận hành thị trường giao dịch hạn mức trong tương lai.

Mặc dù hiện không có thuế các-bon, nhưng Việt Nam áp dụng thuế bảo vệ môi trường đối với các sản phẩm mà khi sử dụng được cho là gây ra tác động tiêu cực đến môi trường. Thuế bảo vệ môi trường được áp dụng đối với hoạt động sản xuất và nhập khẩu hàng hóa gây ô nhiễm, còn hàng hóa xuất khẩu thì không bị đánh thuế. Tất cả các sản phẩm xăng dầu đều phải chịu thuế bảo vệ môi trường (xăng, dầu đi-ê-zen, dầu mazut, nhiên liệu máy bay phản lực) cũng như các loại than khác nhau. Năm 2021, tương đương 2.37 tỷ USD được thu từ thuế bảo vệ môi trường (khoảng 0.7% GDP), phần lớn đến từ việc đánh thuế các sản phẩm dầu mỏ. Điều này giúp định giá các ngoại ứng tiêu cực và gửi các tín hiệu giá hữu ích.

Tuy nhiên, thuế bảo vệ môi trường không nhất thiết phản ánh hàm lượng các-bon của hàng hóa gây ô nhiễm. Ngoài ra, thuế bảo vệ môi trường không được áp dụng thống nhất cho tất cả các hoạt động phát thải khí nhà kính và do đó không phải là công cụ chính sách hiệu quả nhất để giảm thiểu biến đổi khí hậu. Hiện tại, xăng bị đánh thuế ở mức cao so với hàm lượng các-bon của sản phẩm, trong khi dầu đi-ê-zen và than đá chịu thuế suất thấp hơn so với xăng khi xem xét hàm lượng các-bon tương ứng của chúng. (Bảng 2.2). Việc đánh thuế tương xứng hơn với hàm lượng các-bon của các nguồn năng lượng này sẽ là một cách tiếp cận hiệu quả hơn để giải trừ các-bon. Ngoài thuế bảo vệ môi trường, theo quy định giá xăng dầu hiện hành, các bộ phận cấu thành giá bao gồm các loại thuế bổ sung như thuế tiêu thụ đặc biệt, thuế giá trị gia tăng, thuế nhập khẩu, chi phí định mức (loại phí đặc biệt đối với lượng xăng dầu bán cho đại lý bán lẻ/đại lý phân phối), lợi nhuận định mức (phí tính thêm trên số lượng xăng dầu bán ra) và mức trích lập Quỹ bình ổn giá. Nhìn chung, vào giữa tháng 5 năm 2022, giá bán lẻ xăng đã bao gồm thuế là tương đương 1.332 USD/lít, cao hơn ở Ma-lai-xia (0.468 USD), In-đô-nê-xia (1.143 USD) và Hoa Kỳ (1.191 USD), nhưng thấp hơn ở Thái Lan (1.434 USD), Trung Quốc (1.351 USD) và Xinh-ga-po (2.179 USD) (GlobalPetrolPrices.com, 2022[54]).

Bảng 2.2. Biểu thuế đối với các loại nhiên liệu hóa thạch theo Luật Bảo vệ môi trường

Hạng mục	Xăng	Dầu đi-ê-zen	Than đá
Mức thuế	4 000 đồng/lít	2 000 đồng/lít	15 000 đồng/tấn
Mức thuế bằng VND/tCO_2e	1 259 755	766 598	5 969
Mức thuế bằng USD/tCO_2e (1 USD = 23 108 VND)	54.52	33.17	0.26

Nguồn: Ủy ban Thường vụ Quốc hội, 2018. Nghị quyết 579/2018/UBTVQH14 ngày 26/09/2018 về Biểu thuế bảo vệ môi trường. Than đá không bao gồm than antraxit. Thuế bảo vệ môi trường đối với than antraxit là 30 000 đồng/tấn.

Hiện tại, Việt Nam chưa có thị trường giao dịch hạn mức phát thải các-bon, nhưng có kế hoạch triển khai thị trường này trong tương lai. Để chuẩn bị cho việc này, chính phủ đã quy định việc kiểm kê KNK đối với các cơ sở phát thải lớn có mức phát thải khí nhà kính hằng năm từ 3 000 tấn CO_2 tương đương trở lên. Các ngưỡng cụ thể được quy định cho các nhà máy nhiệt điện, cơ sở sản xuất công nghiệp, công ty vận tải hàng hóa và tòa nhà thương mại có tổng lượng tiêu thụ năng lượng hằng năm từ 1 000 tấn dầu tương đương (TOE) trở lên. Tháng 1 năm 2022, chính phủ đã xác định những cơ sở được yêu cầu gửi thông tin (1 662 cơ sở trong lĩnh vực công nghiệp và thương mại gồm cả nhà máy điện, 70 cơ sở trong lĩnh vực giao thông, 104 cơ sở trong lĩnh vực xây dựng và 76 cơ sở trong lĩnh vực tài nguyên thiên nhiên và môi trường). Thông tin sẽ được đưa vào hệ thống giám sát, báo cáo và xác minh (MRV) về phát thải khí nhà kính và sẽ được cập nhật hai năm một lần.

Việc kiểm kê lượng phát thải khí nhà kính sẽ cung cấp thông tin chủ chốt cần thiết để triển khai thị trường các-bon. Luật Bảo vệ môi trường (Luật BVMT) sửa đổi của Việt Nam hợp pháp hóa việc thành lập thị trường các-bon nhằm mục đích giảm phát thải khí nhà kính, tăng cường đóng góp của Việt Nam vào các mục tiêu biến đổi khí hậu toàn cầu và khuyến khích đổi mới - sáng tạo công nghệ xanh hơn. Chính phủ có kế hoạch thiết lập và vận hành thí điểm sàn giao dịch tín chỉ các-bon từ năm 2025. Tiếp theo đó sẽ là giai đoạn chuẩn bị trong hai năm 2026-2027. Trong giai đoạn này, chính phủ sẽ đưa ra các quy định về quản lý tín chỉ các-bon, sàn giao dịch hạn ngạch phát thải KNK và tín chỉ các-bon, cũng như hoạt động của sàn giao dịch tín chỉ các-bon. Từ năm 2028, thị trường các-bon sẽ được đưa vào vận hành đầy đủ.

Mặc dù giá các-bon cao hơn giúp giảm lượng phát thải, nhưng điều này sẽ làm tăng chi phí sản xuất của các ngành sản xuất và có thể gây ra lo ngại về năng lực cạnh tranh. Nếu Việt Nam không còn là địa điểm hấp dẫn cho các ngành sản xuất vì giá các-bon cao, thì điều này có thể khuyến khích các doanh nghiệp chuyển hoạt động sang những nước khác không định giá các-bon, qua đó dẫn đến tình trạng "di dời phát thải". Các nhà hoạch định chính sách có thể giảm thiểu nguy cơ di dời như vậy bằng các biện pháp thích hợp như miễn định giá các-bon, giảm giá dựa trên sản lượng và điều chỉnh biên giới các-bon (Fischer, 2015[55]).

Các thị trường các-bon là phương tiện phù hợp nhất với các cơ sở phát thải lớn như nhà máy điện, cơ sở công nghiệp, đội xe tải hoặc hãng hàng không, vì những cơ sở này có đủ năng lực để tham gia thị trường và giao dịch giấy phép phát thải. Tuy nhiên, thị trường các-bon lại không thực tế đối với các cơ sở phát thải nhỏ, chẳng hạn như hộ gia đình, là đối tượng thải ra các-bon bất cứ lúc nào họ sử dụng phương tiện chở khách và khi họ sưởi ấm hoặc làm mát nhà ở. Đối với các cơ sở phát thải nhỏ, thuế các-bon trả trực tiếp ở cấp độ bán lẻ là phương án phù hợp hơn, với mức thuế tương ứng với giá thị trường các-bon. Một mức giá các-bon thống nhất giữa các mục đích sử dụng năng lượng có ý nghĩa rất quan trọng cho mục đích tránh gây ra biến dạng thị trường và khuyến khích tiết kiệm các-bon ở những lĩnh vực đảm bảo hiệu quả kinh tế khi thực hiện việc này. Việc công bố kế hoạch định giá các-bon trước thời hạn và tăng khả năng dự đoán của việc tăng giá về sau cũng rất cần thiết, vì như thế sẽ giúp cơ sở phát thải chuẩn bị cho những thay đổi trong tương lai và xây dựng kế hoạch đầu tư.

Định giá các-bon có thể tác động tiêu cực đến các hộ gia đình có thu nhập thấp, những người cần mua năng lượng để sử dụng hàng ngày, chẳng hạn như dùng cho phương tiện đi làm. Đối với các hộ gia đình trong nhóm thu nhập thấp nhất, nhiên liệu chiếm 3% thu nhập hàng tháng vào năm 2018, trong khi tỷ lệ này là 2% đối với hầu hết các nhóm thu nhập khác. Mặc dù con số này thấp hơn nhiều so với ngân sách được phân bổ cho thực phẩm, nhưng có thể xảy ra sự biến thiên đáng kể trong nội bộ từng nhóm ngũ phân vị (nhóm 20%) tùy thuộc vào những yếu tố như khoảng cách đi lại. Trong khi các hộ gia đình cuối cùng sẽ chuyển đổi sang lối sống các-bon thấp - chẳng hạn như xe điện, đi chung, phương tiện công cộng và nhà tiết kiệm năng lượng - thì quá trình chuyển đổi có thể gây khó khăn cho những nhóm dễ bị tổn thương nhất. Do đó, nguồn thu có được từ định giá các-bon có thể được sử dụng một phần để hỗ trợ các hộ gia đình có thu nhập thấp trong giai đoạn chuyển đổi, bằng cách trợ cấp tiền mặt dựa vào thẩm tra thu nhập, như đã thực hiện ở các quốc gia khác. Ngoài ra, chuyển tiền mặt cũng có thể khuyến khích các nhóm này cắt giảm lượng phát thải các-bon của họ, ví dụ thông qua các khoản trợ cấp cụ thể để cải thiện hiệu quả năng lượng nhà ở hoặc mua xe điện. Những biện pháp như vậy đã được sử dụng ở các nước khác nhưng cần được hiệu chuẩn cẩn thận để đảm bảo hiệu quả về chi phí.

Việc bảo đảm giá năng lượng trong nước phản ánh đầy đủ chi phí cũng rất quan trọng. Theo Cơ quan Năng lượng quốc tế, chênh lệch giữa giá bán cho người tiêu dùng cuối cùng và chi phí tính đủ của việc cung cấp năng lượng lên tới 2.3% GDP ở Việt Nam vào năm 2021, cao hơn so với một số nước trong khu vực như Ma-lai-xia (1.0%) và Thái Lan (0.6%), nhưng thấp hơn so với In-đô-nê-xia (2.7%). Điều này cho thấy vẫn còn nhiều điểm cần được cải thiện đối với thị trường năng lượng trong nước, bao gồm hiệu quả của hệ thống phân phối và cơ chế điều chỉnh giá của một số ngành năng lượng như điện.

Tín hiệu giá cũng có thể được sử dụng để thu hút đầu tư tư nhân vào sản xuất năng lượng tái tạo, chẳng hạn như biểu giá FIT và cơ chế đấu thầu. Các nhà sản xuất điện độc lập đã và đang đóng một vai trò quan trọng trong thị trường năng lượng tái tạo của Việt Nam và vai trò này có thể được mở rộng hơn nữa với các điều kiện thích hợp. Các nhà sản xuất tư nhân này có kỹ năng kỹ thuật và hiệu quả trong vận hành và thực hiện dự án. Chính phủ đã sử dụng thành công biểu giá FIT để thúc đẩy đầu tư vào điện mặt trời, nhưng biểu giá FIT đã kéo theo nguy cơ mở rộng nguồn cung cấp năng lượng mặt trời một cách mất kiểm soát, với những tác động không mong muốn đối với sự ổn định ngắn hạn của hệ thống điện. Các nước OECD hiện đang tăng cường mức tham gia cung ứng năng lượng tái tạo thông qua cơ chế đấu thầu, thay vì biểu giá FIT, để có được mức giá gần hơn với chi phí trung bình, thể hiện doanh thu trung bình trên một đơn vị điện năng được sản xuất ra hoặc xả ra cần phải có để thu hồi chi phí xây dựng và vận hành một nhà máy điện trong một vòng đời tài chính và chu kỳ nhiệm vụ giả định. Chính phủ Việt Nam đang xem xét một hệ thống đấu thầu trên thị trường phát điện từ năng lượng gió từ năm 2023 trở đi, tương tự như một đề án đã được thử nghiệm cho các dự án điện mặt trời.

Xu hướng và triển vọng một số ngành

Trong khi phương pháp tiếp cận xuyên suốt, chẳng hạn như định giá các-bon, có ý nghĩa rất quan trọng trong nỗ lực đẩy nhanh quá trình chuyển đổi xanh của nền kinh tế tổng thể, thì các ngành kinh tế khác nhau thường đòi hỏi phải có chính sách khác nhau. Mỗi ngành dựa vào các công nghệ khác nhau và do đó biện pháp chính sách hiệu quả nhất để giảm phát thải KNK cũng khác nhau giữa các ngành. Phần này thảo luận về xu hướng trong ba nhóm ngành có lượng phát thải KNK lớn: sản xuất điện, giao thông và nông nghiệp.

Sản xuất điện

Sản lượng sản xuất điện đã mở rộng với tốc độ nhanh chóng để đáp ứng nhu cầu điện của đất nước. Thủy điện cung cấp một tỷ trọng lớn nguồn cung điện cho đến cuối những năm 1990, nhưng nhiệt điện than và các sản phẩm dầu mỏ đã trở thành nguồn năng lượng chủ yếu kể từ đó, lần lượt chiếm 50% và

19% sản lượng điện vào năm 2019. Từ trước tới nay, phần lớn than được mua trong nước: một doanh nghiệp nhà nước (Tập đoàn Công nghiệp Than - Khoáng sản Việt Nam hay Vinacomin) khai thác than ở vùng Đông Bắc, với sản lượng hàng năm là 40 triệu tấn vào năm 2019. Khoảng 25% than dùng cho sản xuất điện được nhập khẩu.

Trong những thập kỷ gần đây, Việt Nam đã dịch chuyển từ cơ chế độc quyền điện theo kế hoạch tập trung sang một hệ thống dựa trên thị trường, nơi các đơn vị phát điện độc lập có thể bán điện trên thị trường bán buôn được quản lý bằng một đơn vị điều hành hệ thống và thị trường. Xu hướng tự do hóa thị trường điện bắt đầu từ năm 2004 với việc tách riêng Tập đoàn Điện lực Việt Nam (EVN), thành lập Cục Điều tiết Điện lực Việt Nam (ERAV) với vai trò cơ quan điều tiết, và việc áp dụng cơ chế cạnh tranh trong phát điện và thị trường bán buôn. Với việc tiếp cận thị trường điện mở hơn, Tập đoàn Điện lực Việt Nam, các đơn vị thuộc sở hữu nhà nước khác, các công ty tư nhân trong nước và một số nhà đầu tư nước ngoài (bao gồm nhà đầu tư từ Trung Quốc, Hàn Quốc và Hoa Kỳ), tất cả đều đang tham gia vận hành các nhà máy điện. Hoạt động truyền tải và phân phối điện đến nay vẫn là độc quyền của Tập đoàn Điện lực Việt Nam. Xu hướng tự do hóa thị trường điện sẽ tiếp diễn với việc mở rộng thị trường bán buôn cạnh tranh và việc áp dụng cạnh tranh trên thị trường bán lẻ. Chính phủ đang bắt đầu thực hiện quá trình tự do hóa tương tự đối với khí tự nhiên.

Biểu giá điện của Việt Nam được quy định theo Quyết định số 24/2017/QĐ-TTg của Thủ tướng Chính phủ. Biểu giá bán lẻ điện thống nhất được áp dụng trên cả nước, ở mức thấp so với các nước trong khu vực. Vào tháng 9 năm 2021, giá bán lẻ điện cho khách hàng hộ gia đình là tương đương 8.2 US cent (xu Mỹ)/kWh, cao hơn ở Ma-lai-xia (5.2 cent), nhưng thấp hơn ở Trung Quốc (8.8 cent), Thái Lan (11.2 cent) và Xinh-ga-po (18.4 cent). Khách hàng doanh nghiệp được hưởng mức giá thấp hơn một chút (7.7 cent); mức giá này cũng được đặt ở mức thấp hơn so với các nước trong cùng khu vực. Để thu hút đầu tư nhiều hơn vào các cơ sở sản xuất điện tư nhân và độc lập, chính phủ đã xây dựng một khung giá có thể phản ánh chi phí dựa trên thị trường. Doanh nghiệp nhà nước chịu trách nhiệm phân phối điện là Tập đoàn Điện lực Việt Nam giờ đây có thể tăng hoặc giảm giá bán lẻ điện 6 tháng một lần, miễn là biến động giá dưới 5% và trong khung giá đã xác định trước. Tập đoàn Điện lực Việt Nam cũng được phép tăng giá bán điện từ 5% trở lên sau khi tham vấn ý kiến của Thủ tướng Chính phủ và Bộ Công Thương. Giá bán lẻ điện được điều chỉnh hàng năm theo sự biến động của chi phí đầu vào, ví dụ như chi phí phát điện, truyền tải, phân phối điện và chi phí hành chính. Cũng có thể thực hiện điều chỉnh trong vòng một năm dựa trên những thay đổi trong chi phí đầu vào khác, ví dụ giá nhiên liệu, tỷ giá hối đoái và giá trên thị trường bán buôn.

Lo ngại ngày càng tăng về tác động môi trường của các nhà máy sản xuất nhiệt điện than, bao gồm cả ô nhiễm bụi hạt cục bộ (Hình 2.22), đã dẫn đến các biện pháp hạn chế đầu tư mới vào công suất năng lượng nhiệt điện than. Các nhà máy nhiệt điện than không chỉ phát thải một lượng lớn các-bon đi-ô-xít làm khí hậu nóng lên mà còn gây ra ô nhiễm không khí cục bộ và góp phần ảnh hưởng đến sức khỏe người dân chủ yếu do gia tăng tỷ lệ mắc bệnh tim và đột quỵ.

Đối mặt với sự phản đối ngày càng tăng của xã hội và tâm lý ngày càng ngần ngại của các bên cho vay, chính phủ đã khuyến khích đầu tư vào năng lượng tái tạo. Trong thập kỷ qua, chính phủ đã áp dụng biểu thuế FIT và các ưu đãi thuế khác nhau cho các cơ sở sản xuất năng lượng tái tạo có nguồn gốc từ gió, mặt trời, sinh khối, thủy điện nhỏ và chất thải. Biểu giá FIT hấp dẫn đối với năng lượng quang điện mặt trời, đặc biệt là đối với điện mặt trời áp mái (0.0838 USD/kWh), cùng với việc giảm đáng kể chi phí trung bình, đã đảm bảo khả năng sinh lời cho các khoản đầu tư như vậy và dẫn đến sự gia tăng đột biến công suất điện mặt trời. Vào cuối năm 2020, Việt Nam đã phê duyệt các hạng mục lắp đặt điện mặt trời áp mái với công suất gần 10 GW. Do đó, đầu tư vào năng lượng tái tạo đã tăng từ khoảng 500 triệu USD năm 2016 lên 7.4 tỷ USD vào năm 2020. Tỷ trọng sản xuất điện mặt trời và điện gió tăng 4.3 điểm phần trăm trong sản lượng năm 2020. Tuy nhiên, sự gia tăng này vẫn chưa đủ để bù đắp tỷ trọng tương đối của sản lượng thủy điện đang giảm, vốn đã giảm 12 điểm phần trăm vì hầu hết các địa điểm thích hợp cho xây dựng thủy điện lớn đã được khai thác rồi. Mặt khác, tỷ trọng sản xuất điện bằng nhiên liệu hóa thạch đã tăng từ 60% lên 64%, tác động đáng kể đến việc gia tăng lượng khí thải các-bon (Hình 2.23, Biểu đồ A).

Hình 2.22. Sử dụng nhiều nhiên liệu hóa thạch dẫn đến mức độ ô nhiễm không khí cao

Mức độ phơi nhiễm của người dân với bụi mịn PM2.5, µg/m³

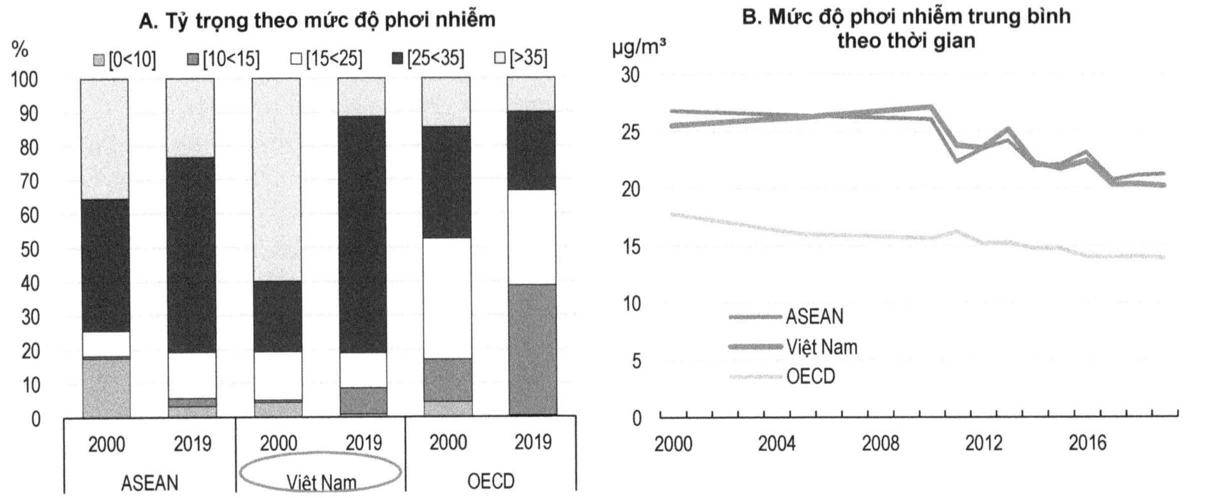

Nguồn: OECD, Environment database.

StatLink https://stat.link/cywnbz

Hình 2.23. Việt Nam nên giảm nhiệt điện than và tăng sản xuất năng lượng tái tạo

Sản xuất điện phân theo nguồn

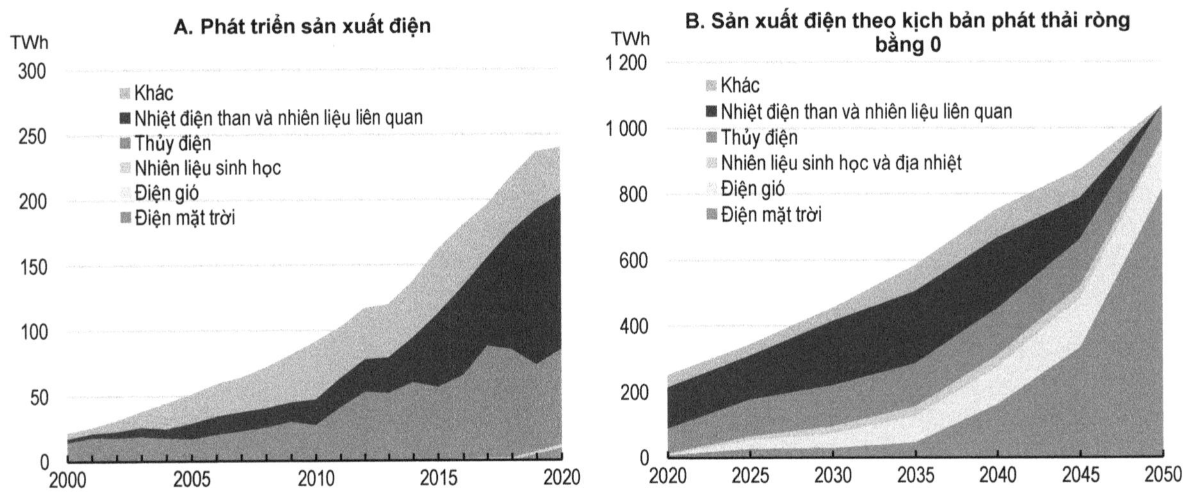

Ghi chú: TWh = Terawatt (nghìn Gigawatt)/h. Biểu hình B: Để biết thêm chi tiết về các giả định trong kịch bản, xem Handayani và cộng sự (2022).
Nguồn: International Energy Agency, Energy database; Handayani, K., Anugrah, P, Goembira, F. Overland, I., Suryadi, B. and Swandaru, A. (2022), "Moving Beyond the NDCs: ASEAN Pathways to a Net-Zero Emissions Power Sector in 2050", Applied Energy 311, No. 118580, Elsevier.

StatLink https://stat.link/xfhoqa

Việt Nam có kế hoạch đầu tư mạnh hơn nữa vào năng lượng tái tạo như một phần của mục tiêu phát thải ròng bằng không vào năm 2050. Dự thảo Quy hoạch phát triển điện lực quốc gia giai đoạn 2021-2030, tầm nhìn đến năm 2045 (Quy hoạch Điện 8 [QHĐ8]) vạch ra lộ trình cắt giảm nhiệt điện than xuống chỉ còn 9.6% tổng công suất vào năm 2045, trong khi tỷ trọng điện gió và điện mặt trời được nâng lên 50.7%. Nhờ điều kiện địa lý thuận lợi, Việt Nam có tiềm năng sản xuất điện mặt trời lớn, đặc biệt là ở miền Trung và miền Nam. Tiềm năng về điện gió của Việt Nam cũng rất đáng kể. Với đường bờ biển dài hơn 3 000 km và nằm trong vùng khí hậu gió mùa, Việt Nam có tiềm năng đáng kể về khai thác tài nguyên gió. Các ước tính chỉ ra rằng tổng tiềm năng kỹ thuật để phát triển điện gió của cả nước là 24 GW (AWS Truepower LLC, 2011[56]). Ngoài ra còn có dư địa để mở rộng hơn nữa công suất sản xuất thủy điện.

Thu hút đầu tư vào năng lượng tái tạo sẽ đòi hỏi phải thiết lập nhiều điều kiện thuận lợi, chẳng hạn như xác định các nguồn tài trợ thích hợp, định giá năng lượng ở mức đảm bảo khả năng sinh lời cho các khoản đầu tư này và áp dụng khuôn khổ pháp lý tạo thuận lợi việc sự gia nhập thị trường mới (OECD, 2021[57]). Theo tính toán của (Handayani et al., 2022[58]), Việt Nam có thể đạt được mức phát thải ròng bằng không trong sản xuất điện bằng cách mở rộng gấp nhiều lần công suất sản xuất điện dựa trên năng lượng mặt trời hiện tại (Hình 2.22, Biểu đồ B). Thực hiện chiến lược tăng nhanh sản lượng năng lượng tái tạo là điều cần thiết để đảo ngược xu hướng suy giảm mạnh của các nguồn năng lượng tái tạo trong nguồn cung năng lượng quốc gia kể từ năm 2000; xu hướng này đi ngược lại với xu hướng được quan sát thấy ở nhiều nước OECD và các nước trong cùng khu vực (Hình 2.24).

Hình 2.24. Tỷ trọng năng lượng tái tạo đã giảm mạnh ở Việt Nam kể từ năm 2000

Tỷ trọng năng lượng tái tạo trong tổng cung cấp năng lượng

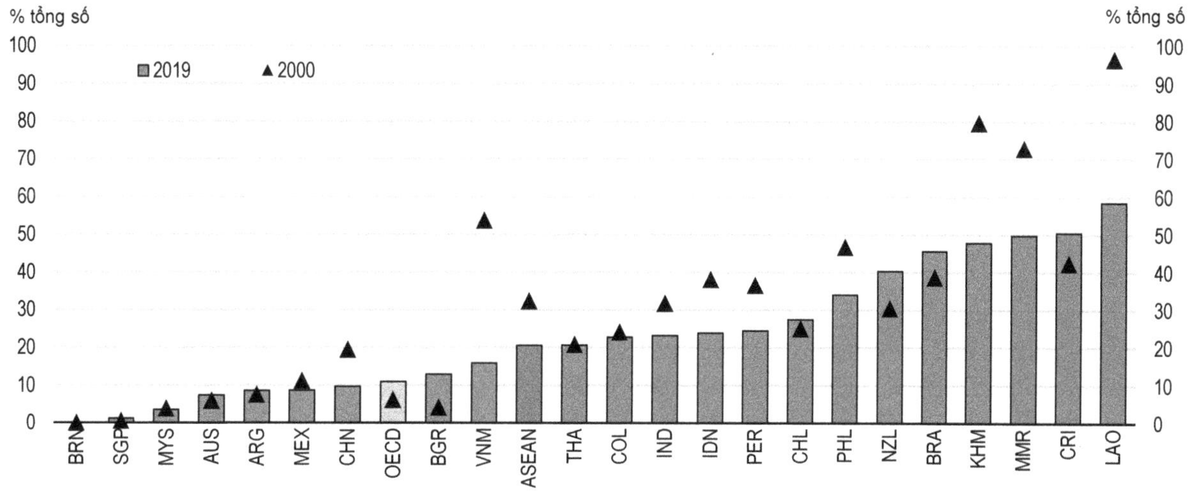

Ghi chú: BRN = Bru-nây, SGP = Xinh-ga-po, MYS = Ma-lai-xia, AUS = Ôx-trây-lia, ARG = Ác-hen-ti-na, MEX = Mê-hi-cô, CHN = Trung Quốc, BGR = Bun-ga-ri, VNM = Việt Nam, THA = Thái Lan, COL = Cô-lôm-bia, IND = Ấn Độ, IDN = In-đô-nê-xia, PER = Pê-ru, CHL = Chi-lê, PHL = Phi-líp-pin, NZL = Niu Di-lân, BRA = Bra-xin, KHM = Cam-pu-chia, MMR = Mi-an-ma, CRI = Cô-xta Ri-ca, LAO = CHDCND Lào.
Nguồn: OECD, Green Growth Indicators database.

StatLink https://stat.link/4dh7ci

Việc chuyển nguồn cung cấp điện từ sản xuất nhiệt điện sang năng lượng tái tạo đang đặt ra nhiều thách thức. Sản xuất điện mặt trời và điện gió cung cấp năng lượng không liên tục: năng lượng có thể không đủ vào ban đêm và khi thiếu gió, hoặc có thể làm quá tải lưới điện khi sản lượng năng lượng mặt trời đạt cực đại vào giữa ngày. Tuy nhiên, giống như các nước Đông Nam Á khác, Việt Nam có nhiều cơ hội để giảm thiểu vấn đề khả năng gián đoạn (Lu et al., 2021[59]): có thể sẵn sàng cung cấp thủy điện tích năng bơm; việc tích hợp lưới điện với các nước láng giềng có thể mang đến sự đa dạng hóa và giúp điều độ phụ tải đỉnh và đáy; có thể đề xuất thực hiện điều chỉnh phụ tải theo biến động giá trong lĩnh vực nhà ở và công nghiệp, trong khi pin ô tô điện trong tương lai sẽ cung cấp một nguồn điều chỉnh phụ tải; cuối cùng, thủy điện có thể tham gia điều độ để bù đắp những biến động trong sản xuất điện mặt trời và điện gió. Việc thành lập thị trường bán buôn điện sẽ tạo thuận lợi cho việc triển khai các giải pháp này và thúc đẩy tác động của tín hiệu giá. Đẩy mạnh giải trừ các-bon trong sản xuất điện cũng sẽ đòi hỏi đầu tư lớn vào lưới điện, vì hoạt động sản xuất điện mặt trời chủ yếu diễn ra ở miền Nam và miền Trung, trong khi nhu cầu điện ở miền Bắc lại rất cao, mà tiềm năng về điện mặt trời ở miền Bắc có hạn chế hơn.

Ngoài những thay đổi trong cơ cấu năng lượng, nguồn cung điện tổng thể sẽ cần tăng nhanh để đáp ứng nhu cầu điện đang tăng nhanh do sự chuyển dịch sang điện với việc xe điện, hệ thống sưởi điện và các quy trình công nghiệp. Dự thảo Quy hoạch Điện 8 (QHĐ8) dự kiến mức tiêu thụ điện năng sẽ tăng 8.4% hàng năm từ năm 2025 đến 2030, 6.3% từ năm 2030 đến 2035 và 3.0% từ năm 2040 đến 2045, phản ánh tốc độ tăng trưởng kinh tế nhanh và sự dịch chuyển sang điện nói trên trong cơ cấu nhiên liệu. Sẽ cần các khoản đầu tư lớn để đáp ứng tốc độ tăng trưởng nhanh chóng này và để thay thế các thiết bị cũ hơn, những nguồn phát thải dự kiến sẽ phải ngừng hoạt động để đáp ứng mục tiêu phát thải ròng bằng không của Việt Nam. Theo giả định mới nhất của chính phủ, nhu cầu vốn cho kịch bản phụ tải cao là khoảng 362.2 tỷ USD (24.1 tỷ USD/năm) và cho kịch bản phụ tải cao phục vụ điều hành dự kiến khoảng 345.9 tỷ USD (23.1 tỷ USD/năm). Đầu tư lớn vào tiết kiệm năng lượng cũng sẽ rất cần thiết.

Việc ước tính chi phí xây dựng cơ bản của đầu tư tiết kiệm năng lượng thường có mức độ không chắc chắn cao. Cần đưa ra các giả định về tốc độ tăng trưởng kinh tế trong tương lai, cải thiện hiệu quả sử dụng năng lượng và tỷ trọng trong cơ cấu năng lượng. Những bất ổn lớn cũng chiếm ưu thế trong chi phí xây dựng cơ bản đối với các công nghệ năng lượng khác nhau - những tiến bộ trong quá khứ đã dẫn đến sự giảm giá nhanh hơn dự kiến của tấm pin điện mặt trời và tuabin gió. Đổi mới - sáng tạo công nghệ cũng khó dự đoán theo tầm nhìn dài hạn.

Để đáp ứng nhu cầu điện đang tăng nhanh này, chính phủ dự kiến đầu tư theo QHĐ8 vào các nguồn năng lượng tái tạo như điện mặt trời 19-20 GW và điện gió 18-19 GW. Dự thảo QHĐ8 cũng hủy bỏ hoặc hoãn một phần ba công suất điện than đang được triển khai cho đến sau năm 2030. Chỉ cho phép các nhà máy nhiệt điện than đang được xây dựng, không có kế hoạch xây dựng nhà máy nhiệt điện than mới. Tuy nhiên, như vậy vẫn có nghĩa là sẽ cần phải có các khoản đầu tư lớn vào sản xuất điện từ nhiên liệu hóa thạch để đạt 22 GW cho các nhà máy điện tuabin khí và 37 GW cho các nhà máy nhiệt điện than - mức tăng đáng kể so với mức hiện tại. Là nước sản xuất khí đốt tự nhiên, dầu thô và than đá lớn, Việt Nam do đó mong muốn sử dụng các nguồn tài nguyên trong nước và thúc đẩy hoạt động và việc làm trong nước. Tuy nhiên, điều này sẽ kéo theo sự gia tăng đáng kể lượng phát thải các-bon, không phù hợp với chiến lược khí hậu của Việt Nam. Ngoài ra, việc huy động vốn để xây dựng các nhà máy nhiệt điện than mới sẽ rất khó khăn. Các tổ chức đa phương, cơ quan viện trợ song phương, các tổ chức cho vay tư nhân và thị trường vốn đều đã công bố quyết định ngừng cấp vốn đầu tư mới vào các nhà máy nhiệt điện than trong ngắn hạn và trung hạn, tuân thủ các cam kết bền vững quốc tế. Cũng cần lưu ý rằng Trung Quốc đã thông báo quyết định ngừng cấp vốn cho các khoản đầu tư ra nước ngoài vào nhà máy nhiệt điện than mới như một phần của cam kết COP26. Ngược lại, như đã nói ở trên, luôn có sẵn các nguồn tài chính bền vững lớn từ chính các nguồn nêu trên để đầu tư vào năng lượng tái tạo và Việt Nam hoàn toàn có thể khai thác các nguồn này.

Nông nghiệp

Nông nghiệp chịu trách nhiệm cho khoảng 20% lượng phát thải khí nhà kính của Việt Nam - với chăn nuôi và sản xuất lúa gạo là các nguồn chính. Không chỉ nông nghiệp phải giảm lượng khí thải mà bản thân ngành này cũng phải thích ứng với các xu hướng khí hậu trong tương lai. Mực nước biển dâng và đất canh tác bị nhiễm mặn sẽ đe dọa sản xuất lúa gạo ở các đồng bằng, trong khi nhiệt độ tăng cao sẽ có tác động tiêu cực đến những mặt hàng chủ lực như cà phê. Chính phủ đã xác định các biện pháp giảm thiểu để giảm lượng khí thải, tập trung vào cải thiện phương thức quản lý canh tác, chẳng hạn như kỹ thuật tưới ướt khô xen kẽ cho ruộng lúa và chuyển chất thải chăn nuôi thành khí sinh học. Quản lý lâm nghiệp, kỹ thuật trồng trọt mới và sử dụng sinh khối cũng có khả năng giảm phát thải ròng. Nông nghiệp mang lại thu nhập cho một bộ phận lớn số dân dễ bị tổn thương, như vậy giảm thiểu và thích ứng với khí hậu trở thành yếu tố quan trọng để đảm bảo tăng trưởng bao trùm.

Việt Nam là nước sản xuất và xuất khẩu gạo lớn với phần lớn sản lượng nằm ở Đồng bằng sông Cửu Long. Ngành lúa gạo đóng vai trò quan trọng trong phát triển kinh tế - xã hội, mang lại thu nhập cho một bộ phận lớn gười dân nông thôn. Hơn nữa, Việt Nam hiện đang duy trì chính sách an ninh lương thực nghiêm ngặt, đòi hỏi đảm bảo ít nhất 3.5 triệu ha được dùng làm đất trồng lúa. Tuy nhiên, ngành lúa gạo đại diện cho 15% lượng phát thải khí nhà kính của Việt Nam. Bản thân ngành lúa gạo cũng đang phải đối mặt với những thách thức liên quan đến hiệu quả thấp, thâm dụng tài nguyên, ô nhiễm môi trường và biến đổi khí hậu. Kỹ thuật canh tác đòi hỏi phải làm ngập ruộng lúa bằng nước, do đó ngăn cản sự trao đổi không khí giữa đất và không khí, đồng thời tạo điều kiện cho sự phát triển của vi khuẩn sản sinh khí mêtan. Vào thời gian thu hoạch lúa, một lượng lớn khí mêtan được thải vào không khí, góp phần mạnh mẽ vào biến đổi khí hậu. Bản thân ngành lúa gạo đang chịu tác động tiêu cực từ ảnh hưởng của khí hậu do thời tiết khô hạn, nhiệt độ cao và ruộng lúa bị xâm nhập mặn. Chính phủ đã khuyến khích các dự án thí điểm tìm kiếm biện pháp hiệu quả để giảm phát thải khí mêtan trong sản xuất lúa gạo, chẳng hạn như kỹ thuật tưới ướt khô xen kẽ. Nông dân cũng được khuyến khích đa dạng hóa hoạt động, chẳng hạn như nuôi tôm và các hoạt động nuôi trồng thủy sản khác.

Việt Nam đã thông qua "Chiến lược phát triển nông nghiệp và nông thôn bền vững giai đoạn 2021-2030, tầm nhìn đến năm 2050" vào năm 2022 nhằm phát triển nông nghiệp xanh, thân thiện với môi trường, thích ứng với biến đổi khí hậu và giảm thiểu ô nhiễm vùng nông thôn. Phát thải KNK từ các hoạt động nông nghiệp dự kiến sẽ giảm 10% vào năm 2030; tỷ lệ che phủ rừng được duy trì ổn định ở mức 42%. Ít nhất một triệu hécta rừng sẽ được cấp Chứng chỉ Quản lý rừng bền vững. Ngoài ra, vào tháng 6 năm 2022, chính phủ đã phê duyệt Đề án "Phát triển kinh tế tuần hoàn ở Việt Nam" nhằm tạo thuận lợi hơn nữa cho việc chuyển đổi xanh nông nghiệp trong khung chiến lược tăng trưởng xanh tổng thể. Chính phủ cần phát triển một khung đánh giá toàn diện và có sự phối hợp tốt, với cơ chế giám sát thích hợp.

Giao thông

Sự phát triển nhanh chóng kết cấu hạ tầng giao thông của Việt Nam đã góp phần vào tăng trưởng kinh tế mạnh mẽ và xóa đói giảm nghèo. Hầu hết các thành phố đều có thể đến được bằng các con đường hoạt động trong mọi điều kiện thời tiết, đồng thời hạ tầng giao thông đã đóng vai trò quan trọng trong việc đưa Việt Nam hòa nhập vào chuỗi giá trị toàn cầu. Tuy nhiên, giao thông vận tải hiện chiếm khoảng 10% lượng phát thải KNK của Việt Nam và mức phát thải này dự kiến sẽ tiếp tục tăng nhanh nếu không có thay đổi chính sách (Hình 2.25). Quá trình đô thị hóa của Việt Nam tiếp diễn với tốc độ nhanh, song song với đó là sự gia tăng nhu cầu đi lại của người dân. Tất cả các phương thức vận tải sử dụng động cơ đốt trong đều tăng nhanh: vận tải hàng hóa, xe khách, xe gắn máy. Không thể đạt được các mục tiêu khí hậu quốc gia nếu không có những cải cách trong chính sách giao thông.

Mặc dù tỷ lệ sở hữu ô tô vẫn còn thấp, ở mức 23 ô tô trên một nghìn người, nhưng khoảng một nửa dân số sở hữu xe máy và các khu vực đô thị đã ghi nhận sự gia tăng mạnh tình trạng ùn tắc giao thông cũng như ô nhiễm cục bộ liên quan đến động cơ đốt trong. Nhiều quốc gia đã áp dụng chính sách hạn chế phương tiện sử dụng động cơ đốt trong và khuyến khích các phương thức vận tải ít phát thải, chẳng hạn như xe điện. Việc chuyển đổi sang phương tiện giao thông các-bon thấp phải đối mặt với những thách thức như đảm bảo có đủ trạm sạc để đáp ứng nhu cầu ngày càng tăng của các phương tiện giao thông điện. Việc chuyển đổi hàng loạt sang các phương tiện phát thải thấp cũng sẽ thúc đẩy nhu cầu sử dụng điện và đòi hỏi thêm công suất phát điện. Mặc dù việc lắp đặt thêm các cơ sở sản xuất điện gió và điện mặt trời sẽ tăng thêm công suất, nhưng các nguồn này cấp điện không liên tục và thời gian cung cấp cao điểm có thể không khớp với thời gian phụ tải đỉnh, do đó cần phải lập kế hoạch cho phát điện theo mức phụ tải nền (đường cơ sở) hoặc đảm bảo đủ nguồn cấp đệm như thủy điện tích năng bơm, như đã đề cập ở trên. Thúc đẩy giao thông công cộng có thể giúp giảm bớt tình trạng tắc nghẽn giao thông nghiêm trọng và giảm việc sử dụng quá mức các phương tiện phát thải nhiều các-bon tại các đô thị. Tác động tiềm tàng là lớn do tỷ trọng hành khách sử dụng phương tiện công cộng tại Hà Nội chỉ chiếm 13.7% trong tổng số người tham gia giao thông và Thành phố Hồ Chí Minh là 9.4% vào năm 2018.

Các biện pháp khuyến khích sử dụng thuế (cơ chế giá) đã được áp dụng ở nhiều quốc gia để khuyến khích chuyển sang sử dụng các loại xe ít phát thải, cùng với đó là áp dụng các chế tài để hạn chế sử dụng ô tô và xe tải gây ô nhiễm cao. Các biện pháp khuyến khích sử dụng thuế cũng có thể thúc đẩy việc sử dụng phương tiện phát thải thấp ở Việt Nam, chẳng hạn như cắt giảm phí trước bạ xe điện hoặc chế độ tăng - giảm, thưởng-phạt (feebate) thuế tiêu thụ đặc biệt bổ sung áp dụng đối với xe ô tô chạy bằng nhiên liệu hóa thạch, tạo thêm nguồn lực để trợ cấp cho việc mua xe phát thải thấp. Tuy nhiên, bất kỳ biện pháp nào khuyến khích việc sử dụng xe điện nhiều hơn đều sẽ đòi hỏi có thêm các nỗ lực bổ sung để giải trừ các-bon trong sản xuất điện năng.

Một số thành phố, chẳng hạn như Xinh-ga-po, đã quyết định loại bỏ tất cả các phương tiện chạy bằng nhiên liệu hóa thạch trong vài thập kỷ tới, như một phần của lộ trình hướng tới mức phát thải ròng bằng không. In-đô-nê-xia, Ma-lai-xia và Thái Lan đã có lộ trình phát triển xe điện. Khả năng tiếp cận các hệ thống giao thông công cộng hiện chưa đủ để thay thế phương tiện cá nhân và sẽ phải đẩy nhanh tiến độ của các dự án giao thông công cộng lớn nếu muốn đảm bảo các phương tiện đi lại hàng ngày không sử dụng động cơ đốt phát thải CO_2.

Việt Nam đã áp dụng nhiều biện pháp để giải quyết các vấn đề môi trường do tình trạng phát triển không bền vững của ngành giao thông vận tải. Các sáng kiến chính sách chủ yếu tập trung vào hạn chế phương tiện sử dụng động cơ đốt trong, dịch chuyển phương thức vận tải hành khách và vận tải hàng hóa từ phương tiện ô nhiễm nặng sang phương tiện xanh hơn; đẩy mạnh sử dụng xe điện và các phương tiện giao thông công cộng sử dụng cơ chế năng lượng xanh hơn (bao gồm xe buýt và tàu điện ngầm đô thị). Theo kịch bản phát triển giao thông vừa phải do một nhóm chuyên gia xây dựng, 34% xe máy bán mới và 30% xe ô tô bán mới vào năm 2030 sẽ là xe điện. Hiệp hội các nhà Sản xuất Ô tô Việt Nam (VAMA) dự kiến, đến năm 2028, Việt Nam sẽ có 1 triệu xe điện, mặc dù xe động cơ đốt trong vẫn chiếm ưu thế. Để tất cả các phương tiện giao thông trở thành xe điện, dự kiến số lượng xe điện sẽ cần phải tăng lên 3.5 triệu chiếc vào năm 2030-2040 và 4.5 triệu chiếc vào năm 2040-2050.

Xét tới tầm quan trọng của ngành giao thông vận tải đối với chuyển đổi khí hậu, chính phủ đã thông qua một Chương trình Hành động về chuyển dịch năng lượng xanh của ngành này vào tháng 7 năm 2022 (Quyết định 876/QĐ-TTg). Chương trình này đặt mục tiêu tới năm 2050, toàn bộ phương tiện, trang thiết bị, hạ tầng giao thông vận tải sẽ được chuyển đổi sang sử dụng điện hoặc năng lượng xanh. Chương trình cũng đề ra mục tiêu phát triển cơ sở hạ tầng sạc điện sử dụng năng lượng xanh trên khắp cả nước. Trong những năm gần đây, một công ty trong nước đã rất tích cực phát triển và quảng bá xe điện cho cả thị trường trong nước và quốc tế. Chính phủ đã áp dụng một số biện pháp hỗ trợ phát triển xe điện, áp dụng một số cơ chế ưu đãi về thuế như giảm phí trước bạ và thuế tiêu thụ đặc biệt cho việc mua xe điện trong nước, bắt đầu từ tháng 3 năm 2022. Vào tháng 3 năm 2022, VAMA đã có đề xuất với chính phủ về việc nghiên cứu, xây dựng kế hoạch phát triển chiến lược mới cho ngành công nghiệp ô tô, đặc biệt tập trung vào chuyển đổi sang xe điện. Chính phủ đã xem xét đề xuất này và giao Bộ Công Thương làm việc về vấn đề này (Văn bản số 2506/VPCP-CN tháng 4 năm 2022). Chính phủ cần bắt đầu quá trình này bằng việc tham vấn cộng đồng rộng rãi và phân tích chuyên sâu nhằm đề ra các biện pháp cụ thể và toàn diện để đẩy mạnh chuyển đổi xanh cho ngành công nghiệp ô tô.

Hình 2.25. Các phương tiện giao thông đường bộ của Việt Nam đã hướng tới tiết kiệm nhiên liệu

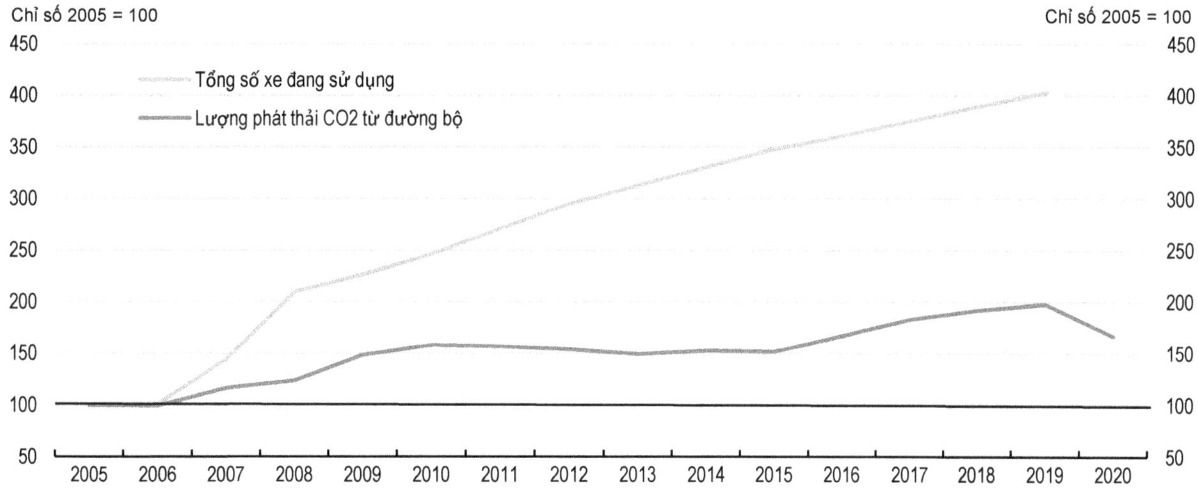

Nguồn: International Energy Agency, Energy database; OICA (International Organisation of Motor Vehicle Manufacturers).

StatLink https://stat.link/6rtp81

Bảng 2.3. Bảng khuyến nghị

PHÁT HIỆN CHÍNH	KHUYẾN NGHỊ (khuyến nghị chính được bôi đậm)
Nâng cao tính cạnh tranh của thị trường sản phẩm và thúc đẩy năng suất lao động	
Việt Nam đã đạt được tiến bộ đáng kể trong việc cải thiện môi trường kinh doanh nhằm thúc đẩy năng suất. Năng suất các nhân tố tổng hợp đã tăng nhanh hơn trong thập niên 2010. Tuy nhiên, vẫn có sự chênh lệch lớn giữa các tỉnh và một số thủ tục còn rườm rà.	**Tiếp tục đơn giản hóa các quy định kinh doanh, bao gồm thông qua việc sử dụng mạnh mẽ hơn công nghệ kỹ thuật số trong những lĩnh vực như nộp thuế và thủ tục phá sản.**
Mặc dù đã chuyển giao quyền sở hữu DNNN cho Ủy ban Quản lý vốn nhà nước tại doanh nghiệp, song việc giảm tỷ lệ nắm giữ cổ phần DNNN của chính phủ vẫn chậm hơn so với kế hoạch và các bộ ngành, cơ quan chính phủ vẫn được coi là có ảnh hưởng tích cực đến việc quản lý các doanh nghiệp này.	**Làm rõ các chức năng của nhà nước với tư cách chủ sở hữu các công ty và cơ quan quản lý của cùng các công ty này, nhằm bảo đảm sự tách biệt chức năng hiệu quả.**
Việc bổ nhiệm thành viên hội đồng quản trị DNNN vẫn bị ảnh hưởng bởi một số yếu tố không mang tính chuyên môn.	Tăng tính độc lập của các hội đồng quản trị và cải thiện tính minh bạch của quy trình đề cử, phù hợp với hướng dẫn của OECD về DNNN.
Việc thành lập Ủy ban Cạnh tranh quốc gia (NCC) như được quy định trong Luật Cạnh tranh năm 2018 vẫn chưa được thực hiện, còn Cục Cạnh tranh và Bảo vệ người tiêu dùng (CCA) hiện thời thiếu sự độc lập và không đủ ngân sách.	**Trao cho cơ quan quản lý cạnh tranh thẩm quyền hành động chống lại các doanh nghiệp nhà nước ở trung ương và địa phương lạm dụng quyền lực thị trường, vận động cạnh tranh và thực hiện các nghiên cứu thị trường.** Đẩy nhanh việc thành lập Ủy ban Cạnh tranh quốc gia với chức năng nhiệm vụ rõ ràng, minh bạch và tinh thần trách nhiệm cao.
Việt Nam đã tổ chức lấy ý kiến công chúng trước khi thông qua luật mới, nhưng vẫn có những bất cập, đặc biệt là các quy định dưới luật.	Yêu cầu bắt buộc tham vấn cộng đồng đối với quy định mới ở tất cả các cấp chính quyền, bao gồm thông qua các thủ tục thông báo và lấy ý kiến, điều trần công khai và thảo luận với cơ quan tư vấn.
Việc kiểm soát giá diễn ra phổ biến, với việc các cơ quan chính phủ ấn định giá của nhiều hàng hóa và dịch vụ bán lẻ, qua đó làm suy giảm lợi ích của cạnh tranh.	Tự do hóa giá cả trên thị trường cạnh tranh và thay vào đó hỗ trợ các nhóm thu nhập thấp thay bằng trợ cấp xã hội có đối tượng mục tiêu.
Thúc đẩy nền kinh tế số	
Trong lĩnh vực viễn thông, các nhà đầu tư nước ngoài vẫn đối mặt với một số hạn chế. Kết quả là các thị trường viễn thông chủ chốt bị chi phối bởi ba doanh nghiệp nhà nước, kìm hãm tiềm năng cải thiện năng suất của toàn bộ nền kinh tế.	**Mở cửa thị trường viễn thông cho các nhà đầu tư nước ngoài, đặc biệt bằng cách đẩy nhanh việc ban hành và thực hiện Luật Viễn thông mới nhằm giảm bớt các rào cản cho sự gia nhập của nước ngoài và nới lỏng các hạn chế về sở hữu nước ngoài.**
Chính phủ đã cải thiện việc cung cấp các dịch vụ số, nhưng việc tiếp cận thông tin chính phủ vẫn còn hạn chế.	Tạo nền tảng dữ liệu quốc gia có thể được chia sẻ giữa các bên liên quan và doanh nghiệp.
Thiếu cả các kỹ năng kỹ thuật số cơ bản và nâng cao, và chỉ có số ít sinh viên lựa chọn theo học chương trình học thuật trong lĩnh vực khoa học và máy tính.	**Nâng cao các kỹ năng kỹ thuật số bằng cách cung cấp thêm cơ hội đào tạo các kỹ năng cơ bản và phân bổ nhiều nguồn lực hơn cho hệ thống giáo dục kỹ thuật và dạy nghề và đào tạo CNTT với kỹ năng nâng cao tại nơi làm việc.**
Việc chuyển giao dữ liệu xuyên biên giới được chính phủ quản lý chặt chẽ, dẫn đến chi phí tuân thủ cao.	Giảm bớt các hạn chế đối với việc trao đổi dữ liệu số xuyên biên giới và nội địa hóa dữ liệu.
Đã có những tiến bộ ban đầu trong thanh toán không dùng tiền mặt, đặc biệt là trong thời gian cao điểm đại dịch COVID-19, nhưng vẫn còn những hạn chế gia nhập thị trường.	Tạo môi trường pháp lý thuận lợi hơn cho các dịch vụ tài chính số, bao gồm hoàn thiện cơ chế quản lý đối với công nghệ tài chính (Fintech), cho vay ngang hàng (P2P) và các mô hình tài chính số mới; và cập nhật Cơ sở dữ liệu Quốc gia về dân cư.
Đạt được phát thải ròng bằng không vào năm 2050	
Phát thải khí nhà kính của Việt Nam đã tăng nhanh hơn GDP và Việt Nam là một trong những quốc gia phát thải lớn nhất so với GDP. Các mục tiêu phát thải hiện tại của chính phủ bao gồm đạt mức phát thải ròng bằng không vào năm 2050.	**Áp dụng một chiến lược khí hậu rõ ràng và có thể dự đoán được, với các mục tiêu dài hạn nhất quán, đặc biệt liên quan tới phát thải khí nhà kính và cải cách lĩnh vực năng lượng.**
Các nhà máy nhiệt điện than đã trở thành nguồn cấp điện chính, nhưng chính phủ đã có kế hoạch dịch chuyển dần khỏi nguồn điện than, với việc không đầu tư mới từ sau năm 2030.	**Ngừng đầu tư cho các nhà máy nhiệt điện than mới theo kế hoạch và tăng cường ưu đãi khuyến khích đầu tư vào các nguồn năng lượng tái tạo, đặc biệt là năng lượng gió trên bờ và ngoài khơi.**
Động lực quốc tế cho tài chính xanh để giúp đẩy nhanh quá trình chuyển đổi xanh ở các nước đang phát triển đã trở nên mạnh mẽ kể từ sau các Thỏa thuận khí hậu Paris, chẳng hạn như Cơ chế chuyển dịch năng lượng (ETM) được đề xuất gần đây, tập trung vào việc dừng hoạt động sớm các nhà máy nhiệt điện than.	Tham gia tích cực vào các cơ chế tài chính xanh quốc tế hiện hành, bao gồm đẩy nhanh nghiên cứu khả thi cho Cơ chế chuyển dịch năng lượng.
Nông nghiệp là lĩnh vực tạo ra khoảng 20% lượng khí thải gây hiệu ứng nhà kính và dễ bị tổn thương trước biến đổi khí hậu.	Thiết lập một khung đánh giá đơn giản, toàn diện và có sự phối hợp tốt để theo dõi tiến độ giảm phát thải nông nghiệp.

Sở hữu ô tô đang gia tăng nhanh chóng và giao thông công cộng vẫn chưa phát triển.	Xây dựng một chương trình toàn diện để giải trừ các-bon trong lĩnh vực giao thông vận tải và thúc đẩy chuyển dịch sang xe điện.
Không giống như một số nước ASEAN khác, Việt Nam vẫn chưa triển khai hệ thống phân loại xanh để định hướng tài chính vào các lĩnh vực đầu tư thân thiện với khí hậu.	Xây dựng hệ thống phân loại xác định các hoạt động được coi là đóng góp vào mục tiêu phát thải ròng bằng không.
Các tổ chức tín dụng phải chịu rủi ro đáng kể từ mức tiêu thụ nhiên liệu hóa thạch cao và tính dễ bị tổn thương trước các hiện tượng thời tiết cực đoan.	Tiến hành bài kiểm tra căng thẳng cho các ngân hàng thương mại đối với mức dễ bị ảnh hưởng trước rủi ro chuyển đổi khí hậu và các rủi ro vật lý.
Thuế môi trường phản ánh một phần chi phí xã hội của các-bon đối với giá xăng, nhưng các nhiên liệu hóa thạch khác chịu mức thuế thấp hơn so với xăng, khi xét tới hàm lượng các-bon tương ứng của chúng. Một thị trường giao dịch hạn mức phát thải và tín chỉ các-bon đang được lên kế hoạch, nhưng viễn cảnh thực hiện sẽ còn dài.	**Đẩy nhanh việc triển khai thị trường các-bon, bắt đầu bằng hệ thống giao dịch phát thải trong những ngành có mức phát thải cao, gồm cả ngành điện, và cuối cùng mở rộng phạm vi bao phủ của thị trường này nhằm đảm bảo giá năng lượng phản ánh đầy đủ chi phí và ngày càng bao gồm các ngoại ứng tiêu cực do phát thải khí nhà kính.**
Biểu giá FIT đã thành công trong việc thu hút đầu tư vào điện mặt trời áp mái, nhưng đây không phải là công cụ chính sách hiệu quả nhất.	Sử dụng cơ chế đấu thầu phối hợp tốt để thu hút các nhà sản xuất điện độc lập tham gia cung cấp năng lượng tái tạo.
Việc định giá các-bon có thể tác động không tương xứng tới các hộ gia đình thu nhập thấp có mức chi tiêu cho năng lượng chiếm tỷ trọng lớn hơn trong tổng thu nhập so với các hộ gia đình khác.	Phân bổ một phần nhất định nguồn thu từ việc định giá các-bon cho các cơ chế bù đắp cho các hộ gia đình thu nhập thấp và nghèo nhiên liệu, và hỗ trợ các hoạt động đầu tư xanh của họ.

Adalet, M., D. Andrews and V. Millot (2017), "Insolvency Regimes, Technology Diffusion and Productivity Growth : Evidence from Firms in OECD Countries", *OECD Economics Department Working Papers*, No. 1425, OECD Publishing, Paris, https://doi.org/10.1787/36600267-en. [9]

Aghion, P., R. Cherif and F. Hasanov (2021), "Fair and Inclusive Markets: Why Dynamism Matters", *IMF Working Paper*, No. 29, IMF, Washington, D.C., https://www.imf.org/en/Publications/WP/Issues/2021/02/06/Fair-and-Inclusive-Markets-Why-Dynamism-Matters-50052. [11]

APEC (2021), *Concept Paper on Enhanced APEC Agenda for Structural Reform*, APEC, http://mddb.apec.org/Documents/2021/EC/EC1/21_ec1_006a.pdf. [3]

Arnold, J. et al. (2016), "Services Reform and Manufacturing Performance: Evidence from India", *The Economic Journal*, Vol. 126/590, pp. 1-39, https://doi.org/10.1111/ECOJ.12206. [31]

Arnold, J., B. Javorcik and A. Mattoo (2011), "Does Services Liberalization Benefit Manufacturing Firms?: Evidence from the Czech Republic", *Journal of International Economics*, Vol. 85/1, pp. 136-146, https://doi.org/10.1016/J.JINTECO.2011.05.002. [30]

ASEAN-Japan Centre (2022), *Review of ASEAN Commitments in Telecommunication Services under AFAS 10 and RCEP*, https://www.asean.or.jp/ja/wp-content/uploads/sites/2/Review-of-ASEAN-Commitments-in-Telecommunication-Services-under-AFAS-10-and-RCEP.pdf. [34]

Asian Development Bank (2021), *Capturing the Digital Economy: A Proposed Measurement Framework and Its Applications - A Special Supplement to Key Indicators for Asia and the Pacific 2021*, Asian Development Bank, Manila, Philippines, https://doi.org/10.22617/FLS210307-3. [24]

Asian Development Bank (2021), *Reaping the Benefits of Industry 4.0 through Skills Development in Viet Nam*, Asian Development Bank, Manila, Philippines, https://doi.org/10.22617/SPR200308. [41]

AWS Truepower LLC (2011), *Wind Resource Atlas of Vietnam*, https://www.esmap.org/sites/default/files/esmap-files/MOIT_Vietnam_Wind_Atlas_Report_18Mar2011.pdf. [56]

Bailin Rivares, A. et al. (2019), "Like it or not? The impact of online platforms on the productivity of incumbent service providers", *OECD Economics Department Working Papers*, No. 1548, OECD Publishing, Paris, https://doi.org/10.1787/080a17ce-en. [22]

Beirne, J., N. Renzhi and U. Volz (2021), "Feeling the Heat: Climate Risks and the Cost of Sovereign Borrowing", *International Review of Economics & Finance*, Vol. 76, pp. 920-936, https://doi.org/10.1016/J.IREF.2021.06.019. [48]

Borga, M. et al. (2022), "Measuring Carbon Emissions of Foreign Direct Investment in Host Economies", *IMF Working Papers*, No. 86, IMF, Washington, D.C., https://doi.org/10.5089/9798400206863.001. [50]

CECODES; VFF-CRT; RTA & UNDP (2022), *The 2021 Viet Nam Governance and Public Administration Performance Index (PAPI 2021): Measuring Citizens' Experiences*, Centre for Community Support and Development Studies (CECODES), Centre for Research and Training of the Viet Nam Fatherland Front (VFF-CRT), Real-Time Analytics (RTA), and United Nations Development Programme (UNDP), https://papi.org.vn/eng/bao-cao/. [7]

Cirera, X. et al. (2021), "Firm-Level Technology Adoption in Vietnam", *Policy Research Working Papers*, No. 9567, World Bank, Washington, D.C., https://doi.org/10.1596/1813-9450-9567. [38]

Costa, H. et al. (2021), "Are online platforms killing the offline star? Platform diffusion and the productivity of traditional firms", *OECD Economics Department Working Papers*, No. 1682, OECD Publishing, Paris, https://doi.org/10.1787/1e2bbe10-en. [23]

Demmou, L. and Q. Sagot (2021), "Central Bank Digital Currencies and payments: A review of domestic and international implications", *OECD Economics Department Working Papers*, No. 1655, OECD Publishing, Paris, https://doi.org/10.1787/f06c0d89-en. [44]

Eurostat (2021), *Cloud Computing - Statistics on the Use by Enterprises*, Eurostat, https://ec.europa.eu/eurostat/statistics-explained/index.php?title=Cloud_computing_-_statistics_on_the_use_by_enterprises#Use_of_cloud_computing:_highlights. [39]

Fischer, C. (2015), "Options for Avoiding Carbon Leakage", *Geneva Reports on the World Economy*, https://research.vu.nl/en/publications/options-for-avoiding-carbon-leakage. [55]

General Statistics Office (2022), *Statistical Yearbook of Viet Nam 2021*, The Government of Viet Nam, Hanoi, Viet Nam, https://www.gso.gov.vn/en/data-and-statistics/2022/08/statistical-yearbook-of-2021/. [16]

GlobalPetrolPrices.com (2022), *Retail Energy Price Data*, https://www.globalpetrolprices.com/. [54]

Google, TEMASEK and BAIN&COMPANY (2021), *e-Conomy SEA - 2021*, https://economysea.withgoogle.com/. [26]

Guenette, J. (2020), "Price Controls: Good Intentions, Bad Outcomes", *Policy Research Working Paper*, No. 9212, World Bank, Washington, D.C., https://doi.org/10.1596/1813-9450-9212. [21]

Handayani, K. et al. (2022), "Moving Beyond the NDCs: ASEAN Pathways to a Net-Zero Emissions Power Sector in 2050", *Applied Energy*, Vol. 311, p. 118580, https://doi.org/10.1016/J.APENERGY.2022.118580. [58]

Hasanov, F. and R. Cherif (2021), "Competition, Innovation, and Inclusive Growth", *IMF Working Paper*, No. 80, IMF, Washington, D.C., https://doi.org/10.5089/9781513574172.001. [12]

ILO (2022), *A Just Energy Transition in Southeast Asia: The Impacts of Coal Phase-out on Jobs*, ILO, https://www.ilo.org/wcmsp5/groups/public/---asia/---ro-bangkok/documents/publication/wcms_845700.pdf. [1]

Le, H. (2016), "Public Participation in the Legislative Process in Vietnam and the Concept of Public Consultation", *Australian Journal of Asian Law*, Vol. 17/2, https://papers.ssrn.com/sol3/papers.cfm?abstract_id=2937542. [10]

Lu, B. et al. (2021), "Low-cost, Low-emission 100% Renewable Electricity in Southeast Asia Supported by Pumped Hydro Storage", *Energy*, Vol. 236, p. 121387, https://doi.org/10.1016/J.ENERGY.2021.121387. [59]

Malesky, E., N. Pham and D. Truong (2022), *The Vietnam Provincial Competitiveness Index: Measuring Economic Governance for Private Sector Development, 2021 Final Report*, Vietnam Chamber of Commerce and Industry and United States Agency for International Development, Hanoi, Viet Nam, https://pcivietnam.vn/en/publications/2021-pci-full-report-ct204. [8]

Ministry of Information and Communications (2021), *Annual Report 2021 (in Vietnamese)*, The Government of Viet Nam, Hanoi, Viet Nam, https://www.mic.gov.vn/mic_2020/Pages/TinTuc/151957/Bo-TT-TT-to-chuc-Hoi-nghi-tong-ket-cong-tac-nam-2021-va-trien-khai-nhiem-vu-nam-2022.html. [46]

Ministry of Natural Resources and Environment (2020), *Viet Nam: Third Biennial Update Report to the United Nations Framework Convention on Climate Change*, The Government of Viet Nam, https://unfccc.int/sites/default/files/resource/Viet%20Nam_BUR3.pdf. [47]

Ministry of Planning and Investment (2022), *MPI Report on SOE Equitisation (in Vietnamese)*, The Government of Viet Nam, Hanoi, Viet Nam, https://business.gov.vn/cms/trang/788/hoi-nghi-truc-tuyen-toan-quoc-cua-thu-tuong-chinh-phu-voi-doanh-nghiep-nha-nuoc. [17]

OECD (2022), *OECD Review of the Corporate Governance of State-Owned Enterprises in Viet Nam*, OECD Publishing, Paris, https://www.oecd.org/countries/vietnam/oecd-review-of-the-corporate-governance-of-state-owned-enterprises-in-viet-nam-a22345d0-en.htm. [18]

OECD (2021), *Clean Energy Finance and Investment Policy Review of Viet Nam*, Green Finance and Investment, OECD Publishing, Paris, https://doi.org/10.1787/61c33f7f-en. [57]

OECD (2021), *OECD Economic Surveys: Denmark 2021*, OECD Publishing, Paris, https://doi.org/10.1787/86f7b2d9-en. [51]

OECD (2021), *OECD Economic Surveys: European Union 2021*, OECD Publishing, Paris, https://doi.org/10.1787/a77ab220-en. [53]

OECD (2021), *OECD Economic Surveys: Malaysia 2021*, OECD Publishing, Paris, https://doi.org/10.1787/cc9499dd-en. [36]

OECD (2021), *SME and Entrepreneurship Policy in Viet Nam*, OECD Studies on SMEs and Entrepreneurship, OECD Publishing, Paris, https://doi.org/10.1787/30c79519-en. [5]

OECD (2021), *Supporting the Digital Transformation of Higher Education in Hungary*, Higher Education, OECD Publishing, Paris, https://doi.org/10.1787/d30ab43f-en. [42]

OECD (2020), *A Roadmap toward a Common Framework for Measuring the Digital Economy: Report for the G20 Digital Economy Task Force*, OECD, https://www.oecd.org/sti/roadmap-toward-a-common-framework-for-measuring-the-digital-economy.pdf. [25]

OECD (2020), *Multi-dimensional Review of Viet Nam: Towards an Integrated, Transparent and Sustainable Economy*, OECD Publishing, Paris, https://doi.org/10.1787/367b585c-en. [40]

OECD (2020), "The Potential of Online Learning for Adults: Early Lessons from the COVID-19 Crisis", *OECD Policy Responses to Coronavirus (COVID-19)*, OECD Publishing, Paris, https://www.oecd.org/coronavirus/policy-responses/the-potential-of-online-learning-for-adults-early-lessons-from-the-covid-19-crisis-ee040002/. [37]

OECD (2019), *OECD Skills Outlook 2019: Thriving in a Digital World*, OECD Publishing, Paris, https://doi.org/10.1787/df80bc12-en. [35]

OECD (2018), *OECD Investment Policy Reviews: Viet Nam 2018*, OECD Investment Policy Reviews, OECD Publishing, Paris, https://doi.org/10.1787/9789264282957-en. [33]

OECD (2018), *OECD Peer Reviews of Competition Law and Policy: Viet Nam*, OECD Publishing, Paris, https://www.oecd.org/daf/competition/competition-law-and-policy-in-vietnam.htm. [6]

OECD (2016), *Being an Independent Regulator*, OECD Publishing, Paris, https://www.oecd.org/publications/being-an-independent-regulator-9789264255401-en.htm (accessed on 15 November 2022). [28]

OECD (2011), *Administrative Simplification in Viet Nam: Supporting the Competitiveness of the Vietnamese Economy*, Cutting Red Tape, OECD Publishing, Paris, https://doi.org/10.1787/9789264096646-en. [4]

OECD (2005), *OECD Guidelines on Corporate Governance of State-Owned Enterprises*, OECD Publishing, Paris, https://www.oecd.org/daf/ca/oecd-guidelines-corporate-governance-soes-2005.htm. [14]

Pham, T. (2009), "Assessment of FDI Spillover Effects for the Case of Vietnam: A Survey of Micro-data Analyses", in Corbett, J. and S. Umezaki (eds.), *Deepening East Asian Economic Integration*, ERIA, Jakarta, https://www.eria.org/uploads/media/Research-Project-Report/RPR_FY2008_1_Chapter_13.pdf. [29]

PwC (2021), *Vietnam Digital Readiness Report - PwC Vietnam's Survey on Technology, Jobs and Skills*, https://www.pwc.com/vn/en/publications/vietnam-publications/digital-readiness.html. [43]

Ratha, D. et al. (2022), *Migration and Development Brief 36: A War in a Pandemic: Implications of the Russian invasion of Ukraine and the COVID-19 Crisis on Global Governance of Migration and Remittance Flows*, KNOMAD-World Bank, Washington, D.C., https://www.knomad.org/publication/migration-and-development-brief-36. [45]

Satyanand, P. (2021), "Foreign Direct Investment and the Digital Economy", *ARTNeT on FDI Working Paper Series*, No. 2, ESCAP, Bangkok, https://artnet.unescap.org/fdi/resources/publications/foreign-direct-investment-and-digital-economy. [32]

Schwab, K. and World Economic Forum (2019), *The Global Competitiveness Report 2019*, World Economic Forum, Geneva, https://www3.weforum.org/docs/WEF_TheGlobalCompetitivenessReport2019.pdf. [2]

Socialist Republic of Viet Nam Government News (2022), "Thủ tướng Phạm Minh Chính chủ trì Hội nghị trực tuyến toàn quốc để phát triển doanh nghiệp nhà nước (in Vietnamese)", https://baochinhphu.vn/thu-tuong-pham-minh-chinh-chu-tri-hoi-nghi-truc-tuyen-toan-quoc-de-phat-trien-doanh-nghiep-nha-nuoc-102220324110918578.htm. [19]

Taghizadeh-Hesary, F. et al. (2019), "A Comprehensive Evaluation Framework on the Economic Performance of State-Owned Enterprises", *ADBI Working Paper*, No. 949, Asian Development Bank Institute, Tokyo, https://www.adb.org/publications/comprehensive-evaluation-framework-economic-performance-state-owned-enterprises. [13]

World Bank (2022), *Vietnam Country Climate and Development Report*, World Bank, Washington D.C., https://openknowledge.worldbank.org/handle/10986/37618. [52]

World Bank (2021), *Digital Vietnam: The Path to Tomorrow*, World Bank, Washington, D.C., https://openknowledge.worldbank.org/handle/10986/36190. [27]

World Bank Group (2014), *Corporate Governance of State-Owned Enterprises: A Toolkit*, World Bank, Washington, D.C., https://doi.org/10.1596/978-1-4648-0222-5. [15]

World Bank Group and Asian Development Bank (2021), *Climate Risk Country Profile: Vietnam*, World Bank, Asian Development Bank, https://openknowledge.worldbank.org/handle/10986/36367. [49]

World Bank; Ministry of Planning and Investment (2016), *Vietnam 2035: Toward Prosperity, Creativity, Equity, and Democracy*, World Bank, Washington, D.C., https://doi.org/10.1596/978-1-4648-0824-1. [20]

www.ingramcontent.com/pod-product-compliance
Ingram Content Group UK Ltd.
Pitfield, Milton Keynes, MK11 3LW, UK
UKHW051644031026
15588UKWH00007B/1323

9 789264 344563